INSIGHT PUBLICA®

INSIGHT PUBLICA®
Nadakkavu, Kozhikode, Kerala
www.insightpublica.com
e-mail: insightpublica@gmail.com
Alukalude Vazhikal
(Malayalam)
EP Rajagopalan
First Edition: December 2018
This Edition: October 2021

Cover Design: Dwijith
ISBN 978-93-87398-74-0

ആളുകളുടെ വഴികൾ

ഇ.പി. രാജഗോപാലൻ

INSIGHT PUBLICA

1962-ൽ ജനിച്ചു. കാസർഗോഡ് ജില്ലയിലെ ചന്തേരയാണ് നാട്.

പ്രധാന കൃതികൾ: സ്വപ്നവും ചരിത്രവും, ലോകത്തിന്റെ വിക്ക്, നിശ്ശബ്ദതയും നിർമ്മാണവും, മീനും കപ്പലും, സംസ്ക്കാരത്തിന്റെ കുടിലുകൾ, കാലക്രമേണ, കവിതയുടെ ഗ്രാമങ്ങൾ, നാട്ടറിവും വിമോചനവും, Cherukat Govinda Pisharody, നിരന്തരം, അളവ്, കാര്യം, പലമ, വ്യത്യാസം, നാടകംദേശം, രണ്ടുകസേരകൾ, പൂവും മരവും പൂരവും, കുഞ്ഞമ്പു മാഷും ഇംഗ്ലീഷ് വാക്കും, ഇന്ദുലേഖ: വായനയുടെ ദിശകൾ എന്ന പഠനസമാഹാരം എഡിറ്റു ചെയ്തു. എൻ. ശശിധരനുമായിച്ചേർന്ന് ഉടമ്പടിക്കോലം, കേളു എന്നീ നാടകങ്ങൾ എഴുതി. നാടകപ്രവർത്തകനാണ്.

പുരസ്ക്കാരങ്ങൾ: കേരള സാഹിത്യ അക്കാദമി അവാർഡ്, തായാട്ട് അവാർഡ്, ജോസഫ് മുണ്ടശ്ശേരി അവാർഡ്, എം.എസ് മേനോൻ അവാർഡ്, ചെറുകാട് അവാർഡ്, സി.പി. ശിവദാസൻ അവാർഡ്. എസ്. ഗുപ്തൻ നായർ അവാർഡ്, കേരള സംഗീത നാടക അക്കാദമി പുരസ്ക്കാരം.

ഇംഗ്ലീഷധ്യാപകനായിരുന്നു. കേരളസാഹിത്യ അക്കാദമി നിർവ്വാഹകസമിതി അംഗമാണ്. അച്ഛൻ: സി.എം. ഭാസ്കരൻ നായർ, അമ്മ: ഇ.പി ഓമന, ഭാര്യ: എം.വി. വനജ, മക്കൾ: അപർണ്ണ, ജയകൃഷ്ണൻ.

വിലാസം:

'ശ്രീരേഖ'
മാണിയാട്ട് 671310
കാസർഗോഡ് ജില്ല.

ഇ. പി. രാജഗോപാലൻ

ഉള്ളടക്കം

ആൾപ്പലമയുടെ ആഖ്യാതാവ്

ഒരെഴുത്തുകാരന്റെയെന്നല്ല, ആരുടെയും ശതാബ്ദിപോലുള്ള സന്ദർഭങ്ങൾ പ്രസക്തമാവുന്നത് ആ ആളിന്റെ പ്രവർത്തനങ്ങളിലേക്ക് പുതിയൊരു ശ്രദ്ധ പതിയുമ്പോഴാണ്. ഇതു നടക്കുന്നില്ലെങ്കിൽ ശതാബ്ദിയാഘോഷം പ്രശംസയുടെ ചടങ്ങുമാത്രമായിപ്പോവും. ഈ കുറിപ്പിൽ എസ്.കെ (സഞ്ചാരിയായ കഥാകാരൻ) പൊറ്റെക്കാടിന്റെ ആധുനികതയെക്കുറിച്ച് ഒരു ചെറിയ ആലോചന നടത്തുകയാണ്.

ഒന്നാം ലോകയുദ്ധത്തിന്റെ തുടക്കവർഷത്തിൽ ജനിച്ച എസ്.കെ. സ്വാതന്ത്ര്യസമരത്തിന്റെയും രണ്ടാലോകയുദ്ധത്തിന്റെയും സ്വാതന്ത്ര്യപ്രാപ്തിയുടെയും കേരളരൂപീകരണത്തിന്റെയും 'വിമോചന' സമരത്തിന്റെയും അടിയന്തരാവസ്ഥയുടെയുമെല്ലാം അനുഭവങ്ങളിലൂടെ സഞ്ചരിച്ചാണ് 1982-ൽ മരിക്കുന്നത്. ഇവയോടൊക്കെ ചേർത്തുവെച്ചാണ് എസ്.കെ.യുടെസർഗ്ഗവ്യാപാരത്തെ വിലയിരുത്തേണ്ടത്. എസ്.കെ. ശരിക്കും പുതിയറക്കാരൻ(ആധുനികൻ എന്നർത്ഥം)ആവുന്നത് ഇപ്പറഞ്ഞതും അല്ലാത്തതുമായ ചരിത്രനീക്കങ്ങളിലൂടെ സമൂഹം പരിണമിക്കുകയാണ് എന്ന് സൂക്ഷ്മമായി കണ്ടറിഞ്ഞ് രേഖപ്പെടുത്തിയപ്പോൾ എന്ന നിലയ്ക്കാണ്. അധികാരബന്ധങ്ങളിൽ, ഭാഷാക്രമങ്ങളിൽ വസ്ത്രധാരണരീതികളിൽ, നാട്ടുനടപ്പുകളിൽ വാഹനങ്ങളിൽ. പെരുമാറ്റത്തിൽ, കെട്ടിട നിർമ്മാണശൈലികളിൽ, ആഹാരരീതികളിൽ തുടങ്ങി എല്ലാറ്റിലും പത്തൊമ്പതാംനൂറ്റാണ്ടിൽ നിന്ന് വ്യത്യസ്തമായി വളരെ വേഗത്തിൽ മാറ്റമുണ്ടാവുകയാണ് എന്ന തിരിച്ചറിവാണ് എസ്. കെ. പലനിലകളിൽ ആവിഷ്കരിച്ചത്. മന്ദമായി ജീവിക്കുന്ന സമൂഹത്തിന് എസ്.കെയെപോലുള്ള ഒരാഖ്യാതാവിന്റെ ആവശ്യം വരില്ല. നാട്ടുമാറുകയാണ് എന്ന ഒറ്റ തത്ത്വത്തിന്റെ പ്രചോദനമാണ് 'ഒരു ദേശത്തിന്റെ കഥ'യ്ക്ക് കാരണമായിത്തീർന്നത്. 'ഒരു തെരുവിന്റെ കഥ'യിൽ കുറേക്കൂടി നാടകീയഭംഗിയോടെ ഇതേ

വിഷയം വികസിച്ചിരിക്കുന്നു. ചെറുകഥകൾ ഒന്നിച്ചെടുത്തുവായിക്കുമ്പോൾ, ഇക്കാര്യം തന്നെ എളുപ്പത്തിലറിയാൻ കഴിയും. സ്വന്തം നാടിനൊപ്പം, മറ്റു നാടുകൾ എങ്ങനെ മാറുന്നു എന്നറിയാനുള്ള ആധുനികന്റെ താല്പര്യമാണ് എസ്.കെ.യെ വിദേശസഞ്ചാരിയാക്കിയത്. ഒരിടത്തും അദ്ദേഹം വിനോദസഞ്ചാരിയായിട്ടല്ല പെരുമാറിയത്. ജീവിതത്തിന്റെ വൈവിധ്യത്തെ പലമട്ടിൽ എഴുതിയറിയിക്കുന്നവയാണ് എസ്.കെ. യുടെസഞ്ചാരസാഹിത്യകൃതികളും.

കാല്പനികതയുടെ തോഴനായി എസ്.കെ.യെ നിർവ്വചിക്കുന്ന ഒരു രീതി, അദ്ദേഹത്തിന്റെ ജീവിതകാലത്തുണ്ടായിരുന്നു. പില്ക്കാലത്തും അതു നിന്നിട്ടില്ല. 'നാടൻ പ്രേമ'വും നിരവധി പ്രേമകഥകളും എഴുതിയതുകൊണ്ടാവാം കാല്പനികതയുടെ ആളെന്ന് എസ്.കെ. വിളിക്കപ്പെടുന്നത്. ഈ വിളി എസ്.കെയുടെ സർഗ്ഗയത്നങ്ങളെ ചെറുതായിക്കാണാനേ ഉപകരിക്കുകയുള്ളൂ. 'ഒരു ദേശത്തിന്റെ'യും 'ഒരു തെരുവിന്റെ'യും 'കഥ'കളിൽ മാത്രമല്ല, മറ്റ് നിരവധി കൃതികളിൽ എസ്.കെ. കാല്പനികതയുടെ മൂലതത്ത്വങ്ങളെ മറികടക്കുന്നുണ്ട്. ജീവിതത്തെ, മേൽത്തട്ടെന്നും കീഴ്ത്തട്ടെന്നും പുറമ്പോക്കെന്നും നോക്കാതെ, അതിന്റെ ചിട്ടയില്ലായ്മയിൽത്തന്നെ വായിക്കുകയായിരുന്നു എസ്.കെ. കാല്പനികതയ്ക്കാവാത്ത വായനയാണിത്. എസ്.കെ. ആഖ്യാനത്തിന്റെ കൂറടക്കത്തിന് വേണ്ടി വൈരുദ്ധ്യങ്ങളെ വെട്ടിയൊതുക്കിയ എഴുത്തുകാരനല്ല. കവിതയിൽ അദ്ദേഹം അധികം പ്രവർത്തിക്കാതിരുന്നതു തന്നെ ലയപ്രതീതിയുണ്ടാക്കുന്നതിന് അപ്പുറത്തേക്ക് തനിയ്ക്ക് പോകേണ്ടിയിരുന്നതിനാലാണ്. എസ്.കെ. ഗ്രാമീണമായ കാഴ്ചപ്പാടുകാരനുമല്ല. കോഴിക്കോട് നഗരത്തിലെ പൗരത്വം മുതലാക്കിയയാളാണദ്ദേഹം. നഗരത്തിന്റെ ചടുലതയും ആൾപ്പലമയും (വൈവിധ്യം എന്നർത്ഥത്തിൽ) അദ്ദേഹം ചെറുപ്പത്തിലേ തിരിച്ചറിഞ്ഞിരിക്കണണം. അതുകൊണ്ടുതന്നെ വാർപ്പുമാതൃകകൾക്ക് അപ്പുറം കടന്ന്, അമിതമായ ആദർശവത്കരണം വർജിച്ച്, ജീവിതത്തിന്റെ പല പല ഇടങ്ങളെയും ഇടപാടുകളെയും അദ്ദേഹത്തിന് രേഖപ്പെടുത്താനായി. നഗരത്തെയും അദ്ദേഹം ആദർശവത്കരിക്കുന്നില്ല.

ആളുകളുടെ ആഖ്യാതാവ് എന്ന പദവി എസ്.കെ. അർഹിക്കുന്നുണ്ട്. പലതരം ആളുകളെയാണ് എസ്.കെ. കഥാപാത്രങ്ങളാക്കുന്നത്. ഇത്രയധികം സ്വഭാവങ്ങളും വൈചിത്ര്യങ്ങളുമുള്ളവരായി ആളുകളെ മലയാളത്തിലെ മറ്റൊരെഴുത്തുകാരനും ചിത്രീകരിക്കാനായിട്ടില്ല. ഫ്യൂഡൽക്കാലം മുതലാളിത്തത്തിന് വഴിമാറുന്നതാണ് എസ്. കെയുടെയും സന്ദർഭം. ഇത് മനുഷ്യപ്രകൃതിയിൽ വല്ലാത്ത

മാറ്റങ്ങൾ വരുത്തുന്ന കാലമാണ്- പുതിയ പ്രകൃതങ്ങൾ തന്നെ ഉണ്ടാക്കുന്ന കാലവും. ഈ കാലമാണ് എസ്.കെ. ഉണർത്തിയത്. ദേശക്കാരും അന്യദേശക്കാരും ദേശവ്യക്തതയില്ലാത്തവരും ഒരു നഗരത്തിൽ സ്വാഭാവികസാന്നിധ്യങ്ങളാണ്. ഈ കണ്ടറിവിനെ ഒരു സർഗ്ഗദർശനമായി സ്വീകരിക്കുകവഴിയാണ് എസ്.കെ. ആധുനിക നായിത്തീരുന്നത്. അസ്തിത്വവാദാധിഷ്ഠിതമല്ലാതെയും ആധുനികത സാധ്യമാണെന്ന് അദ്ദേഹം തെളിയിച്ചു. ഭൂതകാലത്തെ വിചാരണ ചെയ്യുന്ന നിരവധി സന്ദർഭങ്ങൾ എസ്.കെ. ഒരുക്കിയിട്ടുണ്ട്. പ്രണയകഥകൾ, ചിട്ടകളെ തള്ളിക്കളയാനും അവയിൽ നിന്ന് വേറിട്ടുന്ന ഒരു ഭാവി സ്വയം ഉണ്ടാക്കിയെടുത്ത് അവിടെ പാർപ്പിക്കാനുമുള്ള യൗവ്വനത്തിന്റെ തീരുമാനം എന്ന നിലയിലും വായിക്കാവുന്നതാണ്. ആധുനികത ജീവിതത്തിന്റെ കെട്ടുകളെ അഴിച്ചുവിടുന്നതും പുതിയ ജീവിതക്രമത്തിന്റെ പലപല സാധ്യതകൾ തെളിയുന്നതും അതിനോട് ആളുകൾ പലതരത്തിൽ പ്രതികരിക്കുന്നതും നേട്ടങ്ങളും നഷ്ടങ്ങളും ഉണ്ടാവുന്നതും എസ്.കെ ചിത്രീകരിച്ചു. പൊറ്റെക്കാട് 'ശുദ്ധഭാവനയെ ആസ്വദിച്ചാണ് കഥകൾ രചിക്കുന്നതെന്ന കേസരി ബാലകൃഷ്ണപ്പിള്ള പണ്ടേ പറഞ്ഞുവെച്ചത്' ഒരു നിരൂപകനെ ഉദ്ധരിച്ച് ശരിവെക്കുന്നുണ്ട്. ഇത് എസ്.കെ.യെക്കുറിച്ചുള്ള ഏറ്റവും തെറ്റായ പ്രസ്താവനയാണെന്ന് പറയാൻ ഇനിയും വൈകിക്കൂടാ. എസ്.കെ.യിൽ തെളിയുന്ന ഒന്നാമത്തെ വിശേഷം നിരന്തരവും സൂക്ഷ്മവും കൗതുകജനകവും ഉദാരവുമായ ലോകനിരീക്ഷണ ത്വരയാണ്. ഭാവനയല്ല, യാഥാർത്ഥ്യമാണ് നാടകീയ ഭംഗിയോടെ എസ്.കെ.യ്ക്ക് ആവിഷ്ക്കരിക്കാനായത്. കൂടുതൽ കൂടുതൽ യാഥാർത്ഥ്യങ്ങൾ തേടുകയെന്നത് എസ്.കെ.യുടെ സർഗ്ഗ വ്യക്തിത്വത്തിന്റെ മാറാപ്പൂതിയായിരുന്നു. നിത്യസഞ്ചാരങ്ങളെന്ന പോലെ വിദേശയാത്രകളും ഇതിന്റെ ഭാഗമാണ്.

സർഗ്ഗാന്വേഷണങ്ങളിലെല്ലാം എസ്.കെ. സ്ഥലങ്ങളെക്കാൾ ആളുകളെയാണ് ശ്രദ്ധിക്കുന്നത്. സ്ഥലങ്ങളെ അവയുടെ തനതു ഭൗതികത്തിൽ സ്ഥാനപ്പെടുത്താനല്ല ശ്രമം, ആളുകൾ പെരുമാറുകയും ഇടപെടുകയും ഇടപാടുകൾ നടത്തുകയും സമ്മേളിക്കുകയും സംഘർഷത്തിലാവുകയും ഒറ്റയായിപ്പോവുകയുമൊക്കെ ചെയ്യുന്ന ഇടങ്ങളെയാണ് വല്ലാത്ത സൂക്ഷ്മതയോടെ എസ്.കെ. കാണുന്നത്. മനുഷ്യനീക്കങ്ങൾകൊണ്ട് സാംസ്കാരികമായിത്തീരുന്നവയാണ് എസ്.കെ.യുടെ സ്ഥലങ്ങൾ കേവല സൗന്ദര്യത്തെ അദ്ദേഹം എവിടെയും കണ്ടെത്തുന്നില്ല. 'രമണീയവും ഗംഭീരവും ഉദാത്തവും സവിശേഷവും ആയ ഭാവങ്ങളെയാണ് ഈ കഥയിൽ തേടിനടക്കുന്നത്'' എന്ന പഴയ നിരൂപണത്തെയും ഇന്ന് എതിർക്കേണ്ടിവന്നിരിക്കുന്നു.

ശ്ലീലാശ്ലീലങ്ങൾ നോക്കാതെയാണ് എസ്.കെ. തന്റെ വൻരചനകൾ പൂർത്തിയാക്കിയത്. ലൈംഗിക വൈകൃതം വരെ നഗരചിത്രമായി, കലാപരമായ നിർമ്മമതയോടെ എസ്.കെ. എഴുതിയിട്ടുണ്ട്. രോഗം, അംഗവൈകല്യം, തെറി, തട്ടിപ്പ്, ചതി രമണീയം, ഗംഭീരം, ഉദാത്തം, എന്നീ കാല്പനിക നാണയങ്ങൾ കൊണ്ടുമാത്രം നടത്താവുന്നതല്ല പുതിയ ജീവിതത്തിന്റെ വ്യാപാരം എന്നറിയുന്ന എസ്.കെ.യ്ക്ക് ഇതെല്ലാം വലിയ വിഷയങ്ങളായിത്തീർന്നു. പഴയ നഗരസുന്ദരിയ്ക്ക് മാരകമായ ചർമ്മരോഗം വന്ന കാഴ്ച താനവതരിപ്പിക്കുന്നത് പുതിയ കലയ്ക്ക് രമണീയതകൊണ്ട് മാത്രം നിലനിൽക്കാനാവില്ല എന്ന സ്വാസ്ഥ്യം കെടുത്തുന്ന അറിവിന്റെ പ്രേരണകൊണ്ടാണ്. തന്റെ ഒന്നാമത്തെ, (സ്വയം ആസൂത്രണം ചെയ്ത് നടപ്പിലാക്കുന്ന) വിദേശ യാത്ര കറുത്ത ആഫ്രിക്കയിലേക്കായിരുന്നു എന്നതും എസ്.കെ.യുടെ ബദൽ ദർശനത്തിന്റെ തെളിവുതന്നെ. ആഫ്രിക്കൻ കാഴ്ചകൾ മുഴുവനായും അപകോളനീകൃതമായിട്ടല്ല എസ്.കെ. രേഖപ്പെടുത്തി യത് എന്ന വിമർശനം നിലനില്ക്കുമ്പോഴും ആയാത്ര ആഫ്രിക്കയി ലേക്ക് എന്ന തീരുമാനത്തിലെ വ്യതിരിക്തത കാണാതിരുന്നു കൂടാ.

ആളുകളിൽ ചരിത്രവും ഭൂമിശാസ്ത്രവും എങ്ങനെ ജീവിക്കുന്നുവെ ന്നും അവസ്ഥകളോടുള്ള പ്രതികരണങ്ങളെങ്ങനെയാണ് ആൾത്തര മായി മാറുന്നതെന്നും അവസാനിക്കാത്ത ഉത്സുകതയോടെ എസ്. കെ. അറിഞ്ഞു. പുതിയ ലോകത്തെയും ലോകരെയും കാണുമ്പോൾ അദ്ദേഹം സക്രിയനായിത്തീർന്നു. ഈ പുതുക്കൽ തുടരെ നടക്കുന്ന കാലമാണ് തന്റെ കാലം എന്നതിനാൽ അദ്ദേഹത്തിന് ഇടവേള യെടുക്കാതെ എഴുതിക്കൊണ്ടിരിക്കാനും കഴിഞ്ഞു. ഈ പ്രവർത്ത നത്തിനായി എസ്.കെ. പലതരം ജീവിതരംഗങ്ങളിലെ പെരുമാറ്റ രീതികളും മറ്റ് സംസ്ക്കാര വിശേഷങ്ങളും അവയുടെ ബഹുലതയെ സാഹസികമായി അറിഞ്ഞുകൊണ്ട് മനസ്സിലേക്കെടുത്തു. ഏതുതരം ജീവിതവും ജീവിതം തന്നെ എന്ന, അസ്വാസ്ഥ്യം കൂടികലർന്ന, വിചാരമായിരുന്നു എസ്.കെ.യ്ക്ക്. വഴിവിളക്ക്, കഥകളുടെ വൻ പുസ്തക ങ്ങളായിത്തീർന്ന 'ഒരു തെരുവിന്റെ കഥ'യും 'ഒരു ദേശത്തിന്റെ കഥ'യും ഇത് നന്നായി സാക്ഷ്യപ്പെടുത്തും. ഔദ്യോഗികമാധ്യമങ്ങളോ സർക്കാറിന്റെ ചരിത്രരേഖകളോമാനിക്കാത്ത ജീവിത ചരിത്ര സന്ദർ ഭങ്ങളുടെ അനൗപചാരികചരിത്രത്തിന്റെ തന്നെ- സഞ്ചികകളാണവ. ചരിത്രം ചിലരുടേതല്ല, പലരുടേതും എല്ലാവരുടേതുമാണ് എന്ന് ഈ കൃതികൾ വായനക്കാരുടെ പിന്തുണ അനായാസം നേടിക്കൊണ്ട് പറഞ്ഞുറപ്പിക്കുന്നു. അത്രമാത്രം ആൾപ്പെരുപ്പമുണ്ടവയിൽ.

കേരളത്തിൽ ഇതിനകം ഒരു ഏകോപനശക്തിയായിത്തീർന്നു കഴിഞ്ഞിട്ടുള്ള ഉപഭോഗ സംസ്ക്കാരം, പൂർവ്വ സ്മൃതികളെയും ചരിത്രത്തെയും തീരുമാനങ്ങളെയും നിർമ്മാണങ്ങളെയും നിർവ്വഹണങ്ങളെയുമെല്ലാം കീഴ്പ്പെടുത്തുകയാണ്. ആളുകൾക്ക് ആളായ്മ (വ്യക്തിത്വം) കുറഞ്ഞു കുറഞ്ഞുവരുന്നു. വിപണിയുടെ സൂത്രങ്ങൾകൊണ്ട് സ്വയം ക്രമീകരിക്കുന്നത് മാത്രമേ സമകാലിക സാഹചര്യത്തിൽ കഴിയൂ എന്ന് ഏതാണ്ട് തീരുമാനമായിരിക്കുന്നു. യാന്ത്രികതയുമായി പൊരുത്തപ്പെട്ടാലും സ്വാഭാവികരീതികളാവുന്ന ഈ പൊതു സാഹചര്യത്തിൽ എസ്.കെ. പൊറ്റക്കാടിലെ ആൾപ്പലമ (human diversity) യും അതിലൂടെ തെളിയുന്ന ചരിത്രക്കാഴ്ചയും വേറൊരു ആശയപ്രരൂപത്തിന്റെ ഭാഗമാണെന്നു തന്നെ പുതിയ വായനക്കാർക്ക് സശ്രദ്ധം കണ്ടെത്താൻ കഴിഞ്ഞേക്കും. വൈവിധ്യത്തെ തകർക്കുക, കൃത്രിമമായ ഏകത്വം സ്ഥാപിക്കുക, അങ്ങനെ വിപണി വിന്യാസവും ചൂഷണവും എളുപ്പത്തിലാക്കുക എന്നതാണ് ആഗോളീകരണത്തിന്റെ പ്രധാന താല്പര്യം. ഇക്കാര്യം കണക്കിലെടുക്കുമ്പോൾ എസ്.കെ.യുടെ ജനതയ്ക്ക് പ്രതിരോധമൂല്യം കൈവരും. ഇത് അദ്ദേഹത്തിന്റെ മൂർത്തമായ പരിഗണനയിൽപ്പെട്ട വിഷയമായിരുന്നില്ലല്ലോ എന്നത് ഇന്ന് അത്ര പ്രധാനപ്പെട്ട കാര്യമല്ല.

(എസ് കെ. പൊറ്റെക്കാടിന്റെ ശതാബ്ദി സന്ദർഭത്തിൽ എഴുതിയത്)

തകഴി നാട്ടുപലമയുടെ രാഷ്ട്രീയം

ഒന്നാലോചിച്ചാൽ, സാഹിത്യം ഫോക്‌ലോർ തന്നെയല്ലേ? എഴുതുന്നത് ഒരാളാണ്- എഴുത്തിൽ വരുന്നത് നാട്ടുപലമയും വളരെ വ്യക്തിഗതമായ മട്ടിൽ എഴുതുന്ന ഭാവഗീതം, ധ്വന്യാത്മക കവിത തുടങ്ങിയവയിൽ തന്നെയും സ്വകാര്യതയെ, വ്യക്തിജീവിതത്തിന്റെ ചെറുകളത്തെ അതിലംഘിക്കുന്ന ഭാവനായാത്രകൾ കാണും- സൂക്ഷിച്ചുനോക്കണമെന്നേയുള്ളൂ. ഫോക്‌ലോറിൽത്തന്നെ കേന്ദ്രീകരിക്കുന്ന അക്കാദമിക പഠനത്തിന് ഒരുമ്പെട്ടാൽ, നാട്ടുപഴമ, നാട്ടുകഥ, നാട്ടുപാട്ട്, നാട്ടുവഴക്കങ്ങൾ. മറ്റു നാട്ടറിവുകൾ എന്നിവയൊക്കെ കണക്കിലെടുക്കുകയും അവയുടെ വിന്യാസത്തിൽ സ്വീകരിക്കുകയും ചെയ്യുന്ന നയവും, കഥാഖ്യാനത്തിന്റെ സാമൂഹ്യതത്ത്വവും തമ്മിലുള്ള ബന്ധത്തെപ്പറ്റി ഒരു തീർപ്പിലെത്തിച്ചേരുകയും ചെയ്യാമെന്നേയുള്ളൂ. ഇത് താരതമ്യേന എളുപ്പമുള്ള ഒരു പണിയുമാണ്. കൃതിയെ മൊത്തത്തിൽ ഒരു നാട്ടുല്പന്നമായി കാണുമ്പോൾ കളിമാറും. എഴുത്തുകാരൻ ഒരു ചാലകൻ (Conductor) മാത്രമായി, അല്ലെങ്കിൽ പരമാവധി ഒരു പ്രകടനകലാകാരൻ (Performer) ആയി മാറുന്നത് അവിടെ തെളിഞ്ഞുകിട്ടും. ഈ പഠനത്തിന് ഗ്രന്ഥപരിചയം പോരാ- വിമർശനസിദ്ധാന്ത പരിചയം കൊണ്ടുമാത്രം (അല്ലെങ്കിൽ സഹജാവബോധം കൊണ്ടുമാത്രം) ഇത് മുഴുമിക്കാനാവില്ല. കഥയുണ്ടായ കാലവും സ്ഥലവും സാംസ്കാരികമായി പഠിച്ചറിയേണ്ടതുണ്ട്- അവിടത്തെ ചരിത്രം (അതിന്റെ ഔപചാരികവും അനൗപചാരികവുമായ പാഠക്കൂട്ടം തന്നെ) വിപുലമായി മനസ്സിലാക്കുകയും വേണം. കഥാഭാവനയുടെ ദിശകളത്രയും നാട്ടുവകകളിലാണ് ചെന്നുചേരുന്നത് എന്ന നിഗമനം കഥയുടെ അവകാശം വ്യക്തിയായ എഴുത്തുകാരനിൽ നിന്ന് അയാളുടെ സമൂഹത്തിലേക്ക് കൈമാറാനുള്ള പ്രേരണയായി മാറുകയും ചെയ്യും.

തകഴിയുടെ ആഖ്യാനപ്രേരണകളായി സാധാരണ പറയാറുള്ള കാര്യങ്ങൾ ഈ അന്വേഷണത്തിലും പ്രസക്തമാണ്.

1. തുള്ളലരങ്ങുകളുമായി തകഴിയിലെ ജനതയ്ക്കുള്ള ദീർഘകാല ബന്ധം.
2. മേടമാസത്തിൽ തകഴിക്ഷേത്രത്തിൽ കൊണ്ടാടിയിരുന്ന പടയണിയും (പടേനി) അതിനെ സംബന്ധിച്ച ഓർമ്മക്കഷ്ണങ്ങളും നിറഞ്ഞ ഗ്രാമവേദികൾ.
3. വേലകളി എന്ന തകഴിപ്പെരുമയോടുള്ള സവിശേഷമായ ചർച്ച. (പടേനിയെക്കാൾ കാർണിവൽ മട്ടുണ്ട് വേലകളിയ്ക്ക്.)
4. വൃശ്ചികം- ധനുമാസങ്ങളിൽ തകഴിയിൽ നടന്നുവന്നിരുന്ന കളമെഴുത്തുപാട്ട്- അതിൽ കഥനം, മേളം, ഗാനം, ചിത്രലേഖനം എന്നിങ്ങനെയെല്ലാം ആഖ്യാനം രൂപപ്പെടുന്നു.
5. ഗന്ധർവ്വൻ പാട്ട്- ഗന്ധർവ്വപൂജ. അതിന്റെ ലൗകികവും അലൗകികവുമായ പ്രതീതികൾ പരമ്പരാഗത ഗ്രാമത്തിന്റെ രാത്രികളെ ത്രസിപ്പിച്ച വന്നിരുന്നു.
6. കളരിത്തറകളുമായി പഴയ തകഴിക്കാർക്കുണ്ടായിരുന്ന ബന്ധവും, പലവേളകളിലും നടന്നിരുന്ന അതിന്റെ വാചികവും അംശികവുമായ അനുസ്മരണവും.
7. ഇതിന് സമാന്തരമായി നിലനിന്നുപോന്ന കീഴാളരിൽ കീഴാളരായവരുടെ പണിപ്പാട്ടുകൾ- ചക്രപ്പാട്ട്, ഞാറ്റുപാട്ട്. ഈ പാട്ടുകളുമായി മറ്റു സമുദായങ്ങളിൽപ്പെട്ടവർക്കുമുള്ള ബന്ധം കാഴ്ച- കേൾവി ബന്ധം.

("നാട്ടറിവിന്റെ കലയാണ് തകഴി വഴി") എന്ന് വാദിച്ചുകൊണ്ട് (വി.പി വേണുഗോപാലൻ, 'തകഴിവഴി' എന്ന പഠനസമാഹാരത്തിന് എഴുതിയ പ്രസാധകക്കുറിപ്പിൽ ഇതിന്റെ നല്ലൊരു വിശദീകരണം ഉണ്ട്. ഇദ്ദേഹം ഒരു കുട്ടനാട്ടുകാരനാണ്.)

'പഴമയുടെ തനിമ' എന്ന പേരിൽ തകഴിയുടെ ആത്മകഥയിൽ (ഓർമ്മയുടെ തീരങ്ങളിൽ) ഒരു അധ്യായമുണ്ട്. തന്റെ കഥാ അക്കാദമി ഏതാണെന്ന് തകഴി അവിടെ പറയുന്നതായി തോന്നുന്നു.

മുട്ടശ്ശേരി എന്ന പഴയ തറവാടിന്റെ മുറ്റത്തുള്ള മാഞ്ചുവട്ടിൽ ഉച്ചതിരിഞ്ഞ നേരങ്ങളിൽ തകഴിയുടെ അച്ഛനും സമപ്രായക്കാരും സമ്മേളിച്ചിരുന്നു- കഥ പറയാനും കേൾക്കാനും അച്ഛന്റെ കൂടെ മകനും പോയിട്ടുണ്ട്. ആ നാട്ടുസഭ പഴയ കഥകൾ പറഞ്ഞു. തകഴിയെഴുതിയ ഓർമ്മ:

ഈ മേലാള-കീഴാള പാരമ്പര്യങ്ങൾ പഴയ ഗ്രാമീണ സമൂഹത്തിൽ പിറന്നു വളർന്നയാളെന്ന നിലയിൽ ശിവശങ്കരപ്പിള്ളയെന്ന

വ്യക്തിയെ കാര്യമായി സ്വാധീനിച്ചിട്ടുണ്ട്. നാട്ടുവർത്തമാനത്തിന്റെ തെല്ലൊന്നു പരിഷ്കരിച്ച ശൈലിയിലാണ് തകഴിയുടെ വാചകഘടനയെന്ന് സാമാന്യമായി പറയാവുന്നതാണ്. വാചിക (oral) പാരമ്പര്യത്തിന്റെ സ്വാഭാവികത (spontaneity) അതിൽ നന്നേയുണ്ട്. കഥാപാത്രങ്ങളെ വിന്യസിക്കുമ്പോൾ അവരുടെ ശരീരഭാഷ, സംഭാഷണ ഭാഷ, പാരമ്പര്യം, തൊഴിൽരീതി എന്നിവയൊക്കെ വിവരിക്കുമ്പോഴും പഴയ ഗ്രാമീണ സമൂഹത്തിന്റെ പൊതുരീതികൾ- കൗതുകാധിഷ്ഠിതമായവ, പൊതുവേ- തകഴി പിന്തുടർന്നതായി എളുപ്പത്തിലറിയാം. ശ്ലീല-അശ്ലീല ഭേദം ദീക്ഷിക്കാത്തതിന്റെ പിന്നിലും നാട്ടു സംസ്കാരം തന്നെ. ഒന്നാമത്തെ പ്രേരണ ജന്തുലോകത്തിന്റെയും മരങ്ങൾ- ചെടികൾ എന്നിവയുടെ വിന്യാസത്തിന്റെയും കാര്യത്തിലും തകഴി ഒരു പഴയ ഗ്രാമീണനാണ്. നായയ്ക്ക് മനുഷ്യരെക്കാൾ, ദേവനെക്കാൾ നായകത്വം കിട്ടുന്ന 'വെള്ളപ്പൊക്ക'ത്തിൽ എന്ന കഥ ഫോക്‌ലോർ പഠനത്തിന്റെ രീതിയിൽ നോക്കുമ്പോഴാണ് തനിമയുറ്റതാവുക.

നെതർലാന്റ്സും കുട്ടനാട്ടും കടൽനിരപ്പിലും കുഴിഞ്ഞ് കിടക്കുന്ന സ്ഥലങ്ങളാണ്. വെള്ളം ഒഴിഞ്ഞുപോകില്ല. ജലരാശി കുട്ടനാടിന്റെ ഏറ്റവും വലിയ നേരാണ്. ഇത് യഥാതഥമായും പ്രതീകാത്മകമായും തകഴിയുടെ കഥകളിൽ കടന്നുവരുന്നുണ്ട്. ചളിപ്പാടത്തെ ആഖ്യാനം അതിന്റെ സാമ്പത്തികവും സാംസ്കാരികവും ചരിത്രപരവും വൈകാരികവുമായ മാനങ്ങളിൽ കഥകളിലെത്തിച്ചേർന്ന് കഥകളെ വേറിട്ട പ്രമാണങ്ങളോളം വിലയുള്ളതാക്കി മാറ്റുന്നുണ്ട്.

എന്നാൽ തകഴി നാട്ടുപഴമയുടെ തോറ്റക്കാരനല്ല. വർത്തമാന കാലമാണ് തകഴിയുടെ കാലം. ഭൂതകാലത്തെ വർത്തമാനകാലത്തുനിന്ന് നോക്കുകയാണ്. ഭൂതകാലത്തെ മഹത്വപ്പെടുത്തുകയല്ല ഉന്നം- സമകാലിക ജീവിതത്തെ, വൈവിധ്യ-വൈരുധ്യസമേതം ആഖ്യാനം ചെയ്യുകയാണ്. കേരളത്തിന്റെ മാറ്റം- ദേശീയത, മുതലാളിത്തവത്ക്കരണം, തൊഴിലാളിവർഗ്ഗ രാഷ്ട്രീയം, നവാധികാര കേന്ദ്രീകത്വം- ആധുനികതയെന്ന് സാമാന്യമായി പറയാവുന്ന സാമൂഹ്യസന്ദർഭത്തിന്റെ ആവേഗം തകഴികഥകളിൽ വന്നിരിക്കുന്നു. ഇതിന് നാട്ടുപലമയാണ് ആധാരമായിത്തീർന്നിരിക്കുന്നത്. അതുവരെ പല പല ആഖ്യാനങ്ങളിൽ (അധികവും നാട്ടുവർത്തമാനങ്ങളിൽ)വന്ന സാധാരണക്കാർ അവരുടെ ജീവിതചരിത്രങ്ങളോടെ, വർഗ്ഗ മുദ്രകളോടെ (വർഗ്ഗക്കലർപ്പോടെയും) തകഴിക്കഥകളിൽ വന്നുചേർന്നു. ഇതുവഴി അവർക്ക് ഒരു ചരിത്രമുണ്ടായി, തകഴി ദേശത്തിന്റേയും മറ്റും നാട്ടറിവിനും ഒരു സർഗ്ഗാത്മകസൂക്ഷിപ്പസ്ഥാനം ഉണ്ടായി.

കേരളത്തിലെ പുരോഗമന കലാപ്രസ്ഥാനത്തിന് നാട്ടുവഴക്കം ഒരു പാരമ്പര്യസ്രോതസ്സാണെന്നും തകഴിക്കഥകൾ വെച്ചുകൊണ്ട് പറയാം. അതുവരെ നാട്ടാഖ്യാനങ്ങളിൽ മാത്രം (ഏറെയും താത്ക്കാലികായുസ്സുമായി) നിലനിന്ന സാധാരണക്കാരും കീഴാളരുമായ ജനങ്ങളാണ് മേലാളരോടൊപ്പം ആ കഥകളിൽ ഇടം നേടിയത്. ഒപ്പം അവരുടെ ഇടപെടലിന്റെ സ്ഥലകാലങ്ങളും, അവർ നോക്കിയും നടന്നും തൊട്ടും കണ്ടും 'സാസ്കാരിക'മാക്കിയ ചരാചരങ്ങളും ഇടം നേടി.

●

പേനക്കത്തിയുടെ വായന

ആരാധകന്മാരോ സ്നേഹിതന്മാരോ ഇല്ലാത്ത എന്റെ ഇപ്പോഴത്തെ പണിപ്പുരയ്ക്ക് ഒരു നാട്ടുമ്പുറത്തെ കരുവാന്റെ ആലയോടാണ് സാദൃശ്യം. ഞാൻ ശ്രദ്ധാപൂർവ്വം ഒരു പേനക്കത്തി പണിതീർക്കുന്നു. വഴുതി വീണുകൊണ്ടിരിക്കുന്ന കണ്ണട ഇടയ്ക്കിടക്ക് ഉറപ്പിച്ചുകൊണ്ട് പലപാട് ഞാനത് തന്നെത്താൻ പരിശോധിക്കുകയാണെന്ന ഭാവത്തിൽ അതിന്റെ ചന്തം ആസ്വദിക്കുകയായി. പിന്നെ, നല്ല 'ശിക്ഷകഴിച്ചാർക്കുമില്ല വിശ്വാസമാത്മനി' എന്നില്ലേ, ഞാൻ തിരിഞ്ഞൊന്നു വിളിക്കും, 'എടോ ഒന്നിങ്ങട്ടു വര്വ്'. ഉടുതുണിയിൽ കയ്യും തുടച്ച് എന്റെ കരുവാത്തി പ്രത്യക്ഷപ്പെടും. ഇംഗ്ലീഷ് കട്‌ലറികളിൽ എവിടെയോ ട്രെയിനിംഗ് കഴിച്ചു വന്ന ആളെപ്പോലെ, ആയമ്മ എന്റെ മനോഹരശില്പമെടുത്ത് തിരിച്ചും മറിച്ചും നോക്കുകയായി. ഒടുവിൽ സംതൃപ്തമായ ഭാവത്തോടെ അതിങ്ങു തിരിച്ചേല്പിക്കും, മിക്കവാറും ഇങ്ങനെ ഒരഭിപ്രായത്തോടു കൂടി. "എന്താ ഇത്ര സംശയിക്കാനുള്ളത്? ഇങ്ങനെ തന്നെയല്ലേ ഒരു 'മടവാള്' ".

ഞാൻ കുനിഞ്ഞ്, ഒന്നും മിണ്ടാതെ അതിന്മേൽ രണ്ടു തുടയ്ക്കൽ കൂടി തുടച്ച് അത് ആവശ്യക്കാർക്ക് കൊടുക്കുകയും ചെയ്യും.

'എന്റെ പണിപ്പുര' എന്ന പേരിൽ ഇടശ്ശേരി എഴുതിയ ലേഖനത്തിന്റെ അവസാന ഭാഗമാണല്ലോ മുകളിൽ കൊടുത്തത്. ഇടശ്ശേരിയുടെ കവിതകളുടെയും ലേഖനങ്ങളുടെയും മുഴുസമാഹാരങ്ങളിൽ 'എന്റെ പണിപ്പുര' ഉണ്ട്. സരസമായ ആത്മകഥായനമെന്നപോലെയുള്ള ഒന്നാണ് ഈ വിവരണം. ഇതിന് ഇടശ്ശേരിക്കലയുടേതെന്നപോലെ, സാഹിത്യത്തിന്റെ മൊത്തത്തിലുള്ള സ്വഭാവ പഠനത്തിൽ നല്ല ഇടം കിട്ടേണ്ടതുണ്ട്.

തന്റെ എഴുത്തുമുറിയെ പണിപ്പുരയായി കവി ആദ്യം സങ്കല്പിക്കുന്നു. ഇത് ഒരു പകരം വെപ്പാണ്. ദന്തഗോപുരം, ഏകാന്തതയുടെ കുടീരം തുടങ്ങിയ പഴയ സങ്കല്പങ്ങൾ പഴകിയവകൂടിയാണ് എന്ന്

ധ്വനിപ്പിക്കുകയാണിവിടെ. ആ കാല്പനികവും വരേണ്യവുമായ സങ്കല്പങ്ങൾക്ക് പകരമാണ് തൊഴിലാളിത്തത്തിന്റെ സംസ്കാരത്തിൽ നിന്നെടുത്ത വാക്ക്- 'പണിപ്പുര'- വരുന്നത്. കലാകാരൻ തൊഴിലാളിയാണ് പണിക്കാരനാണെന്ന് വരുന്നതിൽ മാറിയ കാലത്തിന്റെ അടയാളമുണ്ട്. എന്റെ 'ഇപ്പോഴത്തെ' പണിപ്പുര എന്നാണ് പ്രയോഗം. പ്രത്യേകം ശ്രദ്ധിക്കാം 'ഇപ്പോഴത്തെ' എന്നു പറയുന്നത്. ഭാഷയും ഭാവനയും ആയുധങ്ങളായി എടുത്തുപയോഗിക്കുന്ന തൊഴിലാണ് കവിത അല്ലെങ്കിൽ സാഹിത്യം. ഇതറിഞ്ഞ് പ്രവൃത്തിയെടുക്കുന്നയാളിന് മാത്രമേ ജനസാമാന്യത്തിന്റെ മനസ്സറിയാനാവൂ. കവിയെ സംബന്ധിച്ച മായാവലയങ്ങൾ മാഞ്ഞുപോയിരിക്കുന്നു- ഈ കാര്യം സ്വന്തം നിലയിൽ നന്നായി തിരിച്ചറിഞ്ഞ കവിയാണ് തന്റെ സർഗ്ഗസ്ഥലത്തെ പണിപ്പുര(workshed)യായി കാണുന്നത്. പണിപ്പുര എന്ന വാക്കുതന്നെ പതുക്കെപതുക്കെ വീര്യം കുറഞ്ഞുകുറഞ്ഞു സാധാരണമാവുന്നുണ്ടോ എന്ന സംശയം ഇടശ്ശേരിക്കുണ്ടായോ? അങ്ങനെ ആലോചിച്ചു നോക്കാവുന്നതാണ്. അതുകൊണ്ടാണ് ഇങ്ങനെയൊരു വിശദീകരണം നൽകുന്നത്: "ഒരു നാട്ടുമ്പുറത്തെ കരുവാന്റെ ആല...". കവി പെട്ടെന്ന് നാടൻ ഇരുമ്പുപണിക്കാരനാകുന്നു- കൊല്ലൻ (blacksmith). എന്തൊരു മാറ്റമാണിത്. കവി തൊഴിലാളിയായി പുനരവതരിക്കുകയാണ്. പാരമ്പര്യം തനിക്ക് നൽകിയ ഉയർന്ന അവകാശങ്ങൾ കവി സ്വയം വേണ്ടെന്നു വെക്കുന്നു. കവിയ്ക്ക് ഇനി മൃദുലതയോട് ഒരു ചാർച്ചയും ഇല്ല. ഇരുമ്പുപണിക്കാരന്റെ ബലവും സാഹസികതയുമാണ് പുതിയ കാലത്തെ കവി ആഗ്രഹിക്കുന്നത്. അയാൾ ഗാനലോലനല്ല-ചഞ്ചലചിത്തനല്ല. തീയും ചുറ്റികയും ഇരുമ്പുമൊക്കെയാണ് അയാളുടെ ഭാവനാശേഷിയ്ക്ക് പ്രതീകങ്ങളാകുന്നത്. കവി തൊഴിലാളിയോളം വലുതാവുന്നു. ആവേശകരമായ ഐക്യപ്പെടൽ.

ഇടശ്ശേരി കവിതയിൽ ഒളിഞ്ഞും തെളിഞ്ഞുമുള്ള ആയുധതർക്കത്തിന്റെ (weapon cult) സൂചന കൂടി 'കരുവാന്റെ ആല'യിൽ നിന്ന് വായിക്കാനാവുന്നുണ്ട്. 'കാവിലെ പാട്ട്' ആയുധപ്പാട്ട് കൂടിയാണ്– വാളിന്റെ ഒളിയും ഒലിയും ആ പാട്ടിലുണ്ട്. കലപ്പ, കത്തി, എഴുത്താണി, മഴു, ശസ്ത്രം, അരിവാൾ, കൈക്കോട്ട്, കൊഴു... എത്രയെത്ര വാക്കുകൾ. ഈ കൂട്ടത്തിൽ കൂട്ടാം 'പേനക്കത്തി'യെ. ഈ വാക്കിന്റെ വലിയൊരു പരിണാമകഥയുണ്ട്. പേനക്കത്തി('പേനാകത്തി' എന്നും)യ്ക്ക് പേനയുമായുള്ള ബന്ധം ഇന്ന് മങ്ങിപ്പോയിട്ടുണ്ട്. Pen-knifeന്റെ മലയാളമായി പ്രചരിച്ച വാക്കാണത്. "കുയിൽപേനയും ചെത്തുന്നതിനുള്ളത്" എന്നാണ് ശബ്ദതാരാവലിയിലെ അർത്ഥം. കുയിൽപേന തൂവൽപേനയാണ്. തന്റെ കവിതയെയാണ് ഇടശ്ശേരി

‘പേനക്കത്തി’യെന്ന് വിളിക്കുന്നത്. ആ വാക്കിൽ (‘പേന’യുള്ളതു കൊണ്ട്) രചനയുടെ ധ്വനി നല്ലോണമുണ്ട്.

പേനക്കത്തിയെ കരുവാന്റെ ഭാര്യ കാണുന്നത് പേനക്കത്തിയായിട്ടല്ല. അവർക്ക് അത് ഒരു മടവാളാണ്. ചെറിയ മഴു, കൈക്കോടാലി. ആയുധനിഘണ്ടുവിലേക്ക് ഒരു വാക്കുകൂടി വന്നു ചേരുന്നു. എന്നാൽ ഇതല്ലല്ലോ ഇതിന്റെ പ്രാധാന്യം. കവിയ്ക്ക് പേനക്കത്തിയായി തോന്നിയ രചന വായനക്കാരിക്ക് മടവാളാണ്. വായനക്കാരി (കരുവാത്തി) എന്ന വിചാരത്തിൽ തന്നെ നല്ല പുതുമയുണ്ട്. തന്റെ കവിതയുടെ ശരിയായ വായന നടത്തുന്നയാൾ എന്ന നിലയിലാണ് കവി അവരെ കാണുന്നത്. എന്നാൽ അവർ തനിക്ക് തോന്നുന്ന അർത്ഥമാണതിൽ വായിക്കുന്നത്. ഈ വായനക്കാരി consumer അല്ല- അർത്ഥത്തിന്റെ producer ആണ്. കർത്താവിന്റെ അർത്ഥമൊന്നുമല്ല അവർക്ക് പ്രധാനം. “എങ്ങനെയുണ്ട് എന്റെ പേനക്കത്തി?” എന്നൊന്നും ഈ വിവരണത്തിലില്ല. കവി രചനയെപ്പറ്റി മൗനിയാണ്. കൃതി പുറത്തുവരുന്നതോടെ കവി അതിന്റെ വായനക്കാരിലൊരാൾ മാത്രമായിത്തീരുന്നു. കൃതിയാണ് വായനക്കാരോട് സംസാരിക്കുന്നത്- കവിയല്ല. ആ മൗനമാണിത്. മുന്നിലെത്തുന്ന കൃതി വായനക്കാരൻ(കാരി) ശ്രദ്ധിക്കുന്നു. ഇടശ്ശേരിയുടെ ഭാഷയിൽ “തിരിച്ചും മറിച്ചും നോക്കുകയായി”. എന്നിട്ടാണ് അർത്ഥത്തെക്കുറിച്ച് നിഗമനത്തിലെത്തുന്നത്. കവിയുടെ പേനക്കത്തി, ഒരു ഭൗതികമാറ്റവുമില്ലാതെ, വായനക്കാരന്റെ മടവാളായിത്തീരുന്നു. ഇതിനോട് ഒരു കവി അവലംബിക്കേണ്ട നയമെന്താണ്? തന്റെ അർത്ഥം തെറ്റിച്ചയാളിനെ ശകാരിക്കുകയല്ല കവിയുടെ ധർമ്മം. അർത്ഥോല്പാദനത്തിന്റെ ജനാധിപത്യത്തെ അംഗീകരിക്കുകയാണ് കവി, പ്രത്യേകിച്ചും മാറിയ കാലത്തെ കവി, പുതിയ കവി, ചെയ്യേണ്ടത്. ‘മടവാൾ’ പ്രസ്താവം കേട്ട് കവി “ഒന്നും മിണ്ടു”ന്നില്ല. അപ്രതീക്ഷിതമായ മടവാളാക്രമണത്തിൽ നടുങ്ങുന്ന പോലുമില്ല. അതാണ് പുതിയ കവിത്വം.

എഴുത്തുകാരന്റെ മാറിയ പദവി, വായനക്കാരന്റെ പുതിയ സ്ഥാനം എന്നിവയെക്കുറിച്ച് ഇടശ്ശേരിത്തമുള്ള ഒരു ആഖ്യാനമുണ്ടായിരിക്കുകയാണ്. അതിന്റെ നാടകീയതയും സൈദ്ധാന്തികമാനവും എടുത്തു പറയണം. ഇടശ്ശേരിയുടെ പത്നി ജാനകിയമ്മയെക്കുറിച്ചുള്ള (ഭാവനാത്മകമെങ്കിലും) സ്മരണയായി കൂടി ഇന്ന് ഇത് മാറിയിട്ടുണ്ട്. കവിതയുടെ ഗൗരവമറിയുന്ന വായനക്കാരിയായിരുന്ന ജാനകിയമ്മ സ്വന്തം നിലപാടുമുണ്ടായിരുന്നു. ഹൃദ്യമായ ഒരു കുടുംബസ്മരണ. അത് കനമുള്ള സാഹിത്യവിചാരമായും നിലനില്ക്കുന്നു.

●

പി.യുടെ പുഴ

ഒരു വേനലിലും വറ്റാത്ത പുഴകളുടെ നാടാണ് കാഞ്ഞങ്ങാട്. കാര്യങ്കോട്ടും ചന്ദ്രഗിരിയുമടക്കം ആറേഴുപുഴകൾ. പി. കുഞ്ഞിരാമൻനായർ ഈ പുഴകളെപ്പറ്റി കാര്യമായൊന്നും എഴുതിയില്ല. ജന്മനാടിനെ "കച്ചവടത്തിന്റേയും (കോടതി) വ്യവഹാരത്തിന്റേയും" നാടായിട്ടാണ് കവി അറിഞ്ഞത്. താൻ ഭാവന ചെയ്ത കേരളീയതയുടെ തടങ്ങൾ കാണുവാൻ കഴിഞ്ഞത് ഭാരതപ്പുഴയുടെ ഓരങ്ങളിലാണ്. പുഴയുമായി ബന്ധപ്പെട്ട സംസ്കാരം കാസർകോടിന്റെ ജീവിതത്തിലില്ല എന്ന് പി.യ്ക്ക് തോന്നിയിരുന്നു. പുഴ മണ്ണിലൂടെ ഒഴുകുന്നു, ജീവിതത്തിലൂടെ ഒഴുകുന്നില്ല എന്ന തോന്നൽ. കാസർകോട്ടെ മേലാളജീവിതത്തിൽ പുഴയ്ക്ക് അത്രകണ്ട് സ്വാധീനമില്ലായിരുന്നു. എന്നതാവാം ഈ തോന്നലിന്റെ കാരണം. പുഴയിൽ ഒളിച്ച് കയറി തൊഴുന്ന ക്ഷേത്രങ്ങളും മറ്റും ഇവിടെ ഇന്നും ഇല്ല. പുഴമീൻപിടുത്തം, തോണിയാത്ര എന്നിവ പതിവിൻപടി നടക്കുന്നുണ്ട്- എന്നാൽ അവയെപ്പറ്റി പരമ്പരാഗതമായ ആഖ്യാനങ്ങൾ അത്രയൊന്നും ഇല്ല. ഇതൊക്കെയാവാം പി. പിറന്ന നാട്ടിലെ പുഴകളെപ്പറ്റി എഴുതാതിരുന്നതിന്റെ കാരണങ്ങൾ.

പി.യുടെ സ്വന്തം പുഴ ഭാരതപ്പുഴ തന്നെ. നിള എന്ന പേരാണ് കവിയ്ക്ക് കൂടുതൽ ഇഷ്ടം. നിളയെപ്പറ്റിത്തന്നെയായും, ഒറ്റപ്പെട്ട പരാമർശമായും കവി പുഴയാഖ്യാനങ്ങൾ നിറവേറ്റിയിട്ടുണ്ട്. അവ, പക്ഷേ, ഒറ്റപ്പെട്ട പുഴപ്പാട്ടുകൾ അല്ല. ആഖ്യാതാവിന്റെ വ്യക്തിജീവിതത്തിലെ കിനാവുകളും ആദർശങ്ങളും പുഴയുടെ പ്രകൃതവുമായി ചേരുകയും അങ്ങനെ പുഴ വ്യക്തിവത്കരിക്കപ്പെട്ട പുഴയായിത്തീരുകയും ചെയ്യുന്നതായി കാണാം. കവിയ്ക്ക് വ്യക്തിജീവിതം എന്ന സ്വകാര്യജീവിതം സാധ്യമല്ലാത്തതിനാൽ പുഴകവിതകൾ പൊതുസമസ്യകളിലേക്ക് അനാവശ്യമായും എത്തിച്ചേരുകയും ചെയ്യുന്നത്. ആ നിലയിൽ

പി. സാമൂഹ്യകാലത്തെ എഴുതാനായി കണ്ടെത്തിയ ഒരു സങ്കേതമായി, സ്ഥലമായി പുഴ മാറുന്നു. ഒരു സമ്പൂർണ്ണ പുഴക്കവിതയാണ് "നിളാതടത്തിലെ രാത്രി". പുഴയേയും പുഴയിൽനിന്നുള്ള സ്ഥലദൃശ്യങ്ങളേയും പുഴയോരജീവിതത്തെയും വർണ്ണിക്കുന്ന കവിതയിൽ ഈ പരിണാമം ഒറ്റനോട്ടത്തിലറിയാം. ആഹ്ലാദകരമായ കാഴ്ചകളിലൂടെ നീങ്ങുന്ന കവിത പ്രകൃതിധ്വംസനത്തിന്റേയും ലാഭക്കൊതിയുടേയും അവയിൽ കവിയ്ക്കുള്ള സങ്കടങ്ങളുടെയും വിവരണത്തിലേക്ക് ഒഴുകിയെത്തുന്നുണ്ട്. "മൂകഹൃദയമണി വീണ മീട്ടുന്ന ശോകഗാനം പോലെ "ഒഴുകുന്ന നിളാനദി" കൊച്ചുകുഗ്രാമത്തെയൊക്കെയും നല്ലെണ്ണ തേച്ചുകുളിപ്പിച്ച പാട്ടും നിളാനദി" യുമാണ്. കവിതയുടെ ഒടുക്കത്തിൽ, പക്ഷേ, "കാലനദി" എന്ന ഭാരമുള്ള വാക്ക് വന്നുവീഴുന്നു. കവിയ്ക്ക് കേവല സൗന്ദര്യത്തിന്റെ ആശ്വാസത്തിൽത്തന്നെ കഴിയാനാവുന്നില്ല. ഏത് സൗന്ദര്യപ്പുഴയിലും തെളിയുന്ന കാലത്തിന്റെ കലർപ്പുകളെ കാണാതെ പോകുന്നത് തന്നെ ചീത്തക്കവിയാക്കി മാറ്റും എന്ന തിരിച്ചറിവ് പി.യ്ക്കുണ്ട്.

ഈ തിരിച്ചറിവിനാൽ പുഴ കവിയ്ക്ക് പുഴ മാത്രമല്ലാതെയായിത്തീരുന്നു. തന്റെ ചില അടിസ്ഥാനപ്രമേയങ്ങളുടെ ഇടമായിത്തീരുന്നു. "വേനലിലെരിമണൽ താപവും വർഷകാല-/ മാരിവേഗവുമുള്ളിലൊതുക്കും നദിപോലെ" എന്ന ഉപമ ശ്രദ്ധിക്കുക. നദിയ്ക്ക് ഉള്ളുണ്ട് എന്നാണ് പറയുന്നത്. നദിയെ സാംസ്കാരികമായി സ്ഥാനപ്പെടുത്തുകയാണ്. നദി ചരിത്രത്തിന്റെ, ജീവിതത്തിന്റെ വേദിയാവുന്നു. "വേദന വിങ്ങും നിളാനദി വീർപ്പുകൾ" എന്ന ഭാവന ഉണ്ടാവുന്നത് ഇങ്ങനെയാണ്. അങ്ങനെ ആറ്റിൻകടവും തോണിക്കടവും വെറും ചിത്രങ്ങളല്ലാതായി മാറുന്നു.

പുഴയെ കവികൾ നിത്യതയുടെ പ്രതീകമായൊക്കെ സങ്കല്പിക്കാറുണ്ട് - ആകാശവും കടലുമൊക്കെപ്പോലെ. വില്യം ബ്ലേക്ക് "ലണ്ടൻ" എന്ന ചെറുകവിതയിൽ തെംസ് നദിയെ "River Brown" എന്ന് വിളിച്ചപ്പോൾ ഈ പാരമ്പര്യത്തിനാണ് അടിയേറ്റത്. മാലിന്യങ്ങൾ നിറഞ്ഞ പുഴയൊഴുക്കിനെ അനന്തപ്രവാഹത്തിന്റെ പദാവലിയിൽ വിവരിക്കാൻ കവി തയ്യാറല്ല. തോണിക്കടവ് ലേലത്തിന് വെക്കുന്നത് ഇഷ്ടമായിരുന്നില്ല. മാറുന്ന പുഴയ്ക്കൊപ്പം സ്വന്തം (ജീവിതത്തോണിയും പരീക്ഷണമാവുന്നത് കവി അറിയുകയും അറിയിക്കുകയും ചെയ്യുന്നു- "കവിളൊട്ടിപ്പല്ലുപോയി-/കരുത്തുറ്റൊരു തോണിയോ/ മണൽതിട്ടിൽ കിടക്കുന്നു/ വിളറും ക്ഷയരോഗിയായി!. കവി തുടരുന്നു: വയ്യ, പൂളകൾ വെച്ചാണി-/ യടിച്ചോട്ടയടയ്ക്കുവാൻ,./ നട്ടെല്ലൊടിഞ്ഞൊരീ/ക്കേവഞ്ചി പുറത്താക്കുവാൻ." കവിത (തോണിപ്പുരയിൽ)

അവസാനിക്കുന്നത് പ്രതീക്ഷയിലാണ്- എന്നാലത് വികാരപൂർണ്ണ മായ കാത്തിരിപ്പ് കൂടിയാണ്. പുഴയും തോണിയും തോണിപ്പുരയും എകാകിയായ തോണിക്കാരനും അയാളുടെ കനം കൂടിയ സങ്കടവും ചേർന്ന ദൃശ്യംകൂടി ഉളവാക്കുന്ന പ്രമേയനിഷ്ഠമായ ഫലം, അക്കരെ ഇക്കരെ എന്ന വിഭജനം ഉണ്ടാക്കിയ പുഴയും ആ പ്രശ്നം പരിഹരി ക്കാനുള്ള വഴിയായ തോണിയും ചേർന്നുണ്ടാക്കുന്ന ആശയരൂപം എന്നിവ ഈ കവിതയെ സമ്പ്രദായികമായ പുഴക്കവിതകളിൽ നിന്ന് വേർപെടുത്തുന്നുണ്ട്. പുഴയും, ഓരം, തോണി, തോണിക്കാരൻ, തോണിപ്പുര എന്നിവയുമെല്ലാം ജീവിതപ്രശ്ന പ്രതീകങ്ങളായികൂടി പ്ര വർത്തിക്കുകയാണ്. പുഴയിൽ ഒഴുകുന്നത് ജീവിതം എന്ന് അറിഞ്ഞ കവിയാണ് പി.

ഒരു മറുനാടൻ പുഴയുണ്ട് 'കലാകാരൻ' എന്ന കവിതയിൽ. തഞ്ചാ വൂരാണ് കവിതയിലെ സ്ഥലം. കാവേരിയാണ് പുഴ. "ഒഴുകുന്ന കാവ്യാ നുഭൂതിപോലെ-/ യഴകിന്റെ ദേവതയെന്നപോലെ/ മലർനിരതോറും മധുതഴുക്കും/ മധുര കവേര കുമാരികയാൽ" എന്ന തുടക്കത്തിലെ വർണ്ണന തികച്ചും സാമ്പ്രദായികമാണ്. തഞ്ചാവൂർ, തിരുവായൂർ ത്യാ ഗരാജന്റെ നാടാണ്. ത്യാഗരാജനാണ് കവിതയിലെ കലാകാരൻ. മഹാഗായകൻ മഹാരാജാവിന്റെ ഉണർവ് അവഗണിക്കുന്നു. "സ്വത ന്ത്രതാദീപ്തിയിൽ പുലരുവൻ" ആരാണോ അവനാണ് കലാകാരൻ എന്ന കവിയ്ക്ക് തിട്ടമുണ്ട്. ത്യാഗരാജന്റെ കലയുടെ സാർവ്വകാലി കതയേയും രാജാധികാരത്തിന്റെ താല്ക്കാലികതയേയും കവിയ്ക്ക് വർണ്ണിക്കണം. കാവേരി നദിയുടെ ഒഴുക്കിന്റെ ദൃശ്യം ഇതിനായി കവിയ്ക്ക് തുണയാവുന്നു: "എവിടെയിന്ന- ധനമദ ശാസന-/ മെവിടെ വിക്രമാ ചോളസിംഹാസനം? നിറനിലാവായ്പ്പടരുന്ന കീർത്തന-/ മുറവറ്റാതൊഴുകുന്ന കാവേരി!"

പി.യ്ക്ക് പുഴ നാട്ടുപ്രകൃതിയുടെ ഉയിരാണ്.. ഏകാന്തതയുടെ ആലോ ചനയ്ക്ക് ഉപാധിയാണ്.. അതിജീവനത്തിന്റെ ഉത്സവമാണ്.

●

നിഷേധോത്സവം

1978ൽ പി. കുഞ്ഞിരാമൻ നായർ മരിച്ചു. 1976ൽ കവി ഓണത്തെ തിരസ്കരിക്കുന്ന ഒരു കവിതയെഴുതി: 'കാട്ടുമുല്ലയുടെ പാട്ട്'

ഉറക്കയില്ലാ പടി ഞാൻ ; പോവുക ചിങ്ങപ്പൂങ്കാറ്റേ
തിരിച്ചു പോവുകയന്തിക്കാറ്റേ ചിങ്ങപ്പൂങ്കാറ്റേ'

എന്നാണ് തുടക്കം.

അടുത്ത വരി തൊട്ട് നിഷേധത്തിന്റെ താളം മുറുകിത്തുടങ്ങുന്നു.

"മുക്കുറ്റിപ്പൂവില്ലാ തുമ്പകൾ, കണ്ണാന്തളിയില്ല". ഈ കവിതയിൽ ഏറ്റവും കൂടുതൽ വരുന്നവാക്ക് 'ഇല്ല' എന്നതാണ്. ഇരുപത്തഞ്ച് ഈരടികളുള്ള കവിതയിൽ പതിമൂന്നു വട്ടമാണ് 'ഇല്ല' വന്നിരിക്കുന്നത്.

പുറത്തായവൻ പിയുടെ സ്വത്വപ്രതിഷ്ഠയുള്ള കർത്തൃത്വമാണ്. ഒരു കാട്ടുമുല്ലയാണ് ഇവിടെ പുറത്തായവൻ. പതിവുമട്ടിൽ പി. ആമുഖകുറിപ്പിൽ എഴുതുന്നുണ്ട്. "മുമ്പിൽ നിരാശയുടെ- വെറുപ്പിന്റെ- മണരാരണ്യം: വീട്ടുകാർ- നാട്ടുകാർ- കൂട്ടുകാരില്ലാതെ ഒറ്റപ്പെട്ട കാട്ടുമുല്ല; അവന് പൊന്നോണമെവിടെ?" പി.യുടെ വായനക്കാർക്കൊക്കെ എന്നേ പരിചയമുള്ളയാളാണ് ഇങ്ങനെ പറയുന്നത്. ഒറ്റപ്പെട്ടവൻ- പാരമ്പര്യത്തിൽ നിന്നെപോലെ സമകാലികതയിൽനിന്നും പുറത്തായവൻ. അയാളുടെ അന്യതാബോധമാണ് ഈ കവിതയും ഏറ്റെടുത്തിരിക്കുന്നത് എന്ന് പെട്ടെന്ന് തീരുമാനിക്കാവുന്നതാണ്.

കേളീയതയുടെയും മനുഷ്യ- പ്രകൃതിയോഗത്തിന്റെയും ഏറ്റവും സൗന്ദര്യാത്മകവും സ്വാഭാവികവും ആവർത്തികവുമായ സന്ദർഭമായി ഓണത്തെ അടയാളപ്പെടുത്തിപ്പോന്ന കവിയാണ്, പി. ആ കവിയാണ് ഓണത്തെ തള്ളിപറയുന്നത്. 'എന്തിനോണമേ

വന്നു നീ?' എന്ന് വേറൊരു കവിതയിൽ ചോദിച്ചു കഴിഞ്ഞ കവി തന്നെയാണിത്. ഓണത്തിൽ അടങ്ങിയ ഉത്സാഹവും പ്രതീക്ഷയും തനിക്ക് അസ്വീകാര്യമായി തോന്നുന്ന വേളകൾ ഉണ്ടാകുമ്പോൾ ആ തോന്നലിനെ അംഗീകരിക്കാൻ കവി മടികാണിക്കാറില്ല. ഏകാകികൾക്ക് പറ്റിയതല്ല ഈ ഉത്സവവും- ഓണം പ്രത്യേകിച്ചും. ഇടവപ്പാതിയുടെ സേചനത്തിൽ മണ്ണാകെയും പുളക്കപ്പെടുന്നു, പച്ചയുടെ ഓണക്കോടിയണിഞ്ഞ കേരളം ഉണ്ടാവുന്നു, ഉല്ലാസത്തിന്റെ അലകൾ രൂപമെടുത്തു, കഷ്ടത്തിലുള്ളയാളുകൾക്കും പ്രതീക്ഷയുടെ പ്രമേയം കൈവരുന്നതായി തോന്നുന്നു. പീഡിതനായി മാത്രം തന്നെ കാണുന്നയാൾക്ക് ഈ ദേശസന്ദർഭം അസഹ്യമായിത്തോന്നും. സംവാദത്തിന്റെയും താളക്കെട്ടുകളുടെയും സൗന്ദര്യം ആസ്വദിക്കാനാവാത്ത തരത്തിൽ അന്യനാണയാൾ. പ്രകൃതിയിലെ പാരസ്പര്യദൃശ്യങ്ങൾ അയാൾക്ക് അർത്ഥമില്ലാത്തവയാണ്.

ഇങ്ങനെയെന്ന അന്യനല്ല 'കാട്ടുമുല്ലയുടെ പാട്ടിലെ' അന്യൻ. ഓണത്തെ സാധ്യമാക്കുന്ന, സവിശേഷമാക്കുന്ന ഒന്നും അയാൾക്ക് കണ്ടറിയാനോ, കേട്ടറിയാനോ സാധിക്കുന്നില്ല. 'ഇല്ല' പരമ്പരയിലൂടെ കവിതയിൽ വരുന്നത് ഈ കാര്യമാണ്. പി.യുടെ ആ എതിർ വായനക്കാരന് ഫ്യൂഡൽ സംസ്കൃതി അകന്നു പോകുന്നതിലുള്ള (സ്വയം ആ തരത്തിൽ മനസ്സിലാക്കാതെയുള്ള) വിഷമമാണ് ഈ കവിതയുടെ വിഷയം എന്ന് എളുപ്പത്തിൽ തീരുമാനിക്കാവുന്നതേയുള്ളൂ. എന്നാൽ കവിതയിലെ വാക്കുകളുടെയും ബിംബങ്ങളുടെയും വിന്യാസം ശ്രദ്ധയോടെ പരിഗണിക്കുവാൻ ആവായന ദുർബ്ബലമാകുന്നതായി അറിയാനാവും.

"നിറപറവെക്കാൻ നെല്ലില്ലാ
അടനേദിക്കാനറിയില്ലാ
തങ്കനേന്ത്രക്കുലയില്ലെങ്ങും കാര മുള്ളിൻ പൊന്തകളും"

പോലുള്ള ചില വരികളിൽ ഫ്യൂഡൽ തറവാടിന്റെ നിലപാട് നിഴലിക്കുന്നുവെന്ന് വേണമെങ്കിൽ ഒരാൾക്ക് വാശിപിടിക്കാം. കവിതയിലെ മറ്റ് വരികളിൽ ഒരു കീഴാളപ്പാട്ടിലെന്നപോലെ പ്രകൃതിയുടെ ലളിത സാന്നിധ്യമാണുള്ളത്.

പി. സംഘർഷത്തിന്റെ തീവ്രതയിൽ എഴുതുന്ന, പീഡനഗാഥകളിൽ തന്നെക്കുറിച്ച് എഴുതും. 'ഞാൻ' എന്ന ചെറിയ തന്റെ ചെറിയ വാക്കിന്റെയുള്ളിലെ വികാരനാടകങ്ങൾ ആ കവിതകളിൽ പല മാനങ്ങളിൽ, ആഖ്യാനമാർഗ്ഗങ്ങളിൽ വായിക്കാനാവും. 'കാട്ടുമുല്ലയുടെ പാട്ടിൽ' സ്വയം വിചാരണയുടെ ഇത്തരം തീവ്രസന്ദർഭങ്ങൾ ഇല്ല. കവി തന്റെ ഉള്ളിലേക്ക് നോക്കുന്നേയില്ല. പകരം പുറത്തേക്ക്

നോക്കുന്നു. കാണുന്നതെല്ലാം നിഷേധാത്മകമായ കാഴ്ചകൾ.

കവി ഓണത്തെ തിരസ്കരിക്കുന്നതെന്തുകൊണ്ട്? ഇങ്ങനെ ചെയ്യുന്നത് പി. കുഞ്ഞിരാമൻ നായരാണ് എന്നാകുമ്പോൾ അത് ആത്മഹത്യയോടടുത്ത പ്രവൃത്തിയാണ് തന്റെ സർഗ്ഗസ്വത്വത്തിന്റെ കേന്ദ്രപ്രതിഷ്ഠകളിലൊന്നിനെയാണ് കവി പുറത്താക്കുന്നത്. "മരിച്ചു പോയി പൊന്നോണത്തിൻ/ കുറുത്ത കുതിരപ്പടയണികൾ" എന്നു തന്നെ- വ്യത്യസ്തമായി, വിയോജനമായി- കവി എഴുതിയിരിക്കുന്നു. മാബലിയില്ലെൻ തറവാട്ടിൽ" എന്നും ഉണ്ട്. "മാതേവരുടെ പീഠം, പാമ്പുക-/ ളിഴയും കൊമ്പൻ പുറ്റുകളായ്" എന്ന കാഴ്ചയും ഉണ്ട്.

കവി ഓണത്തെ തിരസ്കരിക്കുന്നതെന്തു കൊണ്ട് എന്നതിനുത്തരം തരാൻ കൈയ്യിലുള്ള ഒരു അറിവുസ്ഥാനമുണ്ട്. അത് 1976ലേതാണ് ഈ കവിത എന്നതാണ്. 1975 ജൂണവസാനം ദേശീയ അടിയന്തരാവസ്ഥ നടപ്പിലാവുന്നു. തീവണ്ടികൾ കൃത്യത്തിനോടുകയും കാര്യാലയങ്ങളിൽ ജീവനക്കാർ കൃത്യത്തിനെത്തിച്ചേരുകയും ചെയ്തുവത്രെ. നാടുനന്നായിരിക്കുന്നു എന്നൊക്കെ വിളംബരമുണ്ടായി. സംവാദ സാധ്യതകൾ അടിച്ചമർത്തപ്പെടുകയായിരുന്നു. ആവിഷ്കാര അറകൾ അടച്ചുപൂട്ടുകയായിരുന്നു. പാവങ്ങളെ ഇല്ലാതാക്കുകയാണ് ദാരിദ്ര്യനിർമ്മാർജ്ജനത്തിനുള്ള എളുപ്പവഴി എന്ന് തീരുമാനമാവുക യായിരുന്നു. ജനാധിപത്യത്തെ ജയിലടച്ചും മർദ്ദിച്ചും കൊല്ലാക്കൊല ചെയ്തും ദുർഭരണത്തിനൊത്തവിധമാക്കിത്തീർക്കുകയായിരുന്നു. സ്വാതന്ത്ര്യസമരത്തിൽ പങ്കുകൊള്ളുകയും, 'നവജീവൻ' എന്ന പേരിൽത്തന്നെ(കണ്ണൂരിൽനിന്ന്) പത്രം തുടങ്ങുകയും ചെയ്ത ഒരാൾ ഓണത്തെ മടക്കിയയ്ക്കുന്നത് ഈ രാഷ്ട്രീയ സാഹചര്യത്തിലാണ്.

"മാബലിയില്ല" എന്നു പറയുന്നു. ഗാന്ധിയുടെ തത്ത്വങ്ങൾ മാനിക്കുന്നില്ല എന്ന ധ്വനിയാണതിന്. സ്തുതിചിത്രങ്ങളെപ്പറ്റി പറയുന്നുണ്ട്. പ്രകൃതിയിലെ സൗന്ദര്യസ്രോതസ്സുകളെപ്പറ്റിയാണ് പറയുന്നത്. ധ്വനിപ്പിക്കുന്നത് അടിയന്തരാവസ്ഥയിൽ ഭരണകൂടം ഉല്പാദിപ്പിച്ചെടുത്ത സ്തുതികളെപ്പറ്റി. 'മൂളും മൂങ്ങകൾ എങ്ങും' എന്നവരി അന്നത്തെ ഏറാൻമൂളികളായ അധികാരദാസന്മാരെപ്പറ്റിയാണ്.

അമിതവും ശാക്തീകൃതവുമായ അധികാരം പി. കവിതയിൽ പലപ്പോഴും വിമർശനവിഷയമാവുന്നുണ്ട്. അടിയന്തരാവസ്ഥ പ്രഖ്യാപിക്കപ്പെടുന്നതിന് തൊട്ടുമുമ്പാണ് 'ദാരികനും കാളിയും' എഴുതുന്നത്. ത്യാഗരാജനെ മുൻനിർത്തി രാജാധികാരത്തെ ധിക്കരിക്കുന്ന വേറൊരു കവിതയും ഓർമ്മയിൽ വരുന്നു. 'ദാരികനും കാളിയും' ദ്രാവിഡമായ ഒരു വിന്യാസമാണ്. ത്യാഗരാജകവിതയിൽ പ്രകൃതിയും ശാസ്ത്രീയസംഗീതവും രാഗമാലികപോലെയായി

നിൽക്കുന്നു. അത്തരം ക്രമങ്ങളൊന്നുമില്ലാതെ 'ഇല്ല' എന്നതിനെ കേന്ദ്രപദമായെടുത്ത് ഓണപ്പതിപ്പുകളെ തലകീഴായി നിർത്തുന്ന സൗന്ദര്യശാസ്ത്രമാണ് 'കാട്ടുമുല്ലയുടെ പാട്ടിൽ പ്രവർത്തിക്കുന്നത്. 'അമ്മയില്ല' എന്ന് കവിതയിൽ ഒരിടത്ത് കാണാം. അടിയന്തരാവസ്ഥയിൽ ഔദ്യോഗികമായി സ്ഥാപിതമായ മാതൃബിംബം തനിക്ക് സ്വീകാര്യമല്ല എന്നാണ് കവിക്ക് പറയേണ്ടത്. ആ കാര്യം ഇങ്ങനെ പറയുന്നു.

അടിയന്തിരാവസ്ഥയിൽ എഴുതപ്പെട്ട മലയാളകവിതകൾ നിരവധിയുണ്ട്. അവയെപ്പറ്റി പൊതുവേ നിരീക്ഷിക്കപ്പെടാറുള്ളത്, കാല്പനികതയെ വർണ്ണിക്കുന്ന നിലപാടുകളാണ് അവയിൽ തെളിയുന്നത് എന്നാണ്. രോഷപരിഹാസങ്ങൾ തൊട്ട് പ്രാകലും തെറിയും വരെ വന്നുചേർന്ന് ആ കവിതകൾ സ്വാതന്ത്ര്യസംരക്ഷണത്തിനായുള്ള നാട്ടരങ്ങുകളായി മാറുകയുണ്ടായി. മലയാള കാവ്യഭാഷയുടെ മറഞ്ഞുകിടന്ന ഒരു ഉശിര് പെട്ടെന്ന് തിരിച്ചെത്തിയതായി പലർക്കും തോന്നി. 'കാട്ടുമുല്ലയുടെ പാട്ട്'' പി. യുടെ പതിവു ശീലിൽ തന്നെയാണ്. 'മരിച്ചുപോയി പൊന്നോണത്തിൻ/ കറുത്ത കുതിരപ്പടയണികൾ' എന്നൊരു ഈരടിയുണ്ടെങ്കിലും കാവ്യഭാഷ വേറിട്ട ഒന്നല്ല. മുക്കുറ്റിപ്പൂവിലും തുമ്പയിലും കണ്ണാന്തളിയിലും തുടങ്ങി നിലാവിലും പുരികങ്ങളിലും വലുതാവുന്ന ഭാവനയുടെ ഭാഷ തന്നെയാണത്. എന്നാൽ നിഷേധത്തിന്റെ ആവർത്തിതസ്വരം കവിതയെ സവിശേഷമാക്കുകയും രാഷ്ട്രീയ പ്രതികരണമായി വളർത്തുകയും ചെയ്യുന്നു. തന്റെ കലയ്ക്ക് തുണയായി നിന്നേ പോന്ന ഇനങ്ങളെയാണ് കവി ഒന്നൊന്നായി വിളിച്ചുനിർത്തി നിഷേധിക്കുന്നത്. ഇതിന്റെ പിന്നിലെ സങ്കടസംഘർഷങ്ങൾ ഉപപാഠമായി സങ്കല്പിക്കുന്ന വായനക്കാരന് ഈ ചെറിയ കവിത തീവ്രമായ സാംസ്കാരികാനുഭവവും സാമൂഹ്യപാഠവുമാണ്.

●

വൈലോപ്പിള്ളിയുടെ ജന്തുശാസ്ത്രം

ഒന്ന്

ഒരു വാർത്തയോടുള്ള പ്രതികരണമായാണ് വൈലോപ്പിള്ളിയുടെ 'വൈസ്രോയിയും കുരങ്ങുസൂപ്പും' പിറക്കുന്നത്. കവിത തരുന്ന സൂചന അതാണ്. ആഖ്യാതാവ് ഒരു വാർത്ത കേൾക്കുന്നു. അതിതാണ്: "ഗതി മുട്ടി, നീതി തൻ വെടി പൊട്ടി, മൂന്നുപേർ/ മൃതിപ്പെട്ടു തൊഴിലാളർ പെരുമലയിൽ" ഇത് സംഭവത്തിന്റെ ഔദ്യോഗികഭാഷ്യമാണ്. ഭരണാധികാരത്തിന്റെ ഒച്ചയാണിത്. വെടിവെച്ചത് ഗതിമുട്ടിയതുകൊണ്ടാണെങ്കിൽ, കുറ്റം അക്രമത്തിലേക്ക് തിരിഞ്ഞ തൊഴിലാളിയിലേക്ക് മാറും. അതുകൊണ്ടാണ് നീതിയാണ് വെടിവെയ്പായി നടപ്പിലായതെന്ന് വരുന്നത്. തൊഴിലാളികളുടെ അക്രമം ചെറുക്കാൻ മറ്റുവഴിയൊന്നുമില്ലാതായപ്പോൾ വെടിവെച്ചു- അതിൽ ആൾനാശമുണ്ടായി- സംഭവം ഇങ്ങനെ ചുരുങ്ങുന്നു. തൊഴിലാളി സമരത്തെ സുരക്ഷാപ്രശ്നമായി തെറ്റിവായിക്കുന്നു എന്നർത്ഥം. കവിയ്ക്ക് അതിൽ പ്രതിഷേധമുണ്ട്. (അതിനാലാണ് കവി കവിയായിരിക്കുന്നത്.) ഔദ്യോഗിക ഭാഷ്യത്തിന് എതിരായ ഒരു ഭാഷണം കവിയിൽ നിന്നുണ്ടാവുന്നു. അത് വെറും ഒരെതിർപ്രസ്താവനയല്ല. വിപുലമായ അർത്ഥങ്ങളുള്ള സാസ്കാരിക പ്രമാണമാണ്. നാട് തൊഴിലിനും ജീവനും വില കൊടുക്കാത്ത നാടാവുന്നു, അതേ സമയം അഴിമതി സ്വാഭാവികമായിത്തീരുന്നു- ഈ നിലയിലാണ് കവി ആദ്യം പ്രതികരിക്കുന്നത്. പെട്ടെന്നുള്ള രോഷമാണ് ആശയപ്രധാനമായ ഭാഷണം. കവിത ഇതിൽ തുടങ്ങുന്നേയുള്ളൂ.

ശാപവചനം കണക്കെയുള്ള ഒരു ചീത്തനിർവ്വചനത്തിലേക്ക് നാടിന്റെ പ്രകൃതത്തെ ന്യൂനീകരിക്കുന്നതിൽ തെറ്റുണ്ട് എന്ന വിചാരമാണ് കവിതയുടെ തുടർച്ചയ്ക്ക് കാരണമാവുന്നത്. അതിനാൽ

വസ്തുതയും ഭാവനയും ഒരേ വീര്യത്തോടെ പങ്കെടുക്കുന്ന ഒരാഖ്യാനം ഉണ്ടാവുന്നു. കവിതയിലെ പ്രധാന സ്ഥലമാണ്'ഇടപ്പാളയം'. പെരിയാർ തടാകത്തിലെ ദ്വീപാണത്. 'പെരുതാമണക്കെട്ടിൽ മുട്ടിത്തുടിക്കുന്ന' എന്നതാണ് പെരിയാറിന്റെ വിവരണം. (ഇത് ഒട്ട് സാധാരണമായ വിവരണമാണെന്ന് തോന്നാം. ആ തോന്നൽ തെറ്റാണെന്ന് വഴിയേ അറിയും.) പെരിയാറിലെ വെള്ളം 'കണ്ണീർ കയപ്പരപ്പാണ്. പ്രകൃതിയുടേയും മനുഷ്യ- മൃഗ- പക്ഷി ജാലങ്ങളുടേയും സങ്കടങ്ങളുടെ ആവിഷ്കാരമാണ് അത്. തുടർന്ന്, മുമ്പ് ഇടപ്പാളയദ്വീപിലെത്തുമായിരുന്ന അധികാരികളെ കവിത ഓർക്കുന്നു.'പഴയ വൈസ്രോയിമാർ എന്നാണ്അധികാരികൾക്ക് കൊടുക്കുന്ന പേര്. 'പഴയ' എന്ന വിശേഷണം പുതിയ കാലത്തും വൈസ്രോയിമാർ ഉണ്ട് എന്ന് ധ്വനിപ്പിക്കാനാണ്. വൈസ്രോയിമാരെത്തന്നെ പഴയതായി കാണുന്നതിന് പകരം ഒരു വിശേഷണം കൂടി കൊടുക്കുമ്പോൾ ഇത്രയും സാധിക്കും. പുതിയ വൈസ്രോയിമാരെത്തന്നെ പഴയതായി കാണുന്നതിന് പകരം ഒരു വിശേഷണം കൂടികൊടുക്കുമ്പോൾ ഇത്രയും സാധിക്കും. പുതിയ വൈസ്രോയിമാരുടെ ലീലയാണ് ഇനി വരുന്നത്. ഇവിടെ പ്രകൃതിയാണ് വർണ്ണിക്കപ്പെടുന്നത് എന്നു തോന്നാം. പക്ഷേ കൃഷിയുടെ കാഴ്ചകളാണെല്ലാം. പ്രകൃതിയ്ക്ക് മേലെ(പുതു) മുതലാളിത്തം നേടിയ വിജയം ഒരു 'പനോരമിക്' കാഴ്ചയായി കവിതയിൽ വരികയാണ്. തോട്ട(നാണ്യ)വിളകളാണ്, കാല്പനികതയുടെ പതിവുഭാഷണത്തെ തന്നെ അനുകരിച്ചുകൊണ്ടുള്ള, ഈ വിവരണത്തിൽ വരുന്നത്. കാട്ടും കുന്നും ഒപ്പം പണിയാളരും മുതലാളിത്തത്തിന് കിഴ്പ്പെട്ടുനില്ക്കുന്നതിന്റെ തുടർക്കണിയാണത്. മല കടക്കുന്ന യന്ത്രങ്ങൾ, വാഹനങ്ങൾ എന്നിവയുടെ പരാമർശം കാലം ആധുനികമാണ് എന്ന് വീണ്ടും വ്യക്തമാക്കുന്നു. മുഴവനായും നിയന്ത്രിക്കാവുന്ന യന്ത്രങ്ങൾ കണക്കെയാണ് മുതലാളിത്തക്കോയ്മയിൽ പ്രകൃതിയും പണിയാളരും എന്ന് ധ്വനിയ്ക്കുന്നു.

അതിനാലാണ് 'നിരപായ നിശ്ചലരാജ്യഭാരം' എന്ന കൂട്ടുവാക്ക് വേണ്ടി വരുന്നത്. എങ്ങും വിധേയത്വവും അനുസരണയുമെന്നു വന്നാൽപ്പിന്നെ ഭരണത്തിന്റെ 'ഭരണീയത' പ്രകടമാവില്ല. ഭരണത്തിന്റെ ഹരമെന്നാൽ കീഴടക്കലാണ്. ഇതില്ലെങ്കിൽ ഭരണം വിരസമാകും. ഇതിനാലാണ് പുതിയ വൈസ്രോയിമാരുടെ(ഈ ബഹുവചനം ശ്രദ്ധേയം- വിദേശഭരണത്തിൽ ഒറ്റ വൈസ്രോയിയേ ഉണ്ടായിരുന്നുള്ളൂ, ഒരു സമയത്ത്.)തല കായുന്നത്. 'Uneasy lies the head that wears the crown' എന്ന ഷെയ്ക്സ്പിയർ വചനത്തിന്റെ ഓർമ്മയിലാണ് 'തല കാഞ്ഞ' എന്ന വിശേഷണമുണ്ടായത് എന്നു വിചാരിക്കരുത്. ഷെക്സ്പിയർ പറയുന്നത് ഭരണാധികാരിയനുഭവിക്കുന്ന

ക്ലേശത്തെപ്പറ്റിയാണ്. ഇവിടെ വിധേയത്വത്തിന്റെ അമിതത്വം ഭരണാധികാരികളിലുണ്ടാക്കുന്ന മന്ദതയാണ് വിഷയം. ഈ മന്ദതയിൽ നിന്ന് രക്ഷ നേടാനാണ് 'വൈസ്രോയിമാർ' ശിക്കാറി ലേക്ക് തിരിയുന്നത്. ഈ സന്ദർഭം കവിതയിലെ ഒളിയിടമാണ്. വിധേയത്വം ഉണ്ട് എന്ന് പറയുന്നെങ്കിലും അത് എക്കാലത്തേക്കു മുള്ള സൗകര്യമല്ല എന്ന് കവിത പിറുപിറുക്കുന്നുണ്ട്. 'നരി പെറും നവനീലകാനനം' എന്നത് ഇങ്ങനെയൊരു പിറുപിറുപ്പാണ്. ' നവനീലകാനനം' ശാന്തമായ നിലയാണ്. എന്നാൽ അതിനകത്ത് നരി പെറ്റുകിടപ്പുണ്ട്. ഇത് കവിതയ്ക്കെന്നപോലെ അധികാരികൾ ക്കുമറിയാം. അതിനാൽ ശിക്കാറിനെ വെറും വിനോദമായല്ല അവർ കാണുന്നത്. തൊഴിലാളിനേതാക്കളെ ('നേർത്തിടയുന്ന' നേതാക്കൾ എന്ന് എടുത്തുപറയുന്നു. ഇടയാത്ത നേതാക്കളും ഉണ്ട്. ഒരു ചിരി ഇവിടെ ഒളിപ്പിച്ചിരിക്കുന്നു.) ശരിപ്പെടുത്തുകയെന്നതും ശിക്കാറിലെ ഉന്നമാണ്. ശിക്കാർ അങ്ങനെ, വിനോദമല്ലാതായിത്തീരുന്നു; അത് അധികാര നിർവ്വഹണത്തിന്റെ ഭാഗമായി മാറുന്നു. 'മുയൽവേട്ട' എന്ന ചെറുകഥയിൽ (എൻ.എസ്. മാധവൻ) ശിക്കാറിന്റെ ഈ രാഷ്ട്രീയം നാടകീയമായി വെളിവാവുന്നത് ഓർക്കാം. പത്രഭാഷയിലും 'വേട്ട' രാഷ്ട്രീയ ധ്വനികളോടെ വരാറുണ്ട്. വിനോദത്തിന്റെ അർത്ഥം ഇന്ന് 'വേട്ട' യിൽനിന്ന് ഏതാണ്ട് മുഴുവനായും ഒഴിഞ്ഞുപോയിരിക്കുന്നു. പകരം, വേട്ടയോടുള്ള എതിർപ്പും ഇരയോടുള്ള കരുണയും വരികയും ചെയ്തിരിക്കുന്നു.

വിധ്വംസകമായ അധികാരത്തോടുള്ള തീക്ഷ്ണമായ പ്രതികരണം ദിവസം തോറും ഉണ്ടാവുകയില്ല. എന്നാൽ അതുണ്ടാവുമെന്നുറപ്പാണ്. മാറ്റിവെച്ച കലാപമാണത്. ഈ വിഷയമാണ് അടുത്ത ഖണ്ഡ ത്തിൽ ചട്ടുലമായി വരുന്നത്. പുതിയ അധികാരി ('ഒരു കൊച്ചു വൈസ്രോയി') ഒരു ശിക്കാർ കഴിഞ്ഞുള്ള രസത്തിൽ നിയമപാല കരോടൊപ്പം ഇരിക്കുകയാണ്. ജന്തുവേട്ട എന്ന വാക്ക് 'ജന്തു' വേട്ട എന്ന രൂപത്തിലാണ് കവിതയിൽ വരുന്നത്. വേട്ടയാടപ്പെട്ടത് ജന്തുവല്ല എന്ന് ഈ ചിഹ്നം ചിന്നം വിളിച്ചറിയിക്കുന്നു. ഇങ്ങനെ യുള്ള ദുഷ്ടാധികാരത്തോടുള്ള കലാപം വൈകുന്നത്''തലയിലെ ചോരനീർ മഞ്ഞായുറച്ചു പോം കൊടുംതണുപ്പി'ന്റെ ബിംബമായും 'ജന്തു'വേട്ട മറ്റൊരു അധികാരി വേറൊരിടത്ത് തുടരുന്നത്''അകലെ യിന്നേതോ വിവസ്ഥമാം കേഴൽ' കേൾക്കുന്നതിലെ സൂചനയായും ഇതിലുള്ള ദുർബലമായ പ്രതികരണം 'വൃക്ഷങ്ങൾ (അവിരതം) പിറുപിറുക്കേ' എന്ന വായനയായും കവിതയിൽ രേഖയാവുന്നു. പുതിയ വൈസ്രോയിയുടെ കാവലിനുള്ളത്, മുൻപ് കണ്ട വാവലി നെപ്പോലെ തല താഴ്ത്തിയുറങ്ങുന്ന വൃദ്ധശിപ്പായിയല്ല. ജാഗ്രതയോടെ

ചലിച്ചുകൊണ്ടിരിക്കുന്ന ഒന്നാണ് പുതിയ കാവൽ. അധികാരം ക്രമികമായി കാര്യക്ഷമമാവുകയാണ്- അതിന്റെ പീഡനശക്തി കൂടിക്കൂടി വരികയാണ്. മുതലാളിയായ അധികാരിയും അയാൾക്ക് കാവൽ നിൽക്കുന്ന നിയമപാലകരും കവിതയിലെ അവിശുദ്ധമായൊരു ദൃശ്യമാണ്. നിയമപാലകർ ഭരണകൂടത്തിന്റെ ഭാഗമാണ്. അവർ സേവിക്കുന്നതോ, മുതലാളിയെയും. ഭരണകൂടത്തിന്റെ വർഗ്ഗസ്വഭാവം ഈ കാവൽപ്പണിയിലൂടെ തെളിയുന്നു. അവർ ഒന്നിച്ചിരിക്കുന്ന മുറിയിലെ വകകൾ പ്രമേയം പതിച്ചവയാണ്. വൈദ്യുതദീപപൂരവും റേഡിയോയും ആധുനികതയെ ചിഹനനം ചെയ്യുന്നു. സ്വാതന്ത്ര്യലബ്ധിയ്ക്കുശേഷവും തുടരുന്ന കൊളോണിയൽ സ്വാധീനത്തെ ചുമരിലെ മൃഗത്തലകളും വെടികളും (തോക്ക് എന്നയർത്ഥത്തിൽ) വെളിപ്പെടുത്തുന്നില്ലെങ്കിൽ 'ജോർജ്ജിന്റെ പടവും' എന്ന ഭാഗം നോക്കിയാൽ മതി. ജോർജ്ജ് ബ്രിട്ടീഷ് രാജാവായ ജോർജ് അഞ്ചാമനാണ്. (പഴയ സ്കൂൾ പ്രാർത്ഥനയിലെ "സാർവ്വഭൗമനഞ്ചാം ജോർജ്ജ്") കരിങ്കുരങ്ങ് സൂപ്പ് രസിച്ചുകഴിക്കുകയാണ് അധികാരി. (അധികാരിയെ 'സായ്പ്' എന്നു പറയുന്നുണ്ട്. തോട്ടമുടമമയായ വെള്ളക്കാരൻ എന്ന അർത്ഥമാവാം.) അയാൾക്ക് പിന്തുണ കൊടുത്തുകൊണ്ട് കാവൽസേനയും. അവർ സൂപ്പിനൊപ്പം തൊഴിലാളിവേട്ടയുടെ ആനന്ദവും നുകരുന്നുണ്ട്*. അഥവാ കുരങ്ങുവേട്ട, തൊഴിലാളി വേട്ടയുടെ മറയോ മറുപേരോ ആണ്. ആസ്വാദകരുടെ ഈ സദസ്സിൽ വാസ്തവത്തിൽ കവിയെപ്പോലെയൊരാൾക്ക് സ്ഥാനമില്ല. ഭാവനാത്മകമായ ആഖ്യാനത്തിന്റെ സ്വാതന്ത്ര്യമുപയോഗിച്ച് കവി ഇവിടെ ഇടപെടുകയാണ്. അനുവാദം ചോദിക്കാതെയുള്ള, കാറ്റിന്റേത് പോലുള്ള വരവാണ് കവിയുടേത്. കവി അവതരിക്കുന്നത് ഒരു കഥയായാണ്. രാവണനെ തോല്പിച്ച വാനരന്മാരുടെ കഥയാണത്. കീഴാളരുടെ ആ വിജയകഥ കേരളീയാന്തരീക്ഷത്തിൽ പുതുതായി സ്ഥാപിക്കുകയാണ്. "കരിമന്തിച്ചാറുണ്ടുനുണയും കരുത്തരേ,/ കഥയൊന്നു കേൾക്കുന്നതതിരസമല്ലേ" എന്ന് വ്യാജസ്തുതി പാടിക്കൊണ്ടാണ് സ്ഫോടനാത്മകമായ കീഴാളകഥ കവി അവതരിപ്പിക്കുന്നത്. അധികാരിയുടേയും പിണിയാളുകളുടേയും പ്രതികരണമെന്തെന്ന് കവിതയിലില്ല. കവിയുടെ ഇടപെടലിന് ഈ താല്ക്കാലിക സന്ദർഭത്തിനുമപ്പുറം പ്രാധാന്യമുള്ളതുകൊണ്ടാണിത് കഴിഞ്ഞുപോവുന്നത്. കവിതയുടെ തുടക്കത്തിൽ നിർവ്വികാരതയുടെ അണ കൊണ്ട് കെട്ടിവെച്ച പെരിയാർ ഇവിടെ ഒരു ഉപമാനമായി വന്ന് പൊട്ടിയൊഴുകുകയാണ്. ആത്മബോധത്തോടെയുള്ള തൊഴിലാളി മുന്നേറ്റത്തിൽ അധികാരിയും കാവലാളുകളും അവരുടെ സന്നാഹങ്ങളും ഇല്ലാതാവും എന്ന വിളംബരവുമായി കവിത തീരുന്നു.

രണ്ട്

സാഹിത്യത്തിന്റെ ചില ഓർമ്മകൾ കൊണ്ടാണ് ഈ കവിത കനപ്പെട്ട സാംസ്കാരിക രേഖയാവുന്നത്. അവ, ബദൽശക്തിയുള്ള ഓർമ്മകളുമാണ്. നാട്ടുചൊല്ലുകളും നാടോടിക്കഥകളും തൊട്ടുള്ള ആഖ്യാനകങ്ങൾ (narratives) മൃഗജീവിതത്തെ നോക്കിക്കാണുന്നത് ശത്രു അല്ലെങ്കിൽ അടിമ എന്ന രീതിയിലല്ല. അധികാരിയുടെ ഉപാധിയാണ് ഈ ദ്വന്ദ്വം. പൊതുസമൂഹത്തിന് അത് ആവശ്യമില്ല. സമൂഹത്തിന്റെ ഇച്ഛയുടെ ഇടമാണ് സാഹിത്യം. സാഹിത്യത്തിൽ മൃഗജീവിതം വേറെ മൂല്യങ്ങളോടെയാണ്- മനുഷ്യരുമായുള്ള തുല്യതാസങ്കല്പം നിലനിർത്തിക്കൊണ്ടാണ്- പുലരുന്നത്. 'നരിയമ്മാവൻ" എന്ന് കവിത വിളിക്കും. ഏട്ടിലെ പശുവെന്നപോലെ പുലിയും തിന്നുന്നത് വിമോചനത്തിന്റെ അർത്ഥമാകാം. കവിതയിൽ വളർന്ന മരക്കൊമ്പിലെ കുയിൽ വ്യക്തിസമത്വത്തിന്റെ പ്രവർത്തനമായ അനുരാഗത്തിന്റെ പാട്ടാവും പാടുക. മൃഗലോകം മാത്രമല്ല പ്രകൃതിയൊട്ടാകെ അധികാരിയുടെ വ്യാഖ്യാനത്തിൽ നിന്ന് വിടുതൽ നേടിക്കൊണ്ടാണ് സാഹിത്യത്തിൽ ജീവിക്കുക. (അണ കൊണ്ട് അധികാരി മെരുക്കിയ പെരിയാർ കവിതയുടെ ഒടുവിൽ പൊട്ടുന്നുണ്ട്.)

ഈ കവിതയിൽ ആന ('ചെവിയാട്ടി നിൽക്കുന്ന കാനനങ്ങൾ'), പശു('കറവപ്പശുക്കളാം കേദാരങ്ങൾ), ആട് ('ഇളകീടാക്കമ്പിളിയാട്ടുകൾക്കൊപ്പം'), കലമാൻ ('കലകളെക്കൊന്നിടാം'), നരി ('നരിപെറും നവനീല ക്കാനനങ്ങൾ'), പുലി ('പുലികളെ, ചൂടുള്ള കഥകളെ....'), (വീണ്ടും) പശു ('പശുവാണു തൊഴിലാളി), കരിങ്കുരങ്ങ് ('പക്ഷേ സഖാക്കൾ തൻ പട്ടുപാട്ടുകേട്ടാൽ കരിംകുരങ്ങൻ'), നായാട്ടുനായ്ക്കൾ ('നിയമത്തിൻ നായാട്ടുനായ്ക്കൾ പോലും) കരിമന്തി ('രജതകരണ്ടിയാൽ കരിമന്തിച്ചാറുണ്ട്'), വീണ്ടും കരിങ്കുരങ്ങ് ('കരിങ്കുരങ്ങിന്റെ സൂപ്പൊരുനാളിൽ..'), (വീണ്ടും) കരിമന്തി('കരിമന്തിച്ചാറുണ്ടു നുണയും കരുത്തരേ'), വാനരന്മാർ (വിപിനത്തിൻ മക്കളാം വാനരന്മാർ), നായ('നായില്ല') എന്ന ക്രമത്തിൽ സജ്ജീകരിച്ച മൃഗജീവിതമുണ്ട്. ആനയും പശുവും ആടും (തീർച്ചയായും നായാട്ടുനായയും) വിധേയരുടെ പട്ടികയിൽപെടുന്നു. കലമാനും പുലിയും വേട്ടയാടപ്പെടുകയാണ്. കരിങ്കുരങ്ങ് രണ്ടിനുമെതിരെ രോഷം കൊള്ളുകയും ചെയ്യുന്നു. ഇതാണ് കുരങ്ങനെ തൊഴിലാളിപ്രതീകമാക്കുന്നത്. ഈ വീറ് രാമായണക്കുരങ്ങന്മാരുടെ ഓർമ്മകൊണ്ട് തീവ്രമാക്കുകയും ചെയ്യുന്നു. (ആന, പശു, ആട് എന്നിവരിലൂടെ) തൊഴിലാളികളിലുണ്ടാകാവുന്ന അനുസരണശീലത്തെ കവിത കാണുമ്പോൾ,

അതിൽ ഇകഴ്ത്തലില്ല- വസ്തുനിഷ്ഠതയാണുള്ളത്. പക്ഷേ ഈ ശീലം യാന്ത്രികമല്ലെന്നും തൊഴിലാളികൾ പീഡിതരാവുമ്പോൾ ഉഗ്രമായി തിരിച്ചടിക്കുമെന്നും പറഞ്ഞുകൊണ്ട് കവിത കൂടുതൽ വസ്തുനിഷ്ഠവും ചരിത്രപരവുമായിത്തീരുന്നുണ്ട്. 'കുടിയൊഴിക്കലിലെ' കലാപഖണ്ഡത്തിന്റെ ഓർമ്മയുണർത്തുന്ന ഭാഗമാണത്. പൊതുവേ വിധേയത്വത്തോടെ 'മന്ദ'മായി കഴിയുന്ന ആനയുടെ മദംപൊട്ടലിന്റെ ചിത്രീകരണത്തിലൂടെ, അധികാരികൾ നിയന്ത്രിച്ച് ശാന്തമാക്കി വെക്കുന്ന സമൂഹം ചിലപ്പോൾ ഉൾതാപങ്ങളിൽ നിയന്ത്രണങ്ങൾ പൊട്ടിച്ച് വിരണ്ടോടുമെന്ന് കാണിക്കുന്ന 'സഹ്യന്റെ മകനുമായി' ഈ കവിതയ്ക്കുള്ള ബന്ധവും പ്രകടമാണ്. കുറുക്കനേയും കൃഷ്ണമൃഗങ്ങളേയുമൊക്കെ കാവ്യമൃഗങ്ങളാക്കിയ വൈലോപ്പിള്ളിയുടെ സ്വാഭാവികാവിഷ്ക്കാരവുമാണിത്.

മൃഗകഥയിൽ 'രാമായണവും കാര്യമായി മാറുന്നു. ദ്രാവിഡസ്വത്വമായി രാവണനെ കാണുന്ന പാഠത്തിൽ നിന്നെന്നപോലെ, രാമകേന്ദ്രിതമായ പാഠത്തിൽ നിന്നും മാറിനിൽക്കുന്നതാണ് ഈ കവിതയിലെ കഥ. വാനരന്മാർ സ്വന്തം നിലയിൽ 'ഈരഞ്ചുമുഖമാർന്ന വലിയോരു മുതലാളിയായ' അധികാരിയെ തകർത്തുവെന്നേ പറയുന്നുള്ളൂ. രാമന്റെ പേരോ സൂചനപോലുമോ ഇല്ല. രാവണനെന്നും പറയുന്നില്ല- അയാളുടെ വർഗ്ഗപ്രകൃതമേ വരുന്നുള്ളൂ. രാമായണത്തെ വാനരായണമായി മാറ്റിയുപയോഗിക്കുകയാണ്. ഇവ്വിധം (രാമായണ) വാനരരെ വിധേയത്വത്തിൽനിന്ന് വിമോചിപ്പിക്കുന്നു.

ഇനി നോക്കാനുള്ള കാര്യം കുരങ്ങിന്റേയും തൊഴിലാളിയുടേയും അഭേദകല്പനയാണ്. കീഴാളരെ മൃഗങ്ങളായി കാണുന്നരീതി മേലാളർക്കുണ്ട്. ആദിവാസികളെ മൃഗങ്ങളായി കണക്കാക്കുന്ന ശീലവും, അവരെക്കൊന്നാൽ മൃഗങ്ങളെ കൊല്ലാമല്ലോ എന്നതിനാൽ ശിക്ഷയൊന്നുമില്ല എന്ന നിലയും ഉണ്ടായിരുന്നതായി ഒരു വിദേശക്കുറിപ്പിൽ കണ്ടതോർക്കുന്നു. യൂജിൻ ഓ' നീലിന്റെ 'The Hairy Ape' എന്ന നാടകത്തിൽ (1921) യാങ്ക് എന്ന കപ്പൽ തൊഴിലാളിയെ മിൽഡ്രെഡ് ഗ്ലസ് എന്ന സമ്പന്നയുവതി 'ആൾക്കുരങ്ങൻ' ('The Hairy Ape') എന്നു വിളിക്കുന്നുണ്ട്. വൈലോപ്പിള്ളി കവിതയ്ക്കെഴുതിയ ഒരടിക്കുറിപ്പ് ഇങ്ങനെ: "കരിങ്കുരങ്ങ് എന്ന പദം കൊണ്ട് തൊഴിലാളിയെ സൂചിപ്പിക്കുന്നു." പക്ഷേ ഈ വിളി ആദ്യം കണ്ട രണ്ട് സന്ദർഭങ്ങളിലേത്പോലെ നിന്ദാസൂചകമല്ല. മൃഗജീവിതത്തിന്റെ വീറും ശക്തിയുമാണ് ഈ അഭേദകല്പനയുടെ പ്രചോദനം. നാട്ടറിവിന്റെ ബദൽസംസ്കാരം ഇതിൽ തീവ്രമായുണ്ട്.

മൂന്ന്

1952ലാണ് ഈ കവിതയുണ്ടായത്. 7-8-1952 എന്ന തീയ്യതി കവിതയ്ക്കൊപ്പം കാണാം. കർഷകരോടും തൊഴിലാളികളോടും തൊഴിലാളിപക്ഷ രാഷ്ട്രീയത്തോടുമുള്ള ദേശീയ- വിദേശീയാധികാരികളുടെ ക്രൂരമായ നടപടികൾകൊണ്ട് വ്യത്യസ്തമായിത്തീർന്ന ഒരു പതിറ്റാണ്ട്- കയ്യൂരിന്റേയും കരിവെള്ളൂരിന്റേയും കാവുമ്പായിയുടേയും കോറോത്തിന്റേയുമൊക്കെ പതിറ്റാണ്ട്- കഴിഞ്ഞുടനെയാണ് ഈ കവിത വരുന്നത്. വധമടക്കമുള്ള അടിച്ചമർത്തൽ ലീലകൾ കൊണ്ട് തീരുന്നതല്ല. തൊഴിലാളിരാഷ്ട്രീയം എന്ന് കാണിക്കുന്ന ഈ കവിത കവിയും കാലവും ചേർന്നെഴുതിയതാണ്.

നാല്

വിമോചനമൂല്യത്തോടെ കവിതയിൽ വരുന്ന മറ്റൊരിനം കഥ എന്നതാണ്. ഔദ്യോഗികവാർത്ത കേട്ടയുടനെ കവി ഒരു കഥയുണ്ടാക്കുന്നു. ആ രൂപത്തെ യാഥാർത്ഥ്യത്തിന്റെ തുണ്ടുകൾ ഒട്ടിച്ച് ചേർത്ത് ചരിത്രപരമാക്കുന്നു; അധികാരപക്ഷത്തുനിന്നുള്ള കഥനത്തിന്റെ തനിനിറം കാട്ടിത്തരുന്നു; അവസാനത്തെ ആയുധമാക്കി ഒരു കഥ പറയുന്നു; ആ കഥയിലൂടെ സവർണ്ണതയെയും നിരസിക്കുന്നു; ഏതു പ്രഖ്യാതകഥയ്ക്കും കീഴാളവും വിമോചനാത്മകവുമായ ഒരു എതിർപാഠം സാധ്യമാണെന്ന് തെളിയിക്കുന്നു. കഥ എന്ന പ്രയോഗത്തെക്കുറിച്ചുള്ള പാട്ട് കൂടിയാണ് ഈ കവിത. 'വൈസ്രോയിയും കുരങ്ങുസൂപ്പും' എന്ന തലക്കെട്ട് ഒരു തമാശക്കഥയുടേതാണെന്ന് തോന്നും-വായിച്ചുതുടങ്ങുമ്പോൾ തന്നെ ആ തോന്നൽ തെറ്റിയെന്നും ഏതു കഥയെപ്പറ്റിയും മുൻധാരണയരുത് എന്നും വായിക്കുന്നവരറിയും.

●

ഉറൂബിന്റെ ആളുകൾ

പലതരം ആളുകളുടെ അനക്കങ്ങൾകൊണ്ട് സജീവമാകുന്ന ഒരു നോവൽ ആരംഭിക്കുന്നത്. ദൈവത്തെ വിളിച്ചുകൊണ്ടാണ്.

'എന്റെ ഗുരുവായൂരപ്പാ' 'സുന്ദരികളും സുന്ദരന്മാരും' തുടങ്ങുന്നത് ഈ വിളിയിലാണ്. ഇംഗ്ലീഷിൽ invocation എന്നൊരു വാക്കുണ്ടല്ലോ. ദൈവത്തെവിളിച്ച് പ്രാർത്ഥിക്കുക എന്നതാണ് ഇതിന് കൊടുക്കുന്ന ഒന്നാമത്തെ അർത്ഥം. വലിയൊരു നോവലെഴുതാൻ തുനിയുന്ന ഒരു മലയാളി നോവലിസ്റ്റ് തുണയ്ക്കായി ദൈവത്തെ വിളിച്ചതായിരുന്നുവോ? ഉറൂബിന്റെ നാട്ടിലെ ഒരു മതത്തിൽപെട്ടവർ ധാരാളമായി വിളിക്കുന്ന ദൈവമാണ് ഗുരുവായൂരപ്പൻ. പൊന്നാനി പള്ളിപ്രം ഗ്രാമത്തിൽ നിന്ന് ഗുരുവായൂരേക്ക് സാംസ്കാരികമായും ഏറെ ദൂരമൊന്നുമില്ല. താൻ ഹ്യൂമനിസ്റ്റാണെങ്കിലും ദൈവസഹായം വേണമെന്ന് തോന്നിയ ഉറൂബിനെയാണോ നോവലിന്റെ തുടക്കം കാണിച്ചുതരുന്നത്. വായിച്ചുനോക്കുമ്പോൾ ഇത് നോവലിസ്റ്റിന്റെ വിളിയല്ലേ. എങ്കിലും മഹാകാവ്യമൊക്കെ തുടങ്ങുമ്പോൾ invoke ചെയ്യുന്ന പാരമ്പര്യമുണ്ടല്ലോ- ആ പാരമ്പര്യം അബോധമായി ഉറൂബിനെ സ്വാധീനിച്ചതാവുമോ? പി. ഭാസ്കരൻ പാട്ടെഴുതുംമുമ്പ് കടലാസിന്റെ മുകളിൽ 'അമ്മ സഹായം' എന്ന് അനുഷ്ഠാനപരതയോടെ എഴുതുമായിരുന്നു. (എം.ടി. വാസുദേവൻ നായരാണ് ഇക്കാര്യം പുറത്തറിയിക്കുന്നത്.) കൊടുങ്ങല്ലൂരമ്മയെ പി.ഭാസ്കരന് തുണക്കായി വേണമായിരുന്നു. ഉറൂബിനും ഇങ്ങനെയൊരു മനോഭാവം ഉണ്ടായിരുന്നുവോ?

'എന്റെ ഗുരുവായൂരപ്പാ!' എന്നതിന് തൊട്ടടുത്ത വാക്യം ഈ സംശയമകറ്റും. അതിനടുത്ത വാക്യം ഈ വിളിയെയാകെ മാറ്റിത്തീർക്കുകയും ചെയ്യും.'അതൊരു പ്രാർത്ഥനയായിരുന്നില്ല' എന്നതാണ് നോവലിന്റെ രണ്ടാമത്തെ വാക്യം. Invocationന്റെ പാരമ്പര്യത്തെ

ഈ നിഷേധവാക്യം റദ്ദാക്കുന്നു. അട്ടിമറിക്കുന്നു എന്നു തന്നെ പറയണം. അത്രയ്ക്കും ശക്തിയുള്ള, തെളിച്ചമുള്ള നിഷേധവാക്യമാണത്. 'ഒരു ഞരക്കം' എന്ന അടുത്ത ഭാഗം ഇതിനെ ഒന്നുകൂടി വ്യക്തമാക്കുന്നു. ദൈവവിശ്വാസത്തിന് ഒരു കൂട്ടത്തിന്റെ(folk) പല വ്യവഹാരങ്ങളെയും സ്വാധീനിക്കാൻ കഴിയും. അവരുടെ ഭാഷയിലും (ഭാവനയിലും) വിശ്വാസത്തിന്റെ മുദ്രകൾ ഉണ്ടാവും. കേട്ട് ശീലിച്ച വാക്കുകൾ ഓർമ്മയിൽ നിലനിന്നുപോവും. 'എന്റെ ഗുരുവായൂരപ്പാ!'എന്നത് അത്തരമൊന്നാണ്. ഇതേ നോവൽഭാഗത്തിൽ "ഭഗവാനേ!" എന്നും "ഭഗവാനേ! എന്റെ ഈശ്വരാ!" എന്നുമൊക്കെ കുഞ്ചുക്കുട്ടി വിളിക്കുന്നതായി വായിക്കാം. ഇതൊന്നും അദ്ധ്യാത്മികമായ, വിശ്വാസവുമായി ബന്ധപ്പെട്ട ശബ്ദങ്ങളല്ല. സഹായത്തിന് വേണ്ടി മനുഷ്യരെ വിളിക്കുന്ന ഉപാധികളാണ്. അനാഥയായതുകൊണ്ട്, അസ്വീകാര്യയായതുകൊണ്ട് കൃത്യമായി ഒരാളെ പേരെടുത്തു വിളിക്കാനാവുന്നില്ല. അതിന് പകരം പ്രയോജനപ്പെടുന്ന വിളികളാണിതെല്ലാം. 'ആരാണത് 'എന്ന് ചോദിച്ച് ഒരാൾ (രാമൻനായർ മാസ്റ്റർ) വരുന്നതോടെ ഈ വിളികൾ ഇല്ലാതാവുന്നു. നോവൽ ജനങ്ങളുടെ വ്യവഹാരമായിത്തീരുന്നു.

ഉറൂബിന്റെ ഈ അവകാശവാദം, ഒരു പക്ഷേ, പ്രസിദ്ധമാണ്: 'ഉമ്മാച്ചു' എഴുതാൻ തുടങ്ങിയപ്പോൾ ഒരു സ്ത്രീ ഹൃദയത്തിന്റെ പ്രക്രിയാവിശേഷങ്ങളായിരുന്നു. ഈ പുസ്തകമെഴുതുമ്പോഴാകട്ടെ, എല്ലാ കഥാപാത്രങ്ങളും കൂടി സൃഷ്ടിക്കുന്ന ഭൗതീകവും മാനസികവുമായ അന്തരീക്ഷത്തിന്റെ വ്യാപ്തിയും സമ്മർദ്ദവുമാണ് മനസ്സിൽ പൊന്തി നിന്നത്. 'എല്ലാ കഥാപാത്രങ്ങളും കൂടി' എന്ന പ്രയോഗത്തിന്റെ അർത്ഥം ചെറുതല്ല. (നോവലിലെ) ജനത എന്ന സങ്കല്പത്തിന് ഉറൂബ് നൽകിയ വ്യാഖ്യാനമാണത്. നോവൽ ഒരാളുടേതല്ല. നിരവധിയാളുകൾ നിലനിൽക്കുന്ന ഇടമാണ് നോവൽ. നോവൽ ജനാധിപത്യത്തിന്റെ ആഖ്യാനരൂപമാവുന്നത് അങ്ങനെയാണ്. കോവിലൻ തെല്ല് ആക്രമണോത്സുകതയോടെ ഈ കാര്യം വേറൊരു പാഠമായി പറയുന്നു. "...സി.വി. രാമൻപിള്ളയാണ് ഞാൻ അംഗീകരിക്കുന്ന നോവലിസ്റ്റ്. എണ്ണിയെണ്ണിപ്പറയാൻ ഇപ്പോൾ പറ്റുന്നില്ലെങ്കിലും ഓർക്കാൻ ഒരു പ്രയാസവുമില്ല. എത്ര ഗംഭീരന്മാരാണ് അദ്ദേഹം സൃഷ്ടിച്ച ക്യാരക്റ്റേഴ്സൊക്കെ. ഞാൻ സി.വി.യുടെ ശിഷ്യനാണ്. മറ്റൊരാൾ കൂടിയുള്ളത് ആനന്ദാണ്, എന്നെപ്പോലെ സി.വി.യുടെ താവഴി അവകാശപ്പെടാൻ കഴിയുന്നൊരാൾ. ബാക്കിയെല്ലാവരും സംബന്ധത്തിന്റെ കഥയെഴുതുന്നവരാണ്- ചന്തുമേനോന്റെ താവഴിക്കാർ". എസ്. ഗുപ്തൻ നായർക്ക് അയച്ച ഒരു കത്തിൽ താൻ നോവൽശില്പത്തിൽ മുറുക്കിക്കെട്ടാനല്ല,

അയച്ചുവിടാനാണ് ശ്രമിച്ചത് എന്ന് ഉറൂബ് പറയുന്നുണ്ട്.' ഭാവസാന്ദ്രം പോലുള്ള ഏകാഗ്രതയെ ഉപാസിക്കുന്ന സമീപനങ്ങളല്ല നോവൽര ചനയിൽ (വായനയിലും) വേണ്ടത് എന്ന നിലപാടാണിത്. ഭാവഗീ ത(lyrics)ത്തിന് ചെയ്യാനാവാത്ത പലതരം ആളുകളുടെ, പലതരം ആരവങ്ങളുടെ, പലതരം അനക്കങ്ങളുടെ, പലതരം അനുഭവങ്ങളുടെ, പലതരം ആനന്ദങ്ങളുടെ, പലതരം ആലോചനകളുടെ ആഖ്യാന ത്തെയാണ് നോവൽ എന്നു പറയുന്നത്. ജനാധിപത്യാദർശത്തി നൊത്ത പൗരസങ്കൽപം നവീനമാണ്. നായകനുള്ള ആഖ്യാനം പ്രാഥമികമായിത്തന്നെ രാജാധിപത്യത്തിന്റെ അനുകരണമാണ്. ആളുകളുടെ അരങ്ങായി മാറുന്ന നോവൽ 'നോവലായി'(പുതിയത് എന്നർത്ഥത്തിൽ)തീരുന്നത് അത് ജനാധിപത്യം എന്ന നവീന തയുടെ സാംസ്കാരികരേഖയായിത്തീരുമ്പോഴാണ് 'സുന്ദരികളും സുന്ദരന്മാരും വ്യത്യസ്തമായ ക്രമമായിത്തീരുന്നത് ഇങ്ങനെയാണ് 'ഗുരുവായൂരപ്പൻ' എന്ന അധികാരകേന്ദ്രം രാജാധിപത്യത്തിന്റെ സാം സ്കാരികയുക്തിക്കകത്താണ് പ്രസക്തമാവുന്നത്. ജനാധിപത്യത്തിൽ അത് വ്യക്തിപരമായ (മത) വിശ്വാസത്തിന്റെ വിഷയമായി മാറുന്നു. കോവിലനെത്തന്നെ വീണ്ടുമാശ്രയിക്കട്ടെ: 'മഹാക്ഷേത്രമാണ് ഗുരുവായൂർ. നാല് കിലോമീറ്റർ ദൂരമേയുള്ളൂ എന്റെ വീട്ടിൽ നിന്ന് വളരെ മുമ്പുള്ള കഥകൾ, അയിത്തമുണ്ടായിരുന്ന കാലത്തെ അനുഭ വങ്ങൾ എനിക്ക് മറക്കാനാവില്ല. ഗുരുവായൂരിന്റെ കിഴക്കെ നടയ്ക്കൽ ദൂരെയായി ചേമന്മാരുടെ അമ്പലമുണ്ട്. അന്നൊക്കെ അവിടെവരെ മാത്രമേ എന്നെപ്പോലുള്ളവർക്ക് പോകാൻ പറ്റൂ. അച്ഛന്റെ കൂടെയാണ് അന്നൊക്കെ പോവുക. ചേമന്മാരുടെ അമ്പലമുണ്ടായിരുന്നിടത്തി പ്പോൾ ശൂലം പോലെയുള്ള കമ്പി അടിച്ചുതാഴ്ത്തിയിരിക്കയാണ്. അന്നത്തെ ആ കൽവിളക്ക് ഇപ്പോഴും അവിടെത്തന്നെയുണ്ട്. പകയുള്ള ഒരു മനസ്സാണെന്റേത്. അത് അമ്പലത്തോടുമുണ്ട്'' 'എന്റെ ഗുരുവായൂരപ്പാ...' എന്നത് 'പ്രാർത്ഥന' യായിരുന്നില്ല എന്നും 'ഞരക്ക' മായിരുന്നു എന്നും ഉറൂബെഴുതുമ്പോൾ ജനാധിപത്യത്തിൽ പലതാ യിവർത്തിക്കുന്ന ദൈവവിശ്വാസത്തെയാണ് അവതരിപ്പിക്കുന്നത്. രാജി ദൈവാധിപത്യപരമായ ഒരു സമൂഹഘടനക്ക് പകരം വന്ന, ആളുകളുടെ കൂട്ടമായ സമൂഹത്തെ അംഗീകരിക്കുന്നതിൽ നിന്നുണ്ടായ ഭാഷാനിർണ്ണയമാണിത്.

പലതരം ആളുകൾ ഇവരുടെ ഇടപെടലുകൾ കാരണം മാറിത്തീരു ന്ന(പ്ര)ദേശം. കുലത്തൊഴിലുകളിൽനിന്നും കുലാചാരങ്ങളിൽ നിന്നും വ്യക്തി നിഷ്ഠ പ്രേരണകൾ കൊണ്ടെന്നപോലെ ചരിത്രപ്രേരണകൾ കൊണ്ടും മാറിനിന്ന് പുതിയ രീതിയിൽ ജീവിച്ച, (പ്ര)ദേശത്തെ

മാറ്റുന്ന പുതിയ മനുഷ്യൻ. ഒരു ദൈവത്തിന്റെ/ഭരണാധികാരിയുടെ തട്ടകമെന്ന നിലയിൽനിന്ന് (പ്ര)ദേശം വിമോചിതമാവുന്നു. പലതരം ചരിത്രാനുഭവങ്ങളുടെ സമ്മർദ്ദംകൊണ്ട് സജീവമായിത്തീരുന്ന സ്ഥലരാശിയാണത്. മലബാർ കലാപം നോവലിൽ വൈചാരികം, വൈകാരികം, ഭാഷാപരം, ശരീരഭാഷാപരം, സൂക്ഷ്മരാഷ്ട്രീയം തുടങ്ങിയ തലങ്ങളിൽ സ്വാധീനം ചെലുത്തുന്ന ചരിത്രാനുഭവമാണ്. ഒരുതരത്തിൽ ഇത് സ്വാധീനമല്ല. ആ നാട് സ്വയം ഉണ്ടാക്കിയ സമരത്തിന്റെ കല്ലുക്കങ്ങൾ നാട്ടുതന്നെ ഏറ്റെടുക്കുകയാണ്. നാട് മാറുന്നു. ചരിത്രം വെറും ഭൂതകാലമല്ലെന്നും ചരിത്രം ദൂരസ്ഥലങ്ങളിലല്ലെന്നും ചെറുതും വലുതുമായ വ്യക്തിപരവും സമഷ്ടിതലത്തിലുള്ളതുമായ നിർണ്ണയങ്ങളിലേക്കെല്ലാം അരിച്ചിറങ്ങിക്കൊണ്ടാണ് അത് ചരിത്രമായിത്തീരുന്നതെന്നും നോവലിൽ നിന്ന് അറിയാനാവുന്നു. പുതിയ കാലത്ത്(പ്ര)ദേശത്തിന് അതായിത്തന്നെ നിൽക്കാനാവില്ലെന്നും അതിന് സംസ്ഥാനം-രാജ്യം-ലോകം എന്നീ ക്രമങ്ങളുമായിച്ചേർന്നു നിൽക്കാനേ കഴിയൂ എന്നും ദേശീയ സ്വാതന്ത്ര്യസമരം ലോകയുദ്ധം തുടങ്ങിയ ബൃഹദാഖ്യാനങ്ങളുണ്ടാക്കുന്ന നാട്ടിളക്കങ്ങളുടെ ആഖ്യാനത്തിലൂടെ നോവൽ ബോധ്യപ്പെടുത്തുന്നു. 'ഭൂമിയുടെ അറ്റത്തോളം' എന്ന വിശ്വത്തിന്റെ യാത്രാ കാൽപ്പനികത ഈ മാറിയ സ്ഥല സങ്കൽപ്പത്തിന്റെ സാഹചര്യത്തിലാണ് കനപ്പെട്ട ഒന്നായി മാറുന്നത്.

"എന്റെ ഗുരുവായൂരപ്പാ!...." എന്ന തുടക്കത്തിന് തൊട്ടുതാഴെ ഒറ്റപ്പെട്ട ഒരാളിന്റെ ദീനത ശരീരചിത്രമായി തെളിയുന്നു. തൊട്ടുതാഴെ നിബിഡമായ പ്രകൃതിചിത്രമാണ്- ചന്ദ്രനും സൂര്യനും പൊന്തക്കാട്ടും വാവലുകളും പാമ്പിൻകാവുകളും മരപ്പൊന്തകളും ഇവിടെ തീരുന്നില്ല. പലതരം ആൾക്കാരുടെ സഞ്ചാരമാർഗ്ഗമാണ് തുടർന്നു വരുന്നത്. മണ്ണെണ്ണ കുപ്പിയും അരിവട്ടിയും മീൻകോർമ്പയുമായി വഴിക്കാർ, കൈക്കോട്ട് ചുമലിൽവെച്ച് നീങ്ങുന്ന കൃഷിക്കാർ, ഉളിപ്പെട്ടിയുമായി ആശാരി, നടന്നുതളർന്ന അംശം കോൽക്കാരൻ,..... ഈ യാത്രയുടെ വൈവിധ്യത്തെ "ഇങ്ങനെ ഓരോരുത്തരായി കടന്നുപോയി" എന്ന വാക്യം രേഖപ്പെടുത്തുന്നു. തെണ്ടിപ്പട്ടികൾ കൂടി ഈ സന്ദർഭങ്ങളിലേക്ക് വരുന്നു. പലമയുടെ സംസർഗം. ഇത് നോവലിലുടനീളം തുടരുന്നതിനാൽ ഇതാണ് നോവലിന്റെ ദർശനം എന്നു പറയാം. അല്ലാതെ ഏകാത്മകമായ ഒരു മൂർത്തതത്വമല്ല നോവലിനെ പ്രസക്തമാക്കുന്നത്.

പ്രാർത്ഥന ഞരക്കമാവുന്നത് ഭാഷാഭേദത്തിന്റേയും സാക്ഷ്യമാണ്. നോവലിൽ പലതരം ഭാഷാക്രമങ്ങൾ, ഈണങ്ങൾ, വാക്യക്രമങ്ങൾ,

തത്സമങ്ങൾ, തദ്ഭവങ്ങൾ, ചൊല്ലുകൾ, ഉപമകൾ തുടങ്ങിയവ വരുന്നു. പലമയാണ് ലോകം. ഒന്നാക്കൽ മർദ്ദനമാണ്. ഐഡന്റിറ്റി കാർഡുകൾ, അവയുടെ ഇണക്കലുകൾ (linking)തുടങ്ങിയ പ്രക്രിയകളിലൂടെ യാന്ത്രികമായ ഒരു ദേശീയതാനിർമ്മാണം ത്വരിതഗതിയിൽ നടക്കുന്ന ഒരു കാലത്ത് 'സുന്ദരികളും സുന്ദരന്മാരും' ശ്രദ്ധയോടെ വായിക്കുന്നത് പ്രതിരോധപ്രവർത്തനമായേക്കാം.

●

ഖസാക്ക് തുടങ്ങുന്നു

സ്ഥലത്തിൽ തുടങ്ങുന്ന 'ഖസാക്കിന്റെ ഇതിഹാസം': "കൂമൻ കാവിൽ ബസ്സ് ചെന്നുനിന്നപ്പോൾ ആ സ്ഥലം രവിയ്ക്ക് അപരിചിതമായിത്തോന്നിയില്ല". തുടർന്ന് വായിക്കാനിരിക്കുന്നത് സ്ഥലത്തിന്റെ ഭാവങ്ങളുമായി കെട്ടുപിണഞ്ഞുകിടക്കുന്ന മനുഷ്യരുടെ കഥയാണ് എന്ന സൂചന നോവലിലെ ആദ്യവാക്ക് സ്ഥലപ്പേരാണ് എന്നതിൽനിന്ന് കിട്ടുന്നു. നോവലിന്റെ പേരുതന്നെ സ്ഥലത്തിന് പ്രാധാന്യം കൊടുക്കുന്നതാണ്. ഒരു സ്ഥലത്തിന്റെ കഥ എന്നാണ് 'ഖസാക്കിന്റെ ഇതിഹാസം' എന്നതുകൊണ്ട് പ്രാഥമികമായി മനസ്സിലാക്കാവുന്ന കാര്യം. നോവലിൽ ഇത് നന്നായി നിറവേറ്റുകയും ചെയ്യുന്നു. 'കൂമൻകാവിൽ' എന്ന ആദ്യത്തെ വാക്ക് ഈ പ്രകൃതത്തിലേക്കുള്ള ചൂണ്ടുപലകയാണ്. 'സ്ഥലം' എന്ന വാക്കു തന്നെ ആദ്യവാക്യത്തിൽ പ്രത്യക്ഷപ്പെടുന്നതും ശ്രദ്ധേയമാണ്. ഇതും ഒരു ആമുഖമാണ്- സ്ഥലങ്ങളുടെ സൂക്ഷ്മവർണ്ണനകളാണ് അലംകൃതാഖ്യാനങ്ങളാണ് വരാനിരിക്കുന്നത് എന്നതിന്റെ. ഒരു രചനയിൽ വേണമെങ്കിൽ സ്ഥലത്തെ അത്രകണ്ട് ശ്രദ്ധിക്കാതെ, അമൂർത്തമായി നിർത്താം - അതിന്റെ വിശദാംശങ്ങൾ ഒഴിവാക്കാം. അതൊന്നുമല്ല ഈ നോവലിന്റെ വഴി എന്ന് കൂമൻകാവിനെ 'സ്ഥലം' എന്ന് ഒരുതരം അക്കാദമികച്ഛായയുകൂടി കലർത്തി നിർവചിക്കുന്നതിൽ തെളിയുന്നുണ്ട്. നോവലിൽ സ്ഥലം ആരുടെ കണ്ണിലൂടെയാണ് അവതരിപ്പിക്കാൻ പോകുന്നത് എന്നും ഇവിടെനിന്നുതന്നെ അറിയാം. എല്ലാമറിയുന്ന ആഖ്യാതാവിന്റെ (omniscient narrator) വീക്ഷണകോണിലൂടെയാണ് നോവൽ രൂപപ്പെടുക എന്നുകൂടി ഈ വാക്യം കാണിച്ചുതരുന്നുണ്ട്. എങ്കിലും ആ വീക്ഷണം ഏറെക്കുറേ രവിയുടേതായിരിക്കും എന്നും ഈ ഘട്ടത്തിൽതന്നെ വ്യക്തമാവുന്നു. രവി സ്ഥലത്തെ വീക്ഷിക്കുന്നതിന്റെ വിവരണമാണല്ലോ ഈ വാക്യം.

അയാളുടെ പ്രതീതിയാണ് ഇവിടെ രേഖപ്പെടുത്തിയിരിക്കുന്നത്. നോവലിലെ സർവ്വജ്ഞൻ രവിയായിരിക്കും എന്നൂഹിക്കാൻ ഈ സന്ദർഭം മതിയാകും. രവിയുടെ ഭാവത്തെ സ്വാംശീകരിച്ച വ്യക്തിത്വമാണ് ആഖ്യാതാവിന്റേത്. രവിയുടെ നോട്ടമാണ് നോവലിലെ സ്ഥലങ്ങൾക്ക് അർത്ഥം പകരുന്നത്, രവിയുടെ വരവാണ് ഖസാക്കിന് ഇതിഹാസം പണിയാനിരിക്കുന്നത്. ഇക്കാര്യമത്രയും ആദ്യവാക്കിൽനിന്ന് ധ്വനിക്കുന്നുണ്ട്.

രവിയുടെ നോട്ടം സാധാരണമല്ല- തുടർന്നും അത് ഇങ്ങനെയായിരിക്കും ഈ വാക്യത്തിന് കഴിയുന്നു.' ആദ്യമായി എത്തുന്നതാണെങ്കിലും ആ സ്ഥലം അപരിചിതമായി തോന്നിയില്ല' എന്ന പ്രതീതിയിൽനിന്ന് വ്യക്തമാവുന്ന കാര്യം ഇതാണ്. സ്ഥലത്തെ യാന്ത്രികമായ വസ്തുനിഷ്ഠയോടെയോ, വിവരണാത്മകതയോടെയോ അല്ല നോവലിൽ ആഖ്യാനം ചെയ്യാൻ പോകുന്നത് എന്നും അത് പ്രതീതികളുടേയും മറ്റു സർഗ്ഗബന്ധങ്ങളുടേയും മാനങ്ങളോടുകൂടിയ ആഖ്യാനമായിരിക്കും എന്നും ചെറുതായെങ്കിലും നിർദ്ദേശിക്കാൻ ഈ സന്ദർഭത്തിന് സാധിക്കുന്നുണ്ട്. യുക്തിനിഷ്ഠമെന്നതിനേക്കാൾ ഭാവനാത്മകവും സാമൂഹികമെന്നതിനേക്കാൾ വ്യക്തിനിഷ്ഠവുമായ സ്ഥലദർശനമായിരിക്കും അത് എന്ന് ആദ്യവാക്യം സൂക്ഷിച്ചുനോക്കുമ്പോൾ അറിയാനാവുന്നു.

സന്ദർശനം എന്ന സങ്കല്പത്തെ മാറ്റിയെഴുതുന്ന പ്രതീതിയാണ് 'അപരിചിതമായി തോന്നിയില്ല' എന്നതിലുള്ളത്. കൊളോണിയൽ ലോകക്രമങ്ങളിൽ, പുതിയ നാടുകളിലെത്തുക, അവിടത്തെ വിഭവങ്ങളിൽ അധികാരം നേടുക എന്നതാണ് യാത്രകളുടെ അർത്ഥം. അതിലൊരു കുറ്റബോധത്തിന്റേയും കാര്യം ഇല്ല. പുതുതായി എത്തിയവരുടെ അവകാശമെന്നപോലെയാണ് ഈ അധികാരനിർവ്വഹണം. 'അപരിചിതമായി തോന്നിയില്ല' എന്ന വാക്യം 'തോന്നിയില്ല' എന്ന ക്രിയയിലെ ഉറപ്പില്ലായ്മയോടുകൂടിത്തന്നെ ഈ സമീപനത്തിനെതിരായ ഒരു നീക്കം നടത്തുന്നുണ്ട്. പുതിയ സ്ഥലമാണെങ്കിലും ഇത് തനിക്കറിയാത്ത സ്ഥലമല്ല എന്നും താൻ ഈ സ്ഥലവുമായി ബന്ധമുള്ളയാളാണെന്ന വികാരപരമായ ഭാവന തന്നെ നയിക്കുന്നു എന്നുമുള്ള തോന്നലാണ് രവിയ്ക്കുള്ളത്. അയാൾക്ക് അധിനിവേശകനായി പെരുമാറാൻ കഴിയില്ല. 'ജന്മജന്മാന്തരങ്ങൾ' എന്ന ഹൈന്ദവവിശ്വാസത്തിന്റെ ഓർമ്മയും അപരിചിതമായി തോന്നിയില്ല. താൻ മറ്റേതോ ജന്മത്തിൽ ഈ സ്ഥലവുമായി ബന്ധപ്പെട്ടിട്ടുണ്ടാകണം എന്നീ പ്രതീതികളിൽ ഉണ്ട്. ഇതും നോവലിലെ വരുംഭാഗങ്ങളുടെ പ്രകൃതത്തിലേക്കുള്ള വഴി തുറക്കുന്ന അറിവാണ്.

'ദേജാ വു' (deja vu) എന്നു വിളിക്കുന്ന മാനസികഭാവം മാത്രമാണ് രവിയുടേത് എന്നു പറഞ്ഞാൽ മതിയാവുകയില്ല.

കൂമൻകാവ് എന്ന ശബ്ദം അതിന്റെ പൗരാണികതകൊണ്ട് സവിശേഷമാണ്. ആധുനികതയ്ക്ക് മുമ്പത്തെ(pre-modern)നാട്ടു ഭാവനയുടെ കനിയാണ് ആ പേര്. ഒരു സ്ഥലത്തെ, അവിടത്തെ വിശേഷപ്പെട്ട ഒന്നാകുന്ന ഒരു തിര്യക്കിന്റെ പേരിനെ മുൻനിർത്തി, ഭാഷയിൽ നിർണ്ണയിക്കുക എന്ന സാംസ്കാരിക പ്രവർത്തനമാണത്. ഒറ്റയ്ക്ക് നിൽക്കുമ്പോൾതന്നെ ആഖ്യാനമായിത്തീരുന്ന സ്ഥലനാമം. സസ്യജന്തുജാലത്തെ പരിഗണിച്ചുകൊണ്ട് സ്ഥലങ്ങളുടെ വ്യത്യസ്തത സ്ഥാപിക്കുന്ന നാട്ടുപാരമ്പര്യത്തിന്റെ ഭാഗമാണത്. അതെ, കൂമൻകാവ് പാരമ്പര്യത്തിന്റെ അസ്സൽ പ്രതീകമാണ്. ഇതിനോട് ചേർന്നാണ് 'ബസ്സ്' എന്ന ഇംഗ്ലീഷുവാക്ക് വരുന്നത്. ആധുനികതയുടെ വാഹനമാണ് ബസ്സ്. പാരമ്പര്യത്തെ ആധുനികത തൊട്ടതിന്റെ ചിത്രം തെളിയുന്നു. രണ്ടു രജിസ്റ്ററുകളിൽപ്പെട്ട കൂമൻകാവ്, ബസ്സ് എന്നീ വാക്കുകൾ ഒന്നിച്ചുചേർക്കുന്നതിൽ അപാകം തോന്നാത്ത വിധം ആധുനീകതയെ സ്വാംശീകരിച്ചുകഴിഞ്ഞ ഒരു കാലത്താണ് നോവൽ പ്രവർത്തിക്കുന്നത് എന്നും ഇതേ സന്ദർഭത്തിൽനിന്നറിയാം. നോവൽ കൂമൻകാവിനേയും ബസ്സിനേയും പ്രതീകങ്ങളായി എടുത്ത്, പാരമ്പര്യത്തെയും ആധുനികതയേയും ഉൾക്കൊള്ളുന്ന ഒരു ഭാഷാശില്പമായും പ്രത്യയശാസ്ത്രഘടനയുമായാണ് വികസിക്കുക എന്ന ഉറപ്പ് ഈ ആദ്യവാക്യത്തിൽനിന്ന് വായനക്കാർക്ക് കിട്ടിക്കഴിഞ്ഞു. ('കൂമൻകാവിൽ ബസ്സു ചെന്നുനിന്നപ്പോൾ' എന്ന ഭാഗം ഒരു (പുരോഗമന) റിയലിസ്റ്റു നോവലിന്റെ സ്വരമാണ് ഉൾക്കൊള്ളുന്നത്. 'ആ സ്ഥലം രവിയ്ക്ക് അപരിചിതമായി തോന്നിയില്ല 'എന്ന ഭാഗം, പക്ഷേ ഈ സ്വരത്തിനെതിർ നിൽക്കുന്നു. വാസ്തവത്തിൽ 'ഖസാക്കിന്റെ ഇതിഹാസം' പല പുരോഗമനറിയലിസ്റ്റ് നോവലുകളുടേയും പാരഡിയാണ്. ഒരു പരമ്പരാഗതഗ്രാമത്തിലേക്ക് ആധുനിക വിദ്യാഭ്യാസം നേടിയ ഒരാൾ (പലപ്പോഴും ഒരധ്യാപകൻ) കടന്നുവന്ന് അവിടെ പുരോഗമന പ്രവർത്തനം നടത്തുന്നതും, ഫ്യൂഡലിസ്റ്റുകളെ എതിർത്ത്, മാറ്റത്തിന്റെ നിലമൊരുക്കുന്നതുമായ നോവൽക്രമം 'ഖസാക്കിന്റെ ഇതിഹാസ'ത്തിൽ പാരഡീകരണത്തിന് വിധേയമാവുന്നു.

'കൂമൻകാവിൽ ബസ്സു ചെന്നുനിന്നപ്പോൾ...' എന്നതിൽ യാത്രയുമായി ബന്ധപ്പെട്ട അനുഭവം പ്രകടമായുണ്ട്. രവിയുടെ യാത്രകൾ എന്ന പ്രമേയം ഇവിടെ വിളംബരപ്പെടുത്തുകയാണ് നോവൽ. രവി പുറത്തുനിന്നു വരുന്ന ആളാണെന്നും ഇതേ വാക്യത്തിൽനിന്നറിയാം.

എന്നാൽ താൻ ഇവിടെ ഒരു അതിഥിയായോ അന്യയായോ കഴിയാനല്ല വരുന്നത് എന്ന തോന്നൽ രവിയ്ക്കുണ്ട്. 'അപരിചിതമായി തോന്നിയില്ല' എന്ന അറിവ് ഉണ്ടാകുന്നത് ഈ താല്പര്യത്തിൽനിന്നാണ്. അത് രവിയുടെ ഒരു മുന്നൊരുക്കം പോലെയാണ്. '..ബസ്സ് ചെന്നു നിന്നപ്പോൾ' എന്നു വായിക്കുമ്പോൾ, ബസ്സിന്റെ അന്തിമസ്ഥാനം വേറൊരിടമാണ്, ആ റൂട്ടിലുള്ള ഒരു സ്ഥലമാണ് 'കൂമൻകാവ്' എന്ന് തോന്നാം. അതേ പോലെ കൂമൻകാവിലവസാനിക്കുന്ന ബസ്സാണ് എന്നും തോന്നാം. ഇങ്ങനെ രണ്ടു സാധ്യതകളുണ്ട്. രണ്ടാമത്തേതാണ് ശരി എന്ന് തൊട്ടടുത്ത ഖണ്ഡികയിൽനിന്ന് അറിയാം. "അവിടെ ബസ്സ്റൂട്ടിന്റെ അവസാനമാണ്." കൂമൻകാവ് നോവലിന്റെ തുടക്കമാണെങ്കിൽ രവിയുടെ അവസാനത്തിന്റെ സ്ഥലവുമാണ്. 'കൂമൻകാവിലെത്തിയപ്പോഴേക്കും.....' എന്ന് നോവലിന്റെ അവസാനഭാഗത്തും വായിക്കാം. രവി എന്നയാളിന്റെ വഴി അവസാനിക്കുന്നത് 'കൂമൻകാവിലാണ്. 'ബസ്സു വരാനായി രവി കാത്തുകിടന്നു' എന്നതാണ് നോവലിലെ അവസാനവാക്യം. കൂമൻകാവും ബസ്സും നോവലിനെ പൂണ്ടടക്കം പിടിച്ചിരിക്കുന്നു എന്നർത്ഥം. ബസ്സ് ആധുനികതയുടെ വാഹനമാണെങ്കിൽ, രവിയെ കയറ്റിക്കൊണ്ടുപോകാൻ അതിന് താല്പര്യമില്ല. രവി കാത്തുകിടക്കുകയാണ്- പക്ഷേ, ബസ്സുവന്നു എന്ന് നോവലിൽ പറയുന്നില്ല. രവിയെ കൂമൻകാവങ്ങാടിയുടെ നവവിജനതയിൽ നോവൽ ഉപേക്ഷിച്ചിരിക്കുന്നു. ഇതാണ് നോവലിലെ ഒടുക്കക്കൊഴ്ച. ഇതിന് പ്രമേയഗാഢതയേറുന്നത് തുടക്കത്തിന്റെകൂടി സഹായത്തിലാണ്.

ഖസാക്ക് എന്ന ഗ്രാമത്തിലേക്കുള്ള കവാടമാണ് കൂമൻകാവ്. 'കൂമൻകാവിൽ...' എന്നു തുടങ്ങുന്ന നോവലിന്റെ ആദ്യവാക്യം നോവലിലേക്കുള്ള കവാടവും.

●

കുരുത്തോലയും ഓലമെടലും

സൗന്ദര്യശാസ്ത്രകാരൻ; ഈസ്റ്ററ്റീഷ്യൻ. കാവാലം നാരായണപ്പണിക്കരെക്കുറിച്ച് എഴുതാനിരിക്കുമ്പോൾ ഈ വാക്കുകളാണ് മനസ്സിൽ വരുന്നത്. കേരളീയമായ ഗീത താള പദ്ധതികളിൽ കാവാലത്തിന് പ്രാവീണ്യമുണ്ടായിരുന്നു. നടനകാര്യങ്ങളിൽ നല്ലയറിവ്. ഇത് ഏറെയും നേരിട്ടുള്ള അറിവാണ്. അതിനോട് വൈകാരികമായ അടുപ്പവും ഉണ്ടായിരുന്നു. എന്നാൽ അദ്ദേഹം നാട്ടറിവിന്റെ ആൾ മാത്രമായിട്ടല്ല ജീവിച്ചത്. 'ഭാരതീയം' എന്ന് പറയാറുള്ള സംസ്കൃത നാടക പാരമ്പര്യത്തെയും, വേറൊരളവിലാണെങ്കിലും, അദ്ദേഹം പ്രചോദനത്തിന്റെ ഒരു ഉറവയായി മാനിച്ചിരുന്നു. കേരളത്തിന്റെ ഭൂമിശാസ്ത്രം, സംസ്കാര പഴമ, കാലാവസ്ഥ, തച്ചുശാസ്ത്രം എന്നിവയോടുള്ള ദൈവമെന്നു തന്നെ പറയാവുന്ന അഭിനിവേശം കാവാലത്തിന്റെ സർഗ്ഗചരിത്രത്തിന്റെ കേന്ദ്രസ്ഥാനത്തു തന്നെ ഉണ്ട്. അദ്ദേഹത്തിന്റെ കുറിപ്പുകളിലും പ്രസംഗങ്ങളിലും നാടകശിബിരങ്ങളിലെ അധ്യാപന സന്ദർഭങ്ങളിലും ഇത് സ്വാഭാവികതയോടെ ഉണർന്നുണർന്നു വന്നു. അതാണ് കാവാലത്തെ വ്യത്യസ്തനായി സ്ഥാനപ്പെടുത്തിയതും. തന്റെ ഭാരതീയ(സംസ്കൃത) നാടകാവതരണങ്ങളിലും (അത് സംസ്കൃത മാധ്യമത്തിലാവുമ്പോഴും) ഈ അഭിനിവേശം നിർണ്ണായകസ്ഥാനം നേടിയതായി കാണാം. ഇതിന്റെ കാര്യം വിദേശീയർ വിലയിരുത്തിയത് ഇങ്ങിനെയാണ്. "And in Kerala the work of Kavalam Narayan Panikar has achieved critical acclaim for its integration of folk and classical theatre traditions". (Fartey Ridimond. The Cambridge Guide to theatre, Martin Bauham (Ed) 1992.) ഫോക് നാടകരൂപങ്ങൾ കീഴാളസംസ്കൃതിയുടേതാണ്. സംസ്കൃത പാരമ്പര്യം മേലാള ബ്രാഹ്മണ സംസ്കൃതിയുടേതാണ്. ഈ വിപരീതങ്ങളുടെ രാഷ്ട്രീയവും ചരിത്രവും കാവാലത്തിന്റെ ശ്രദ്ധയിൽ

വന്നില്ല. നാടോടി നാടകരൂപങ്ങൾ എന്തിനു വേണ്ടിയുണ്ടായി, അവയുടെ പരിണാമത്തിന്റെ ഭൗതികഹേതുക്കൾ എന്തൊക്കെയാണ് തുടങ്ങിയ കാര്യങ്ങളിൽ അദ്ദേഹം കാര്യമായ താല്പര്യം കാട്ടിയില്ല.

കേരളം നാടോടികലാസാന്ദ്രത നന്നേയുള്ള സംസ്കാരദേശമാണ്. അതിന്റെ ഏതാനും ദൃശ്യചിഹ്നങ്ങളും (motifs) താളക്കെട്ടുകളുമാണ് കാവാലം സ്വന്തം രംഗരചനകളിൽ വിന്യസിച്ചത്. അതുതന്നെ അവയുടെ ജീവനായ ചരിത്രപരതയിൽ ശ്രദ്ധ പതിപ്പിക്കാതെയാണ് ചെയ്തുവന്നത്. ഭംഗി തോന്നുന്ന, കൗതുകം പകരുന്ന ഇനങ്ങൾ അദ്ദേഹം കയ്യേൽക്കുകയായിരുന്നു. ആ ഇനങ്ങൾ വെച്ചുള്ള ശൈലീകരണം. ഇതാണ് ആ തിരുവരങ്ങിന്റെ ആധാരപ്രകൃതം. പല ഇനങ്ങൾ ചേർക്കുമ്പോൾ ഉണ്ടാകാവുന്ന തരക്കേടുകൾ തീർക്കാൻ താളത്തിന്റെ വഴക്കങ്ങളും പ്രയോഗിച്ചു വന്നു. നാടോടിത്തത്തെപ്പറ്റിയും കീഴാളത്തത്തെപ്പറ്റിയും ദേശീയതയെപ്പറ്റിയുമൊക്കെയുള്ള, നാട്ടുജീവിതത്തിന്റെ ആത്മീയതലത്തെപ്പറ്റിയുള്ള തന്റെ സൈദ്ധാന്തികാഭിനിവേശം ഇങ്ങനെയൊന്നായിട്ടാണ് പതിറ്റാണ്ടുകളായി അരങ്ങിൽ വന്നത്.

അവയിൽ വിമർശനപാഠങ്ങൾ ഉണ്ടായിരുന്നു; പ്രതിരോധ സൂചനകൾ കാണാമായിരുന്നു; ജനന-മരണങ്ങളെക്കുറിച്ചുള്ള ദാർശനികധ്വനികൾ കേൾക്കാമായിരുന്നു. പക്ഷെ അതൊക്കെയും ഉപചാരത്തിന്റെ തലം വിട്ടുയർന്നില്ല. കവിതയിലും ചലച്ചിത്രഗാനങ്ങളിലും കാവാലം ഉണ്ടാക്കിയ നാടകീയത നാടകങ്ങളിൽ അനുഭവപ്പെട്ടില്ല. 'അവനവൻ കടമ്പ' എന്നത് വല്ലാത്തൊരു പേരായിപ്പോയി. കാവാലം രൂപത്തിന്റെ ഒറ്റ മാതൃകയെയാണ്. (വ്യക്തിപരമായും, സൈദ്ധാന്തികമായും വൈവിധ്യം ആഗ്രഹിച്ചുവെങ്കിലും) അരങ്ങിൽ ആവർത്തിച്ചത്. 1978 ൽ പുസ്തകമായി വന്ന കൃതിയാണ് 'അവനവൻ കടമ്പ'. പുസ്തകത്തിന്റെ പുറംചട്ടയിൽ കൊടുത്ത കാര്യം- Blurb കാവാലത്തിന്റെ പ്രകടനപത്രികയെന്ന നിലയിൽ തന്നെ സംവിധാനം ചെയ്തതാണെന്നു വേണം കരുതാൻ. അത് പ്രസാധകന്റെ വകയായ എഴുത്തല്ല- സ്വന്തം കൂട്ടത്തിൽ നിന്നുള്ള മൊഴിയാണ്. അത് ഇങ്ങനെയാണ്." തനതായ ഒരു നാടകവേദിയേയും നാടകമൂല്യങ്ങളേയും പറ്റിയുള്ള അന്വേഷണത്തിന്റെ ഒരു ഘട്ടത്തെ പ്രതിനിധാനം ചെയ്യുന്ന ശക്തമായ നാടകമാണ് കാവാലത്തിന്റെ 'അവനവൻ കടമ്പ'. അനുഷ്ഠാനങ്ങളും ആചാരങ്ങളും നാടോടിദൃശ്യങ്ങളും ഉൾക്കൊണ്ട് ക്രിയാംശത്തെ വികസിപ്പിച്ച്, ദൃശ്യാംശത്തിന് പ്രാധാന്യം നൽകി രചിച്ച ശ്രദ്ധേയമായ നാടകം. സ്വന്തം അവബോധത്തിൽ നിന്ന് മെനഞ്ഞെടുത്ത നാട്യപ്രകാശം. താളത്തിന്റേയും അവതാളത്തിന്റേയും കഥ.

ഇതത്രെ 'അവനവൻ കടമ്പ'യുടെ സൂക്ഷ്മബീജം." ഇവിടെ പറയുന്നതു മുഴുവൻ രൂപശില്പത്തെപ്പറ്റിയാണ്. നാടകപ്രമേയത്തെപ്പറ്റി നേർത്ത സൂചന പോലും കാണാനില്ല.

ഈ ശില്പവഴക്കം ഒരു ഘടനയായി സ്ഥിരപ്പെട്ടുപോയി. 'അവനവൻ കടമ്പ'യുടെ പുസ്തകത്തിന്റെ ആദ്യഭാഗമായ ചർച്ചയിൽ അയ്യപ്പപണിക്കർ പറയുന്നുണ്ട്: "....നാടകത്തിന് നാടകപ്രകാശമുണ്ടോ? തീർച്ചയായും നാടകരചനയ്ക്കുമുമ്പ് ചിട്ടപ്പെടുത്തിവെച്ച ഒരു സമ്പ്രദായം എന്ന അർത്ഥത്തിലാണെങ്കിൽ ആ ചിട്ട നാടകത്തെ നശിപ്പിക്കുകയേ ഉള്ളൂ. 'അവനവൻ കടമ്പ' മുൻകൂർ ചിട്ടയില്ലാതെ പരിശീലനവേളകളിലെ അനുഭവങ്ങളിലൂടെ രൂപം കൊണ്ട രംഗഘടനയാണെന്നാണല്ലോ ഇതിന്റെ സ്വരം. അന്ന് അതിന് പുതുമയും രസനീയതയും ഉണ്ടായിരുന്നു. പക്ഷേ അയ്യപ്പണിക്കർ സങ്കല്പിച്ചതിന് വിരുദ്ധമായി പിൽക്കാലനാടകങ്ങളിൽ മുൻകൂറായി 'ചിട്ടപ്പെടുത്തിവെച്ച ഒരു സമ്പ്രദായ'മായി അത് മാറുകയായിരുന്നു. ഏതു നാടകവും ചെയ്യാൻ തനിക്ക് ആ ചിട്ട മതി എന്ന് കാവാലം കരുതിയതുപോലെയാണ് പലർക്കും അനുഭവപ്പെട്ടത്. അതിനൊരു തരം ഭംഗിയുണ്ടായിരുന്നു; താളത്തിന്റെ ലയം ഉണ്ടായിരുന്നു. പക്ഷേ നാടകപ്രമേയത്തെ ഉള്ളുലയ്ക്കുന്ന ഒരു സാംസ്കാരികാനുഭവമായി കാട്ടിത്തരാൻ ആ ഘടനയ്ക്ക് കഴിഞ്ഞുവെന്ന് തോന്നുന്നില്ല. ചരിത്രപരത ദീക്ഷിക്കാതെ നാടോടിയിനങ്ങളെ ഭംഗിയുടെ ഇനങ്ങളായി വർഗ്ഗീകരിച്ചതിന്റെ ഫലമാണ് ഇത്. ഇതിലൂടെ ഒരു നടന്റേയൊ നടിയുടെയോ വ്യക്തിത്വം സർഗ്ഗശോഭയോടെ പ്രകാശനം ചെയ്യപ്പെട്ടിട്ടില്ല. നാടകകൃതിയെന്നപോലെ, നടനവ്യക്തിത്വവും ഈ ഘടനയുടെ ഏകാത്മകതയ്ക്കുള്ളിൽ തടവിലാവുകയായിരുന്നു. നാടകകഥയിലെ വൈരുദ്ധ്യത്തിന്റെ മൂർച്ച ഗീതനൃത്തവാദ്യങ്ങളുടെ ശോഭയാത്രയിൽ ലോലലോലമായിപ്പോയി. 'മാന്ത്രികക്കാറ്റ്' എന്ന പേരോടെ 'ദ റ്റെംബസ്റ്റ്' കാവാലം അരങ്ങിലെത്തിച്ചപ്പോൾ പ്രോസ്പെറോ- കാലിബൻ സംഘർഷം പോലുള്ള ചരിത്രപാഠങ്ങൾ അവ്യക്തരേഖകളായിത്തീരുകയാണുണ്ടായത്.

നാടകം ഭംഗിയുടെ രംഗം എന്ന നിലയിൽ വന്നു. ലയപ്രതീതി മാത്രമായി സംവിധായകന്റെ ലക്ഷ്യം. തീക്ഷ്ണവൈരുദ്ധ്യത്തിന്റെ അവതരണസാദ്ധ്യതകൾ പരിഗണിക്കപ്പെട്ടില്ല. ലയത്തിന്റെ ഈ അനുഭവമാണ് ഇന്ത്യൻ നാടകത്തിന്റെ ശുദ്ധരൂപം എന്ന് ഈ നാടകങ്ങൾ കണ്ട പല വിദേശികളും കരുതിപ്പോന്നു. ഇന്ത്യൻ നാടകത്തിന്റെ ഒരു പ്രതിനിധി എന്നതിനപ്പുറം അതിന്റെ ശരിമുദ്ര എന്ന തലത്തിലേക്ക് കാവാലം ഉയർത്തപ്പെട്ടുകയുണ്ടായി. ഇതാണ് കാവാലത്തിന്റെ ലോകയാത്രകളുടെ അണിയറ.

ഒരേ തരത്തിലല്ല ഇന്ത്യൻ ജീവിതം. അതുകൊണ്ട് ഏകാത്മകമായ ഒരു ഇന്ത്യൻ തിയേറ്ററും ഇല്ല—അത് അസാധ്യവും അതിലേറെ അനാവശ്യവുമാണ്. വാദ്യ-ഗീത-നൃത്താദികളുടെ സമന്വയത്തിലൂടെയാണ് ഇന്ത്യൻ തിയേറ്റർ സമകാലികാവസ്ഥയിൽ വരേണ്ടത് എന്നത് ഒട്ടും നിഷ്കളങ്കമായ വിചാരവുമല്ല. 1978 ൽ, എറണാകുളത്തു നടന്ന ദേശീയ നാടകോത്സവത്തിൽ 'അവനവൻ കടമ്പ' കേരളത്തിന്റെ ഔദ്യോഗിക എൻട്രിയായി കളിച്ചിരുന്നു. അതേ രംഗോത്സവത്തിൽ ഹിന്ദിയിലേയും മറാഠിയിലേയും തമിഴിലേയും പുതിയ നാടകങ്ങളും വന്നു. വിജയ് ടെണ്ടുൽക്കറുടെ 'ഘാസിറാം കൊത്ത്വാൾ' പോലുള്ളവ. അവയിൽ ഇന്ത്യൻ ഗ്രാമങ്ങളുടെ ഭാഷയും ഐതിഹ്യ പാരമ്പര്യവും ഉണ്ടായിരുന്നു. മൂർച്ചയേറിയ വൈവിധ്യങ്ങളുടെ അവതരണ വേദിയായിരുന്നു ആ നാടകങ്ങൾ. 'അവനവൻ കടമ്പ'യിൽ ഈ ചരിത്രാനുഭവം പൊതുവേ അന്യമായിരുന്നില്ല. ഇന്ത്യൻ കീഴാള ജീവിത ചരിത്രത്തിലെ അലോസരതകൾക്ക് മീതെ മണ്ണിട്ട്, ശാന്തതയുടെ മനോഹരരൂപം മെനയാനുള്ള ശ്രദ്ധയായി തന്റെ വിപുലവും വിശിഷ്ടവുമായ കലാന്വേഷണങ്ങളെയും സർഗ്ഗാനുശീലങ്ങളെയും എന്തുകൊണ്ടോ കാവാലം മാറ്റുകയാണുണ്ടായത്. കാവാലത്തിന്റെ സൗന്ദര്യപദ്ധതിയെക്കുറിച്ചല്ലാതെ, അദ്ദേഹത്തിന്റെ രംഗകൃതികളിലെ പ്രമേയങ്ങളെക്കുറിച്ച് ഒരു ചെറിയ സംവാദംപോലും ഉണ്ടായതായി അറിവില്ല. അച്ചടിപ്പാഠം മാത്രം വായിച്ചാൽ പ്രമേയങ്ങൾ തെളിഞ്ഞുകിട്ടുവായിരിക്കും. രംഗത്ത് ആ തലം പുകമറക്കുള്ളിലായിരുന്നു. അതു ശ്രദ്ധിക്കാതെ തന്നെ, പ്രേക്ഷകരെ ആനന്ദിപ്പിക്കാനുള്ള ഒന്നായിട്ടാണ് കാവാലചിട്ട പരിണമിച്ചത്. കാവാലത്തിന്റെ നാടകം ഇന്ത്യൻ ജീവിതത്തിന്റെ കലാ പ്രമാണമായി കാണുന്ന, ഒരു വിദേശി ഇന്ത്യയെ തീക്ഷ്ണ പ്രശ്നങ്ങളില്ലാത്തതൊരു ദേശമായിട്ടാവും മനസ്സിലാക്കുക. ഇതാണ് ആത്മീയതയുടെ അനുഭവം എന്ന് കാവാലവും ധരിച്ചുപോയോ? അല്ല, തന്റെ implied readers (spectators) വിദേശികളാണ് എന്ന് ഒരു ഘട്ടമാവുമ്പോഴേക്കും അദ്ദേഹം തീർപ്പാക്കിയിരുന്നുവോ? താൻ ചരിത്രനിഷ്ഠയോടെയാണ് തനതായ ഒരു നാടകവേദിയായി അദ്ധ്വാനിച്ചിരുന്നതെങ്കിൽ, ഗോളത്തിൽ കാവാലം ശരിയായ ജനപ്രീതി നേടുമായിരുന്നു-കടമ്മനിട്ടയുടെ കവിതകൾ നേടിയ പ്രീതിക്ക് സമമായ ഒന്നാകുമായിരുന്നു അത്.

ഹബീബ് തൻവീറിനെ ഓർക്കട്ടെ. തന്റെ നാടകപ്രേമം തൻവീറിനെ ലണ്ടനിലെത്തിച്ചു. റോയൽ അക്കാദമി ഓഫ് ഡ്രാമാറ്റിക്ക് ആർട്സിൽ (RADA). അവിടെനിന്ന് തൻവീറെടുക്കുന്ന തീരുമാനം ഇന്ത്യൻ നാടകം ചെയ്യാനാണ്. അതിനാൽ ലണ്ടനിലെ അറിവൊക്കെ അദ്ദേഹം തന്നിൽ നിന്ന് എടുത്തുകളയാൻ തുനിഞ്ഞു.

('unlearn'എന്നതാണ് തൻവീറിന്റെ സ്വന്തം പ്രയോഗം) 'നയാ തിയേറ്റർ' (പുതിയ നാടകം) എന്ന വിചാരവുമായി അദ്ദേഹം പോയത് ഛത്തീസ്ഗഢിലെ ആദിവാസിഗോത്രത്തിലേക്കാണ് ആ ജീവിതത്തിൽ നിഴലിക്കുന്ന വൈരുധ്യ - വൈവിധ്യങ്ങൾ, ചരിത്രത്തിന്റെ അടിവരകളോടെ ചിട്ടപ്പെടുത്തിയതാണ് ഹബീബ് തൻവീറിന്റെ നാടകങ്ങൾ. അവയിലെ നാടോടിത്തം ഗീത നൃത്ത-വാദ്യങ്ങളിൽ ഒതുങ്ങുന്നതല്ല. സമഗ്രമായ ഒന്നാണ്, ലോകവീക്ഷണം കൂടിയാണ്, ആ നാടോടി സാന്നിധ്യം. അസ്വാസ്ഥ്യങ്ങളിൽ നിന്ന് ശാന്തതലമുണ്ടാക്കി 'ഭാരതീയത' എന്നു നിർണ്ണയിക്കുന്ന ശ്രമമല്ല ഹബീബ് തൻവീറിന്റെ ഭാഗത്തുനിന്നുണ്ടായത്. 'നയാ' തിയേറ്ററിലെ അഭിനേതാക്കൾക്ക് സ്വവ്യക്തിപ്രകാശനം സാധിക്കുകയും ചെയ്തിരുന്നു. ഛത്തീസ്ഗഢിലെ ചില ഭംഗികളെയല്ല, ആ ദേശത്തിന്റെ ജീവിതചിഹ്നങ്ങളെയാണ് അവർ രംഗക്കാഴ്ചകളും ഒച്ചകളുമായി മാറ്റിയത്. റിയലിസം, ഫാന്റസി, കാവ്യനാടകം തുടങ്ങിയ തരം തിരിവുകളെയെല്ലാം ധിക്കരിക്കുന്ന ഒരു ക്രമമായി-ജൈവവും അയവുള്ളതുമായ ഒന്ന്- അത് കലാചരിത്രത്തിൽ ഇടം നേടിയിട്ടുണ്ട്. പി.എം താജിന്റെ കടുക്ക, രാവുണ്ണി, പാവത്താൻ നാട് തുടങ്ങിയ നാടകങ്ങളുടെ യാഥാർത്ഥ്യവും ഇതിനോട് സാമ്യമുള്ളതാണ്.

'തനത്'എന്നാൽ നാട്ടു പഴമ മാത്രമല്ല-താളങ്ങളും ഈണങ്ങളും മാത്രമല്ല. ഒരു ദേശത്തിന്റെ ജീവിതത്തെ അഗാധമായി സ്പർശിച്ച വിഷയങ്ങളുമായി ബന്ധപ്പെട്ട്, സാധാരണജീവിതത്തിൽ തന്നെയുള്ള വസ്തുക്കൾക്കും ഭാഷണങ്ങൾക്കും മറ്റുമാണ് ആ വ്യവഹാരമായിത്തീരാൻ കൂടുതൽ അർഹത. 'നിങ്ങളെന്നെ കമ്യൂണിസ്റ്റാക്കി' യുടെ തുടക്കത്തിൽ ഒരു ഉണങ്ങിവീണ തെങ്ങോല മുഴു രൂപത്തിലുണ്ട്. അതും വലിച്ചുവരുന്ന പരമുപിള്ളയാണ് നാടകത്തിലെ ആദ്യത്തെ ക്രിയാംശം. ആ ഓലക്ക് എന്തൊരു പ്രമേയബലമാണ്. അത് നാടകത്തിലെ സ്ഥലത്തിന്റെ പ്രകൃതം സൂചിപ്പിക്കുന്നു; പരമുപ്പിള്ളയുടെ വാർധക്യത്തെ അടയാളപ്പെടുത്തുന്നു, അത് അയാളുടെ നിസ്വതയുടെ തെളിവായിനില്ക്കുന്നു; താൻ കാവാലാളായിരിക്കുന്ന (ഫ്യൂഡൽ) വ്യവസ്ഥയുടെ പഴക്കത്തിന്റെയും പതനത്തിന്റെയും പ്രതീകം കൂടിയാണ് ആ ഓലമടൽ-പ്രകടനപരമല്ലാത്ത, ലളിതമായ രംഗോപാധി (device) മലയാള നാടകവേദിയിൽ ഒരു നീളൻ ഓലമടൽ വരുന്നത് ആദ്യമായാണ്. അത് നാടകചരിത്രത്തിലും നാടകക്കാഴ്ചയുടെ ചരിത്രത്തിലും ഒരു വിച്ഛേദമായിത്തീരുകയും ചെയ്തു. അതിന് പ്രത്യേകമായി ചിട്ടപ്പെടുത്തിയ ഭംഗിയല്ല ഉള്ളത്-ജീവിതലേഖനത്തിന്റെ സൗന്ദര്യമാണ്.

കാവാലം കേരളീയതയെ വേറൊരുതരത്തിലും കണ്ടു. തന്റെ ഉള്ളിൽ ആധാര ശ്രുതിയായി ഉള്ള താളരൂപിയായ കാല്പനികത യക്ക് ഇണങ്ങുന്ന ഒന്നാണത്. അതിൽ ജീവിതത്തിന്റെ ഇനങ്ങൾ കുറവാണ്. ദൃശ്യത്തിന്റെയും ശ്രാവ്യത്തിന്റെയും പൊരുത്തം (harmony) ഒന്നാം പരിഗണനയായി വന്നു. പ്രശ്നങ്ങളും ദർശനങ്ങളും അതിന് കീഴ്പ്പെട്ടു. തനതു ജീവിതവും അതിന്റെ നാടകീയതയും എന്നും ഈ ഘടനയ്ക്ക് പുറത്തുനിന്ന- unholy theatreനെ പലതരത്തിൽ രൂപീകരിച്ചുകൊണ്ട്.

●

വേറെ സൗകുമാര്യം

ഒരു പ്രകടനം വരുന്നു. ഉശിരൻ മുദ്രാവാക്യങ്ങൾ, ചടുലമായ ശരീരചലനങ്ങൾ. എന്താണിതിന്റെ സൗന്ദര്യതത്ത്വം?

ഒരാൾക്ക് മറ്റൊരാളിനോട് ദേഷ്യം തോന്നുന്നു. ദേഷ്യം ഭാഷയായത് നായയുമായി മറ്റേയാളിനെ ചേർക്കുന്ന ഒരു തെറിവാക്കായിട്ടാണ്. ഈ പ്രയോഗത്തിന്റെ ചരിത്രവും ഭാഷാശാസ്ത്രവും എന്താവാം?

വടിവൊത്ത ഭാഷയിൽ കവിതയെഴുതിപ്പോന്ന, സംസ്കൃതജ്ഞാനം അധികയോഗ്യതയായുള്ള കവി പെട്ടെന്നൊരുനാൾ "ആടടാ ചെറ്റേ ആട്....." എന്നുമറ്റും എഴുതിത്തുടങ്ങി. ഈ തുടക്കത്തിന്റെ മട്ടും മാതിരിയും എന്തിനെയാണ് സൂചിപ്പിക്കുന്നത്?

സർക്കസിൽ കുള്ളൻ കോമാളി വലിയ കോമാളിയുടെ അടികൊള്ളും. തിരിച്ചും സംഭവിക്കും, ചിലപ്പോഴെങ്കിലും. ഈ വലിപ്പചെറുപ്പം ഒരു കൊട്ടകക്കാര്യം മാത്രമാണോ?

ഡോ. ടി.പി. സുകുമാരൻ ചിന്തിച്ചുപോന്നത് വേറിട്ട രീതിയിലായിരുന്നു. തന്റെ കാലത്തെയും പാരമ്പര്യത്തെയും അദ്ദേഹം വായിച്ചറിഞ്ഞത് നടപ്പുചിട്ടകൾ പിൻപറ്റിക്കൊണ്ടല്ല. സംസ്കാരം എന്ന വാക്ക് അദ്ദേഹം ആവർത്തിച്ചു പറഞ്ഞില്ലെങ്കിലും സംസ്കാരത്തിന്റെ സ്വരൂപം ഒട്ടും സങ്കീർണ്ണമാണെന്ന് രണ്ടുമൂന്നു പതിറ്റാണ്ടുകാലമെങ്കിലും അദ്ദേഹം പലമാനങ്ങളിലും ശൈലികളിലും ബോദ്ധ്യപ്പെടുത്താൻ ശ്രമിച്ചു പോന്നു. സംസ്കരിച്ച് ശുദ്ധമാക്കിയത് മാത്രമാണ് സംസ്കാരം എന്നത് പ്രതിരോധത്തിന്റെയും മുന്നേറ്റത്തിന്റെയും സാധ്യതകളെ മരവിപ്പിച്ചു നിർത്താൻ മേലാളവർഗ്ഗം ഉണ്ടാക്കിയ നിർവ്വചനമാണ്; സംസ്കാരം വല്ലാത്ത കൂട്ടു കഷായമാണ്-ഡോ.സുകുമാരൻ പറയുകയും തെളിയിക്കുകയും ചെയ്ത ഒരു പ്രധാന കാര്യമിതാണ്.

ഇതിനെ വേറൊരു നിലയിൽ നോക്കിക്കാണാം. പുരോഗമന പ്രസ്ഥാന പ്രവർത്തനങ്ങളുടെ ഭാഗമായി ഉണ്ടായ ആധുനികതയുണ്ട്. കോളത്തിന്റെ മോഡേണിറ്റിയും അതിന്റെ കലാ-സാഹിത്യാവിഷ്ക്കാരങ്ങളും. ഇതിന്റെ ആദർശാത്മക രൂപമായി സ്ഥിരപ്പെട്ടത് റിയലിസമായിരുന്നു– റഷ്യനംഗീകാരം കൂടിയുള്ള സോഷ്യലിസ്റ്റ് റിയലിസം എന്നു പറഞ്ഞാൽ വെടിപ്പായി. തുടർന്നുവന്ന ആധുനികതാവാദമാകട്ടെ (മോഡേണിസം) യൂറോപ്യൻ അസ്തിത്വവാദത്തിന്റെ അർത്ഥാന്തരന്യായമായി നിന്ന്, സോഷ്യലിസ്റ്റ് റിയലിസത്തോടുള്ള പ്രതികരണമായി മാറുകയും ചെയ്തു. ഈ രണ്ട് സർഗ്ഗനിലപാടുകൾക്കും വേണ്ടത്ര കണ്ടുപിടിക്കാനാവാത്ത ഒരാധുനികതയുണ്ട്. അത് പ്രതിരോധാത്മകവും വൈവിധ്യത്തിന്റെ സൗന്ദര്യത്തിൽ ശ്രദ്ധിക്കുന്നതുമാണ്. പൂർണ്ണതയിലും ഡാംഭികതയിലും (sophistication) (ഇത് ഡോ. സുകുമാരന്റെ സ്വന്തം പ്രയോഗമാണെന്ന് തോന്നുന്നു.) അല്ല അതിന്റെ കണ്ണ്. അത് സാഹിത്യത്തിൽ മാത്രം ഊന്നുന്ന ഒന്നുമല്ല. ജീവിതത്തിന്റെ എല്ലാ മാധ്യമങ്ങളും ആവിഷ്ക്കാരങ്ങളും, ചരിത്രത്തെയും ഉപജീവനത്തിന്റെയും അതിജീവനത്തിന്റെയും രീതികളെയും സാമൂഹികമായ ആഗ്രഹങ്ങളെയും ഉൾക്കൊള്ളുന്നുണ്ട്. അതിനാൽ ഡോ. സുകുമാരൻ തീറ്റയെക്കുറിച്ചും കാഴ്ചയെക്കുറിച്ചും തെറിയെക്കുറിച്ചും മൃഗങ്ങളെക്കുറിച്ചും സർക്കസിനെക്കുറിച്ചും എഴുതി. കാല്പനികതയേക്കാൾ ശക്തി റിയലിസത്തിനും ദാദായിസത്തിനുമുണ്ടെന്ന് തെളിയിച്ചു; ആഫ്രിക്കയിലെ ആഘോഷങ്ങളെയും ആചാരങ്ങളെയും അറിഞ്ഞ നാടകങ്ങൾ പഠിച്ചു; പരിസ്ഥിതിവാദം അടിസ്ഥാനപരമായി കീഴാളവാദമാണെന്നും ആധുനികതയുടെ ഭാഗമായ ഹ്യൂമനിസത്തിനെതിർദിശയിലാണ് അത് നീങ്ങുന്നതെന്നും മുതലാളിത്തത്തിന്റെ വിമർശനവും ബദലിനായുള്ള അന്വേഷണവുമാണ് അതിന്റെ പൊരുളെന്നും സ്ഥാപിക്കാൻ മാനിഫെസ്റ്റോപോലെ ഒരു ചെറുപുസ്തകം പുറത്തിറക്കി. വെള്ളരിനടുന്ന കണ്ടത്തിൽ, കുറുക്കൻ കയറാതിരിക്കാൻ കാവൽകിടക്കുന്നവരുടെ വിനോദമായ വെള്ളരി നാടകത്തിന്റെ ചരിത്രത്തിൽ ആമോദം കൊണ്ട് പുതിയൊരു നാടകം ആ ശൈലിയിൽ എഴുതിക്കളിച്ച് കലയുടെ കാവൽമൂല്യത്തെക്കുറിച്ച് നമ്മെ അദ്ദേഹം ഓർമ്മിപ്പിച്ചു. കല പോയകാലത്തിന്റെ ഓർമ്മകളുടെ കാവലും സാമൂഹ്യമൂല്യങ്ങളും കാവലും ഒരുമിച്ച് ഏറ്റെടുക്കുന്നതുകൊണ്ടാണ് സർഗ്ഗാത്മകവും സജീവവുമാകുന്നത് എന്ന്, കൂട്ടായ്മയുടെ ലഹരിയും പ്രകൃതിയുടെ പങ്കാളിത്തവുമാണ് മുതലാളിത്ത താല്പര്യത്തിന് വഴങ്ങാത്ത ജീവിതത്തിന്റെ ഉള്ള് എന്നും ഡോ. സുകുമാരൻ തെളിയിക്കുകയായിരുന്നു.

തീർച്ചയായും കേസരി ബാലകൃഷ്ണപിള്ളയുടെ എഴുത്തുകൾ ഡോ. സുകുമാരനെ സ്വാധീനിച്ചിട്ടുണ്ട്. അദ്ദേഹത്തിന്റെ ഡോക്ടർ ഗവേഷണത്തിന്റെ വിഷയം കേസരിയുടെ സാഹിത്യ വിമർശനമായിരുന്നു. എം.എൻ.വിജയൻ കണ്ട കേസരിയല്ല സുകുമാരന്റെ കേസരി. നവലോകം, ഫ്യൂച്ചറിസം, ഫങ്ക്ഷനലിസം എന്നിങ്ങനെയുള്ള തത്ത്വങ്ങളാണ് വിജയന്റെ കേസരിവായനയുടെ വഴികളും കനികളും. ഡോ. സുകുമാരൻ കേസരിയുടെ തത്ത്വത്തെ പ്രായോഗികവും, വിപുലവും ചൈതന്യവത്തുമായ, ഒരു പദ്ധതിയായി-പണിശാലയായിത്തന്നെ-കണ്ടു. ഈ ലേഖകന് എഴുതിയ ഒരു കത്തിൽ പറഞ്ഞത് "കേസരിക്ക് ശേഷം മലയാളികൾക്ക് ഒരു ഈസ്ത്തറ്റീഷൻ ഇല്ല" എന്നാണ്. താൻ എന്താണ് എന്ന് അറിയാതെ പറയുകയായിരുന്നു ഡോ. സുകുമാരൻ. കല വിനോദമാണെന്നോ സാമൂഹ്യസൂചകങ്ങൾ മയങ്ങികിടക്കുന്ന ഇടമാണ് എന്നോ ഉള്ള നിലപാടുകൾ വരുമ്പോഴൊക്കെ ഡോ.സുകുമാരൻ ക്രുദ്ധനായി-കേസരിയെപ്പോലെ. അതേസമയം കലയുടെ സൗന്ദര്യം ആഢ്യമായ സങ്കല്പമല്ല- അതിൽ പരുഷതയുടെ പെരുമാറ്റവും ഉണ്ട്; മിനുസത്തിന്റെയും വലുപ്പത്തിന്റെയും ഉടൽ മാത്രമല്ല കല; പരുക്കൻ കലയും ഉണ്ട്- ചെറിയമാധ്യമങ്ങൾക്കും ആവിഷ്ക്കാരങ്ങൾക്കും പ്രാധാന്യമുണ്ട്- ഇങ്ങനെയൊക്കെ അദ്ദേഹം തെളിയിച്ചുകാട്ടി. സംഗീതം രാഗപദ്ധതി മാത്രമല്ല, ആർപ്പും കുരവയും ആകർഷകങ്ങളാണ് എന്നും ഇവയൊക്കെ പഠിക്കാനുള്ള വലുപ്പം കലാ-സാഹിത്യ വിമർശനത്തിന് വേണം എന്ന് അപ്പോഴേ അത് 'അക്കാദമിക'ത്തിൽ നിന്ന് വിടുതൽവാങ്ങി ജീവിതത്തെ ശരിക്കുമറിയൂ എന്നും അപ്പോഴേ അത് സ്വാതന്ത്ര്യത്തിനായുള്ള സർഗ്ഗയജ്ഞമായി മാറൂ എന്നുമുള്ള രാഷ്ട്രീയമായിരുന്നു ഡോ.സുകുമാരൻ രൂപപ്പെടുത്തിയത്.

ഇത് കേസരിയെ വായിച്ചതുകൊണ്ടുമാത്രം ഉണ്ടായ ഒരു രൂപപ്പെടൽ അല്ല. (കേസരിയിൽ നിന്ന് വ്യത്യസ്തമായി) ഡോ. സുകുമാരൻ ഒരു പ്രായോഗിക കലാകാരൻ (Practising artist) തന്നെയായിരുന്നു എന്ന് ഓർക്കണം. മൃദംഗവാദനവും ചിത്രമെഴുത്തും അഭിനയവും പ്രഭാഷണവും അദ്ദേഹം അനുശീലിച്ചുപോന്നു. തമിഴ്ശൈലിയിൽ പറഞ്ഞാൽ അദ്ദേഹം നല്ലൊരു 'രസികനു'മായിരുന്നു. ത്യാഗരാജോത്സത്തിന് തമിഴകത്തേക്ക് വണ്ടികയറുന്ന സുകുമാരൻ തിരിച്ചുവന്ന് മുണ്ടുമാറ്റി യാത്രയാവുന്നത് തെയ്യക്കാവുകളിലേക്കാവും. ചെണ്ടത്താളത്തോടെ മടങ്ങിയെത്തി, പീറ്റർ ബ്രൂക്കിന്റെ 'റഫ് തിയേറ്റർ' എന്ന പ്രബന്ധം വായിക്കും, ചാപ്ലിന്റെ വേഷത്തെക്കുറിച്ച് പുതിയ കാര്യമാരാഞ്ഞ് മഹാനടന്റെ വിധവ ഊനാ ഒനീൽ ചാപ്ലിന് കത്തെഴുതും. സജീവതയുടെ സൗഹൃദത്തിന്റെ, സംവാദനത്തിന്റെ

(സ്വാർത്ഥതയുടെയും ഏകാന്തതയുടെയും ഏകഭാഷണത്തിന്റെ യുമല്ല) പര്യായമായി അടുത്തറിയുന്നവർ 'സുകുമാരൻമാഷെ' അറി ഞ്ഞുപോന്നു. വിദേശത്തുനിന്നുള്ള കാര്യങ്ങൾ കാലേ കാലേ പഠിച്ചുവെക്കുമ്പോഴും 'നാടത്തം' കൈവിട്ടില്ല. അതിനാൽ ആർക്കും അദ്ദേഹവുമായി അടുക്കാമായിരുന്നു.

രാഗങ്ങളിലും താളങ്ങളിലും ഘടിപ്പിച്ച, തികവിന്റെ ലക്ഷ്യവുമായി പ്രവർത്തിക്കുന്ന മുഖ്യധാരാ കലകളുടെ ഒപ്പം, അപൂർണ്ണവും പ്രാന്തീ യവും കോടിപ്പോയതും വീണ്ടുകീറിയതും മിനുസമില്ലാത്തതുമായ ആവിഷ്കാരങ്ങളെ ഉരുക്കി തത്ത്വങ്ങളുമായി ബന്ധിപ്പിച്ച് അവയുടെ പ്രാധാന്യമുറപ്പിച്ച, സിദ്ധാന്തബോധമുള്ള, സാഹസികനായ കലാകാരനായിരുന്നു ഡോ.സുകുമാരൻ. 'പലമ'യിലുള്ള ഈ ശ്രദ്ധ ജനാധിപത്യദർശനത്തിന്റെ ഭാഗമാണ്. മാരാരുടെ ചെണ്ടയേക്കാൾ മികവുണ്ട് മലയന്റെ ചെണ്ടയ്ക്ക് എന്ന്, പറഞ്ഞും കൊട്ടിയും കൊട്ടിച്ചും, തെളിയിക്കാൻ അദ്ദേഹം തെരെഞ്ഞെടുത്ത സ്ഥലം കേരളകലാമ ണ്ഡലത്തിലെ ഒരു വാർഷിക സെമിനാറിന്റെ വേദിയായിരുന്നു. ജനാധിപത്യരാഷ്ട്രീയത്തിനായി ഇങ്ങനെ ചില കടന്നാക്രമണങ്ങൾ വേണ്ടിവരും എന്ന് അദ്ദേഹം വിശ്വസിച്ചു. വ്യക്തി ജീവിതത്തിലും ഈ നിഷ്ഠയുണ്ടായിരുന്നു. വലിപ്പച്ചെറുപ്പമില്ലാതെ, സ്ഥാനദീക്ഷ യില്ലാതെ, രക്ഷാധികാരി ചമയാതെ, കൊള്ളക്കൊടുക്കലിൽ ഊന്നിക്കൊണ്ടുള്ള സൗഹൃദതത്ത്വം അദ്ദേഹം നെടുനാൾ സാധകം ചെയ്തു വന്നു. നേരിട്ടറിയുമ്പോൾ മഹത്വം നിലനിർത്താൻ കഴിയുന്ന കലാകാരന്മാരും എഴുത്തുകാരും കേരളത്തിൽ വളരെ കുറവേയുള്ളൂ. അതിനാൽ സുകുമാരൻമാഷ് ഒരാശ്വാസമായിരുന്നു.

സുകുമാരൻ മാഷുമായി പത്തു പന്ത്രണ്ടു കൊല്ലത്തെ അടുപ്പമാണ് എനിക്കുള്ളത്. അക്കാലത്തെ പലപല വർത്തമാനങ്ങളിൽ നിന്ന് ആറേഴെണ്ണം ഓർമ്മിച്ചെഴുതി ഈ കുറിപ്പവസാനിപ്പിക്കാം.

ഒന്ന് : പി. ഭാസ്കരനാണ് ഏറ്റവും മലയാളിത്തമുള്ള കവി.

രണ്ട് : മലയാളത്തിലെ വലിയൊരു കാല്പനിക കവിയെ ഗുഹ്യ രോഗത്തിന് ചികിത്സിച്ച വൈദ്യരെ ഗുരുവായൂരിൽവെച്ച് പരിചയപ്പെട്ടു.

മൂന്ന് : 'ഖസാക്കിന്റെ ഇതിഹാസ'ത്തേക്കാൾ എത്രയോ നല്ല നോവലാണ് ' ധർമ്മപുരാണം' മധ്യവർഗ്ഗമനോഘടന നില നിൽക്കുന്നിടത്തോളം കാലം ഇത് അംഗീകരിക്കപ്പെടുക യുമില്ല.

നാല് :'spontaneous overflow of powerful feelings recollected in tranquility' എന്ന വേഡ്സ്വർത്തിന്റെ നിർവ്വചനം

കവിതയ്ക്കെന്ന പോലെ തെറിയ്ക്കും ചേരും.

അഞ്ച്: പ്രേംസസീറും യേശുദാസും വാഴുന്ന ഒരു സൗന്ദര്യമണ്ഡലംവെച്ച് കേരളസമൂഹത്തിന് വലിയ കുതിപ്പുകളുണ്ടാക്കാനൊന്നും കെല്പില്ല എന്ന് ഉറപ്പിക്കാം. വിമർശനരഹിതമായ കാല്പനികത വല്ലാത്ത മയക്കുമരുന്നാണ്.

ആറ് : ലോകത്തിലെ വലിയ കലാസൃഷ്ടികളിൽ ചെറിയൊരു ശതമാനമേ റിയലിസം എന്നപദ്ധതിയ്ക്കകത്ത് വരുന്നുള്ളൂ.

ഏഴ് : എം.ടി യുടെ 'രണ്ടാമൂഴം' കീഴാള പഠനക്കാർ കാണാതിരിക്കുന്നത് അവരുടെ കണ്ണുദീനം കൊണ്ടാണ്.

●

വൈശാഖൻ; സ്ത്രീകളും

"ഞാൻ നാല്പത്തിമൂന്ന് വീടുകളിൽ താമസിച്ചിട്ടുണ്ട്", ഒരു സൗഹൃദസംഭാഷണത്തിനിടയിലാണ് വൈശാഖൻ മാഷ്, എന്തോ വിശദീകരിക്കാനായി ഈ കണക്കു പറഞ്ഞത്, വീട് കെട്ടിടമല്ല. കുടുംബത്തിന്റെ വാസ്തുശില്പമാണത്. കുടുംബമോ സ്ത്രീ -പുരുഷ ചേർച്ചയുടെ ഘടനയും. കുടുംബം ചരിത്രപരമായി ഉണ്ടായി വന്നതാണ്. അത് പരിണാമിയും ആണ് ഒരുഘട്ടത്തിൽ, ഉണ്ടായിവ ന്നതുപോലെ വേറൊരുഘട്ടത്തിൽ ഇത് ഇല്ലാതെയാവുകയും ചെയ്യും. കുടുംബത്തെനോക്കി സമൂഹത്തെ പഠിക്കാനാവും. വൈശാഖന്റെ ഈ സവിശേഷ സമാഹാരത്തിലെ കുറേ കഥകളിൽ കുടുംബത്തിന്റെ ഭാവചരിത്രമാണ് വികാരപ്രമാണങ്ങളായിത്തീർന്നിരിക്കുന്നത്. കേരളത്തിൽ നവോത്ഥാനം ഉണ്ടാക്കിയ ഏറ്റവും ഉറപ്പുള്ള എടുപ്പ് കുടുംബം എന്നതാണ്. (വെറും ബന്ധുക്കളുടേതല്ലാത്ത) പരസ്പരം ഉത്ത രവാദിത്തമുള്ള, സാമ്പത്തികവും സാംസ്കാരികവുമായ വിനിമയമുള്ള വ്യക്തികളുടെ ഇടമായി (പുതിയ) കുടുംബം നവോത്ഥാനഫലമെന്ന നിലയിൽ രൂപം കൊണ്ടു. അംഗസംഖ്യ കുറഞ്ഞ (അണു) കുടുംബമാ യതോടെ കൂടുതൽ ഉറപ്പുള്ള സംവിധാനമായി കുടുംബം മാറി. കുടുംബ ഭദ്രത എന്ന വാക്ക് തറവാടിത്തം എന്ന വാക്കിന് പകരം വിശ്വസനീ യമായി. അംഗങ്ങളുടെ കുടുംബത്തിന്റെ ഒരേയൊരു വിഷയമാണെന്ന് തീർപ്പായി. വ്യക്തി എന്ന നിലയിലുള്ള ജീവിതം കുടുംബത്തിന്റെ മേന്മയ്ക്കാണ് എന്നുവന്നു. ബാക്കി വ്യാപാരങ്ങളെല്ലാം— സാമൂഹ്യപ്ര വർത്തനം തൊട്ടെല്ലാം—ഇതിന് കീഴ്വഴങ്ങിക്കൊണ്ടാവണം എന്ന കാര്യത്തിന് പൊതുസമ്മതിയുണ്ടായി. സാമാന്യമായി ഇപ്പോഴും ഇത് തുടരുന്നുണ്ട്.

എങ്കിലും വ്യക്തികൾ എന്ന നിലയിൽ കുടുംബം എന്ന ചിട്ടയുടെ അകത്ത് അടങ്ങിക്കഴിയാൻ എല്ലാവർക്കും കഴിയണമെന്നില്ല.

കേരളത്തിലെ കുടുംബം വലിയ കാര്യങ്ങളായി പ്രത്യക്ഷത്തിൽ ആദരിക്കുന്ന മതം, ജാതി, സമ്പത്ത്, സൗന്ദര്യം, സാമൂഹ്യപദവി എന്നിവയെ പിളർക്കാനുള്ള ഒരുമോഹം വ്യക്തികൾക്ക് ഉണ്ടാകാം. ഒറ്റനോട്ടത്തിൽ, ഇത് മോശം ഏർപ്പാടാണ് എന്ന് തോന്നുമെങ്കിലും, വാസ്തവത്തിൽ അതിലുള്ളത് കുടുംബത്തിന്റെ സമകാലിക മൂല്യങ്ങളോടുള്ള വിമർശനാത്മകമായ നിലപാടാണ്. കൂടുതൽ ഹൃദ്യവും സംവാദാത്മകവും (പുരോഗമനപരവുമായ) വ്യക്തിബന്ധങ്ങൾക്കായുള്ള ഒരുമ്പെടലായി ഇത് മാറാൻ നല്ല സാധ്യതയുണ്ട്. സ്വയം വികസിക്കാനാവാത്ത ഘടനയായി കുടുംബം സ്ഥിരപ്പെട്ടുപോകുമ്പോൾ (കൂട്ടുകുടുംബം അണുകുടുംബമായി. ഇനിയെന്ത് എന്ന ചോദ്യത്തിന് ഉത്തരം കിട്ടുന്നില്ല). കുടുംബത്തിനപ്പുറത്തെ സ്വാതന്ത്ര്യം തേടാനുള്ള ഈ പ്രേരണ സ്വാഭാവികമാണ്. അത് വ്യക്തിപരമല്ല, സദാചാര വിഷയവുമല്ല അത്. സാമൂഹികവും ചരിത്രപരവുമാണ് ആ വാസന.

വൈശാഖന്റെ കഥകളിൽ ഈ ത്വര ഓർമ്മകളായി വരുന്നു. ഓർമ്മയ്ക്ക് ചിലപ്പോൾ പാപ(കുറ്റ)ബോധമെന്ന് പേരിടാറുമുണ്ട്. 'ഗോദാവരി' നോക്കാം. നന്നേ ഭദ്രമായ കുടുംബത്തിന്റെ ചിത്രമാണ് കഥയുടെ തുടക്കത്തിലുള്ളത്. സാധാരണനിലയിൽ പറഞ്ഞാൽ "ഒരു പ്രശ്നവുമില്ല". കുടുംബം എന്ന നിയമത്തിന് കീഴെ അച്ഛനും അമ്മയും മകനും മകന്റെ ഭാര്യയും കൊച്ചുമകനും അടങ്ങിക്കഴിയുകയാണ്. വർത്തമാനത്തിലാണ് ആ കൂട്ടായ്മയുടെ ജീവിതം- അത് ഭാവിയിലേക്ക് സമംഗളം പ്രവേശിക്കുന്നു. മകൻ പുതിയ വീടുണ്ടാക്കി അങ്ങോട്ടു മാറാനിരിക്കയാണ്. ഈ ഭദ്രതാപ്രതീതിയ്ക്ക് ഒരു തരത്തിൽ വിള്ളലുണ്ടാക്കിക്കൊണ്ട് പഴയൊരു ഓർമ്മവരികയാണ്. അത് ഔദ്യോഗിക ജീവിതത്തിന്റെ ഉപപാഠമാണ്. (റെയിൽവേ ഹാന്റ് ബുക്കിനകത്താണ് തുളസിയുടെ തെലുങ്കുകത്ത്) കുടുംബത്തിനായി സ്വത്വം ബലിനൽകുകയാണ് പഴയ സ്റ്റേഷൻമാസ്റ്ററായ ആഖ്യാതാവും കുടുംബാംഗങ്ങളും. കീഴാളപദവിയിലുള്ള തെലുങ്കത്തിയാവട്ടെ, സ്വത്വം മരണംവരിച്ചും ഉയർത്തിപ്പിടിക്കുന്നു. കീഴടങ്ങിക്കീഴടങ്ങിയാണ് കുടുംബഭദ്രതയുണ്ടാകുന്നത്. വ്യവസ്ഥയ്ക്ക് കീഴടങ്ങും, പരസ്പരം കീഴടങ്ങും അങ്ങനെയാണ് ഭദ്രത കൈവരിക. ഇതിനെ ദേശാഭിമാനമെന്നോ, മര്യാദയെന്നോ, സ്നേഹമെന്നുതന്നെയോ വിളിക്കുകയും ചെയ്യും. തുളസിയ്ക്ക് ഈ കാപട്യം സഹ്യമല്ല. അവൾ ആത്മഹത്യയുടെ സ്വത്വ പ്രകാശം നടത്തുന്നു. ഇതാണ് ആത്മഹത്യ റിപ്പോർട്ടു ചെയ്യുന്ന കഥാഭാഗം: "സ്വന്തം വീടിന്റെ വാതിൽ കടക്കുന്നത്ര സ്വാഭാവികതയോടെ അൽപം കുനിഞ്ഞ് പാഞ്ഞുപോകുന്ന വണ്ടിയുടെ ഇടയിലേക്ക് നടന്നുകയറി". "സ്വന്തം വീട്" എന്നതാണ്

പ്രധാനപ്രയോഗം. കഥയുടെ തുടക്കത്തിൽ രണ്ട് സ്വന്തം വീടുകൾ ഉണ്ട്. രണ്ടും വ്യവസ്ഥാനുകൂലമായ പാർപ്പിടങ്ങൾ മാത്രം.

സംസ്കാരസുരഭിലമായ അനുരാഗം കുടുംബത്തിന്റെ സാധാരണതയിൽ കുടിയിരിപ്പായാൽ എന്തുസംഭവിക്കുമെന്നറിയാൻ വായിക്കാവുന്ന കഥയാണ് 'കാണാപ്പുറങ്ങൾ'. സ്വയം വളർന്നുകൊണ്ട്, നിത്യസുന്ദരമാവാൻ കഴിയാത്ത വ്യവസ്ഥയാണ് കുടുംബം. ഇതിന്റെ തുടക്കം 'പ്രേമ'ത്തിലാണെന്നതുകൊണ്ട് ഒരു വിശേഷവും ഇല്ല. ജൈവരൂപമല്ലാത്തതിനാൽ കുടുംബത്തിന് സ്വാഭാവികമായ തകരാറുകളെ നേരിട്ടേ മതിയാവൂ. കഥയിലെ സുരേന്ദ്രൻ (സുനന്ദയ്ക്ക് പറ്റിയ പേരാണ് സുരേന്ദ്രൻ എന്നിട്ടും-) സങ്കടത്തോടെ പറയുന്നത് ഈ ചരിത്രമാണ്: " ഞങ്ങൾ കണ്ടുമുട്ടുന്ന കാലത്ത് ഞാൻ നന്നായി വായിച്ചിരുന്ന ഒരു പാട്ടുണ്ട്....സമയം കിട്ടുമ്പോഴൊക്കെ ഞാനത് വായിക്കാറുണ്ടല്ലോ. പുതിയ പാട്ടുകളൊന്നും പിന്നീട് ഞാൻ പഠിച്ചിട്ടില്ല. ആ ഒരു പാട്ടു തന്നെ ധാരാളം മതിയായിരുന്നു. കാലം ചെന്നപ്പോ എന്തുകൊണ്ടോ സുനന്ദയ്ക്ക് ആ പാട്ട് തീരെ ഇഷ്ടമില്ലെന്നായി. അവൾക്ക് വേണ്ടി പുതിയ ചില പാട്ടുകൾ പഠിക്കാൻ ഞാൻ ശ്രമിക്കാതിരുന്നില്ല. എന്തു ചെയ്യാം ഒന്നും ശരിയാവുന്നില്ല എന്നായിരുന്നു അവളുടെ അഭിപ്രായം. ആ പഴയ പാട്ടുപോലും ഇപ്പോൾ ഞാൻ വായിക്കുന്നത് ട്യൂൺ തെറ്റിച്ചാണെന്ന് അവൾ തറപ്പിച്ചു പറഞ്ഞു." വ്യക്തിത്വബലികൊണ്ട് ഊഷരസ്ഥലമായി കഴിഞ്ഞ കുടുംബത്തിന്റെ അന്യോപദേശചിത്രമാണിത്.

കഥയിലെ, മറ്റേ വീട്ടിലെ ദമ്പതിമാർ-രാധയും 'ഞാനും'- ആദർശാത്മകമായ കുടുംബമായിട്ടാണ് സുരേന്ദ്ര-സുനന്ദമാരുടെ ബന്ധത്തെ കാണുന്നത്. കഥയിലെ 'ഞാൻ' ഒരിക്കലും ആ പ്രതീതിയിൽനിന്ന് മോചിതനാവുന്നില്ല. പക്ഷേ, വായനക്കാർ എല്ലാമറിയുന്നു. ഏതുതരം മഹത്വപ്പെടുത്തലും (glorification) മണ്ടത്തരമാവുമെന്ന് വായനക്കാരെ കഥ അറിയിക്കുന്നു.

നവോത്ഥാനം പുതുക്കിപ്പണിത കുടുംബവും വ്യക്തിബന്ധങ്ങളുമാണ് കേരളത്തിന്റെ ഏറ്റവും വിപുലമായ യാഥാർത്ഥ്യങ്ങൾ. കേരളത്തിന് പുറത്ത് പാരമ്പര്യം ആധുനികതയെ ചെറുത്തുകൊണ്ട് അധികാരം നടപ്പിലാക്കുന്നുണ്ട്. അവിടത്തെ സ്ത്രീ-പുരുഷബന്ധങ്ങളിൽ ഈ അധികാരം പ്രബലമാണ് എന്ന് പറയുന്ന കഥയാണ് 'ഭൂതക്കാറ്റ്'' 'ഭൂതം' ഭൂതകാലം കൂടിയാണ്. പെരിയമണിക്കാർ എന്ന നാട്ടുപ്രമാണി മരണാനന്തരവും അധികാരം തുടരുന്നതായി കഥയിൽ കാണുന്നുണ്ട്. ഫ്യൂഡലധികാരബന്ധങ്ങൾ നിർബാധം തുടരുന്നതിന്റെ ഫാന്റസിയാണത്. ഈ അധികാരക്രമം സ്ത്രീജീവിതത്തോടെടുക്കുന്ന

സമീപനം അത്യാവശ്യത്തിന്റേതാണ്. അത് സ്ത്രീ സ്വയം തിരിച്ചറിയുന്നില്ല. അത് ദുരന്തകാരണമായി പരിണമിക്കുന്നു. കഥയിൽ ആധുനികതയുടെ ആളായി ആഖ്യാതാവുണ്ട്; ആധുനികതയുടെ സ്ഥാപനമായി അലോപ്പതി ക്ലിനിക്കുണ്ട്. എന്നാൽ ആധുനികതയില്ലാത്ത കുടുംബവും സ്ത്രീ-പുരുഷബന്ധ മാതൃകയും ഇല്ല. ഈ വൈരുദ്ധ്യം കഥയിൽ നാടകീയമാനം കൈവരിച്ചിരിക്കുന്നു. വൈശാഖന്റെ കഥകളിൽ പൊതുവേ കേരളത്തിന് പുറത്തെ സ്ഥലങ്ങൾ വരുന്നത് കേരളത്തിന്റെ അപര (others) രൂപങ്ങളാണ്. ഈ കഥയിലും കാര്യം അങ്ങനെത്തന്നെ. കഥയിലെ സമകാലം കേരളത്തിന്റെ ഭൂതകാലമാണ്.- കേരളത്തിലെ ഈ വിഷയത്തിലുള്ള പ്രശ്നങ്ങൾ വേറെയാണ്. കഥ ഇതും ധ്വനിപ്പിക്കുന്നുണ്ട്.

ദമിതകാമത്തിന്റേയും ദയാവായ്പിന്റേയും കലർപ്പ് എന്ന് 'ശുദ്ധിപത്ര'ത്തെ വിളിക്കാം. കുടുംബസ്ഥനും മാന്യയായ ഭാര്യയുടെ (സാവിത്രി എന്നു തന്നെ പേര്) ഭർത്താവുമായ 'അയാൾ' എന്ന ആഖ്യാതാവിന് തന്റെ യൗവനത്തിലെ ഒരു കഥ തുറന്നുപറയാനാവുന്നില്ല. കള്ളം പറയുന്നു. കുടുംബഭദ്രത ഉലഞ്ഞുപോവുമോ എന്ന പേടിയാണ് അയാളെ അതിൽനിന്ന് വിലക്കുന്നത്. പറയാനുള്ള കഥയിൽ ഒരു പുതുമയും ഇല്ല. അതിന്റെ സാധാരണത തന്നെയാണ് പേടിയുണ്ടാക്കുന്നത്. അയാളുടെ യൗവനത്തിലെ വിഷയമായിരുന്ന, 'ചേച്ചി' എന്നു വിളിക്കാറുള്ള, പത്തുവയസ്സ് മൂപ്പുള്ള ടീച്ചർ ഏറെയും ഒരു രതിബിംബം കണക്കെയാണ് കഥയിൽ നില്ക്കുന്നത്. ഓർമ്മയിലെയും വർത്തമാനത്തിലെയും പ്രതീതികൾ മുഴുവനായും ശരീരകേന്ദ്രിതമാണ്. ഹൃദ്യവും സംവാദാത്മകവുമായ സൗഹൃദം സ്ത്രീപുരുഷന്മാർ തമ്മിൽ സാധിക്കാത്തതിന്റെ തിക്കുമുട്ടലാണ് കഥയിലെ ആധാരവിഷയം എന്നു പറയാം. എല്ലായിടത്തും കപടപാരസ്പര്യം (pseudomutuality) നിറഞ്ഞതായി വായനക്കാർ അറിയുന്നു. സ്നേഹം, അനുകമ്പ എന്നിവപോലും മൗലികരൂപങ്ങളാവാതെ വികൃതമാവുന്നതിന്റെ സരളരേഖയാണ് ഈ ചെറുകഥ.

ദാമ്പത്യസ്നേഹത്തെ മഹത്വവത്ക്കരിച്ച് കാണുന്ന കഥയാണെന്നോ, അന്തപുരത്തിലെ ഒരു വാതിലിനെ വിളിക്കേണ്ടത്? തെറ്റൊന്നുമില്ല. ഇടർച്ചകളും കലഹങ്ങളുമില്ലാത്ത സംഗീതസമാനമായ ദാമ്പത്യസ്മൃതികൾ കൊണ്ടാണ് ആത്മഭാഷണ (monologue) സമാനമായ ഈ കഥ പണിതിരിക്കുന്നത്. ഫാന്റസിയാണത്. മരിച്ചവരാണ് സംസാരിക്കുന്നത്- ഇത് കഥന തന്ത്രമല്ല. ഫാന്റസിയിൽ എന്ത് ആദർശവത്കരണവുമാകാം. റിയലിസ്റ്റ് രീതിയിൽ നടക്കില്ല. കഥ ഒരു ഭ്രമാത്മകശില്പമായത് യഥാർത്ഥ ജീവിതത്തിലെ പൊരുത്തക്കേടുകളെക്കുറിച്ച് വിളംബരം നടത്താനാണ്.

അമ്മയുടെയും മകളുടെയും ജീവിതംഒരേപോലെ രണ്ടും ഭർത്താക്കന്മാർ അനാഥമാക്കപ്പെട്ടവ. 1960 കളുടെ അവസാനഘട്ടത്തിൽ എഴുതപ്പെട്ട 'അക്കരെ താമസിക്കുന്ന സ്ത്രീ എന്ന കഥയെപ്പറ്റി ചുരുക്കത്തിൽ ഇങ്ങനെ പറയാം. ഇതിൽ ഒരുപെൺ ലോകമാണുള്ളത്. അതിൽ നിറയെ ഏകാന്തയുടെയും സൗഹൃദത്തിന്റെയും അനാഥത്വത്തിന്റെയും ഓർമ്മകളും സന്ദർഭങ്ങളുമാണ്. വ്യവസ്ഥയുടെ ആക്രമണങ്ങളെ ആ നിലയിൽ തിരിച്ചറിയാനോ ചെറുത്തുനില്ക്കാനോ കഴിയാതെ ഇരകളായിത്തീർന്ന് ഒന്നുമല്ലാതായി മാറിയ നാട്ടിൻപുറത്തെ അനേകായിരം സ്ത്രീകളുടെ സ്വകാര്യചരിത്രം പോലെയാണ് ഈ കഥ സാഹിത്യത്തിന്റെ ആർക്കൈവിൽ സൂക്ഷിക്കപ്പെടുക. ഗ്രാമ ജീവിതത്തിന്റെ സഹജബിംബങ്ങൾ പ്രകടനപരത വർജ്ജിച്ചുകൊണ്ട് ഉചിതമായി നിബന്ധിച്ചിരിക്കുന്നു. അവഗണനയുടെ ഈ ചിത്രം ഉദാഹരണം: "സർപ്പപ്പാട്ടും പൂജയുമില്ലാത്ത കാവിൽ മഴ നനഞ്ഞ കുതിർന്ന പുറ്റുകൾക്കിടയിൽ നഷ്ടപ്പെട്ടതെന്തോ തെരയുന്ന ഒരു സർപ്പത്തെ സങ്കൽപിക്കുവാൻ അവൾ ശ്രമിച്ചുകൊണ്ടിരിക്കുന്നു". കാവും, ഭക്തി, ഭയം എന്നീ പരമ്പരാഗത പ്രമേയങ്ങളിൽ നിന്ന് വിമുക്തമായ സർപ്പമാണിത്-പുതിയ ബിംബ നിർമ്മിതിയ്ക്ക് ഉദാഹരണവും. ഈ കഥയുടെ ഒരു പ്രാധാന്യം, വ്യവസ്ഥയ്ക്കൊത്ത്, പുരുഷാധിപത്യത്തിന്റെ കാമനകൾക്കൊത്ത് സുഖിച്ചിരിക്കുന്ന 'പരിഷ്കൃത' സ്ത്രീകൾ കാണാതിരിക്കുന്നില്ല എന്നതാണ്. കഥ യാഥാർത്ഥ്യത്തിന്റെ വികാരപ്രമാണമാകുന്നത് ഇവ്വിധമാണ്.

സ്വന്തം വീട്, അയൽവീട് എന്ന ദ്വന്ദ്വത്തെ കുടുംബവിശകലനത്തിനുപയോഗിക്കുന്ന രീതി ഒരു സാഹിത്യപ്പതിവാണ്. വൈശാഖന്റെ പല കഥകളിലും ഈ പതിവുണ്ട്. കുടുംബഭദ്രത, പരസ്പരധാരണ, അറിവ് എന്നിവയൊന്നും മൗലികവാദപരമായി സ്വീകരിക്കരുതെന്നും ഇവയോരോന്നിലും വൈരുധ്യങ്ങളും പിളർപ്പുകളും പ്രതീക്ഷിക്കണമെന്നും രണ്ടു പീടകളുടെ അഭിമുഖീകരണം കൊണ്ട് സാധിക്കുന്ന കഥയാണ് 'രഹസ്യം' പ്രത്യക്ഷത്തിലുള്ള ഭദ്രതാപ്രതീതിയെ പരിഹാസ്യമാക്കിക്കൊണ്ടുള്ള അതിലംഘനങ്ങളും ലംഘനമോഹങ്ങളും പരിഗണിക്കുമ്പോഴേ കുടുംബത്തിന്റെ യഥാർത്ഥ ചിത്രം നിർമ്മിക്കാനാവൂ എന്ന്, നർമ്മത്തിന്റെ സ്വരം കൂടികലർന്ന ഈ കഥയിൽ നിന്ന് വായിച്ചറിയാനാവുന്നു. കുടുംബം ഒരു ശുദ്ധസ്ഥലമല്ല എന്ന് ഒരിക്കൽക്കൂടി അറിയാനുള്ള അവസരമാണ് ഈ കഥയുടെ വായന. വ്യക്തിയുടെ ഇംഗിതങ്ങൾ കുടുംബത്തിനുണ്ടെന്ന് കരുതുന്ന ശുദ്ധിയെയും മാന്യതയെയും പിൻതള്ളുന്നതിന്റെ സന്തുലിതമായ ചിത്രങ്ങൾ ഈ കഥയിൽ ഉണ്ട്. ശീർഷകം തൊട്ട് തുടങ്ങുന്ന ആ ചിത്ര പരമ്പര.

'കർക്കിടകം ചിങ്ങം' ഗ്രാമ പശ്ചാത്തലത്തിലുള്ള, യൗവനപ്രേമകഥയുടെ ഓർമ്മചിത്രമെന്ന നിലയിലാണ് രസനീയമാവുന്നത്. കുടുംബം വിലക്കിയതുകൊണ്ട് അനാവിഷ്കൃതമായി ഒടുങ്ങുന്ന പ്രണയത്തിന്റെ കഥ കൂടിയാണത്. ആ നിലയിൽ അത് വിമർശനപാഠമായിത്തീരുന്നു: ഈയനുഭവമുള്ളവർ തുടർന്നും കുടുംബത്തിന്റെ പരമ്പരാഗത മാതൃകതന്നെയാണ് അനുശീലിച്ചുകൊണ്ടിരിക്കുന്നത് എന്നത് കഥയിലെ മൂടിവെച്ച ഹാസ്യവുമാണ്.

കുട്ടികളില്ലാത്ത ദമ്പതികളുടെ മാനസിക ജീവിതം,അതിലെ സ്ത്രീയുടെ നീക്കങ്ങൾ പിന്തുടർന്നുകൊണ്ട് രേഖപ്പെടുത്തുന്ന രീതിയിലാണ്'ശീലാപതിയുടെ രാത്രി' എന്ന കഥ ചിട്ടപ്പെടുത്തിയിരിക്കുന്നത്. ശീലാപതിയുടെ കഥ, പന്നി വളർത്തുകാരനായ ഗ്രാമീണന്റെ വരവ് എന്നിവയൊക്കെ ഈ വിഷയത്തെ പോഷിപ്പിക്കുന്ന കഥാംശങ്ങളാണ്. കുടുംബത്തിന്റെ നിലനില്ക്കുന്ന രൂപമല്ലാതെ വേറെ മാർഗ്ഗമില്ലാത്തതിന്റെ തിക്കുമുട്ട് കഥയിൽ നന്നായി ചിത്രീകരിച്ചിരിക്കുന്നു. 'ജാരനുമായുള്ള സംഭോഗമധ്യത്തിൽ പിടിക്കപ്പെട്ടതുപോലെ' എന്ന ധീരമായ ഉപമ (daring simile) ഈ കഥയിലുണ്ട്. ആ ഉപമ വെച്ചുകൊണ്ട് കഥയാകെ പുനസ്സന്ദർശിക്കാവുന്നതുമാണ്. ആന്തരികമായി ശിഥിലീകൃതമായ വ്യവസ്ഥയാണ് കുടുംബം എന്ന കണ്ടെത്തൽതന്നെയാവും ആ സന്ദർശനത്തിന്റെയും ഫലം.

'കപിലവസ്തു'വിലെ ദമ്പതിമാരുടെയും വിഷയം അനപത്യതയാണ്. അതിലൊരാൾക്ക് മറ്റേയാളിൽ നിന്ന് മറച്ചുപിടിക്കേണ്ട ഒരു രഹസ്യമുണ്ട്. അത് ഗർഭച്ഛിദ്രത്തിന്റേതാണ് എന്നാവുമ്പോൾ കുടുംബഭദ്രതയുടെ മോന്തായമാണ് ഇടിഞ്ഞു വീഴുന്നത്. അദ്ധ്യാത്മിക വളർച്ചയുടെ അന്തരീക്ഷത്തിലാണ് കഥ പുരോഗമിക്കുന്നത്. ശരീരം ഈ ചർച്ചയിൽ വിഷയമാവുന്നു. മനസ്സിന്റെ ഉപരിയായ ആഗ്രഹങ്ങളും ചർച്ചയിൽ വരുന്നുണ്ട്. പഴയ പലഹാരപ്പാത്രമായ സേവനാഴി ഉരുക്കി, ആഗ്രഹവിരോധിയായ ബുദ്ധന്റെ വിഗ്രഹമുണ്ടാക്കിക്കുന്ന ഭാര്യതന്റെ അശുദ്ധികൾക്ക് പരിഹാരം ചെയ്യുകയാണോ? അതുണ്ടാക്കിക്കാൻ താൻ കാണിക്കുന്ന താല്പര്യവും മറ്റും കുടുംബത്തിലെ രഹസ്യപരമ്പരയിൽ ചേർന്ന്, പ്രശ്നാവസ്ഥയെ ഗുരുതരമാക്കുകയാണെന്നാണ് വിചാരിക്കേണ്ടത്. യഥാർത്ഥ വിഷയമറിയാതെയുള്ള പരിഹാരനടപടികളെല്ലാം കുടുംബത്തെ കൂടുതൽ പരീക്ഷണമാക്കുകയാണ് എന്ന് ഈ കഥ വായിക്കുമ്പോഴും അറിയാൻ കഴിയുന്നു.

ദാമ്പത്യത്തിന്റെ അലംകൃതവേദിയിൽ നിന്ന് പ്രണയനഷ്ടം, വ്യഭിചാരം എന്നിവയുടെ ഓർമ്മകളിലേക്ക് നീങ്ങി കലുഷമാവുന്നുവെന്നതാണ് 'രാഗം അമൃതവർഷിണി' എന്ന കഥയുടെ വിജയം.

നാലഞ്ച് കുടുംബങ്ങളുടെ ആന്തരിക ശിഥിലതയുടെ ആഖ്യാനമാണ് സാമാന്യം നീണ്ട ഈ കഥ നിർവ്വഹിക്കുന്നത്. കുടുംബവാദികൾ വിളംബരം ചെയ്യുന്ന പരസ്പരവിശ്വാസം, സ്നേഹം, ത്യാഗം തുടങ്ങിയ മൂല്യങ്ങൾ ഇവിടെ നിശിതമായ പരിശോധനയ്ക്ക് വിധേയമാവുന്നു. ഇതിന്റെ വേറൊരുതരത്തിലുള്ള തുടർച്ചയാണ് 'കാണാത്ത പ്രഭാതം'. മുൻകാമുകീ-കാമുകന്മാർ; കാമുകിയുടെ ഭർത്താവ്. കപടപാരമ്പര്യത്തിന്റെ നാടകീയവേളകൾ. പഴയ ഓർമ്മകളുടെ ഭാരം, കുത്തുവാക്കുകൾ; വിലാപങ്ങൾ. വീടിന്റെ വിചാരണ ഇങ്ങനെ ചിട്ടയായി നടക്കുന്നു.

സൗഹൃദത്തിലൂന്നിനില്ക്കുന്നതും വ്യക്തിവികാസത്തിൽ വിശ്വസിക്കുന്നതുമായ ബന്ധങ്ങളുടെ ഏതാണ്ട് സമ്പൂർണ്ണമായ സാഹിത്യമാണ് ഈ കഥകളിലെ സ്ത്രീ-പുരുഷന്മാരുടെ ജീവചരിത്രം അവർ സ്വന്തം നിലയിൽ വ്യക്തികളായി ജീവിക്കുന്നതിന് പകരം വ്യവസ്ഥയുടെ പൗരോഹിത്യമേറ്റെടുത്തിരിക്കുന്നു. അവരുടെ വാക്കുകളിൽ അനുഭവപരമായ സത്യസന്ധതയേക്കാളുള്ളത്. മൂടിവെക്കലിന്റെ തിടുക്കമാണ്. സ്നേഹ സംവാദങ്ങൾ കൊണ്ട് നിർമ്മിച്ചതല്ല അവർ ഒന്നിച്ച് പാർക്കുന്ന വീട്. ഇത് ഒരു വിമർശന സ്ഥാനമാണ്. തികഞ്ഞ ഉത്തരവാദിത്തത്തോടെ ഒരു കഥാകാരൻ കുടുംബവിമർശനത്തിന്റെ അരങ്ങൊരുക്കിയിരിക്കുന്നു.

ഈ കഥകളിൽ നിന്ന് കുറേവാക്കുകൾ എടുത്തെഴുതുകയാണ്- കുറ്റകൃത്യം, അസുഖം. പാപം, കുറ്റബോധം, തെറ്റ്, ഭയം, മൗഢ്യം, ദുഃഖം, കപടനാട്യം, ലജ്ജ, ഭീരുത്വം, അപസ്വരകലുഷം, അപഹാസ്യത, ഹൃദയാശ്രമം, വേദന, വിഷാദം, ഇരുട്ട്, ഒളിപ്പിക്കൽ, മനം പിരട്ടൽ, വഴക്ക്, അലർജി, വിതുമ്പൽ, അലിവറിയാത്ത, മൂകനാടകം......ഒരു ചെറിയ പുസ്തകത്തിൽ ഋണാത്മക പദകോശം തന്നെ രൂപപ്പെട്ടിരിക്കുന്നു. ഇതൊരു ഭാഷാശ്രമം പോലെയാണ്. സ്നേഹദരിദ്രവും സംവാദശൂഷ്കവും യാന്ത്രികവുമായ കുടുംബവ്യവസ്ഥയുടെ അനിവാര്യമായ സാംസ്കാരിക നാണയങ്ങൾ.

●

മയ്യഴിയിലെ അഴികൾ

"സമരംന്നും സ്വാതന്ത്ര്യംന്നും പറഞ്ഞു മറ്റുള്ളോലിക്ക് ജീവിക്കാൻ കയ്യാണ്ടായി."

"ആരാ കുഞ്ഞാണാ സമരം ചെയ്യുന്നത്?"

"നിങ്ങളെ ദാസനില്ലേ- ഓനും കൂട്യല്ലേ ഈ അനർത്ഥം വരുത്തി വെച്ചത്?"

(കുറുമ്പിയമ്മ-കുഞ്ഞാണൻ സംഭാഷണം, 'മയ്യഴിപ്പുഴയുടെ തീരങ്ങളിൽ' 32-ാം അധ്യായം)

പത്തു വയസ്സായ കാലത്താണ് അരവിന്ദ് മനസ്സിലാക്കിയത്- അച്ചാച്ചൻ ജനിച്ചത് 1940 ലാണ്. അതെ, 1940, 1947 ന് മുമ്പാണ് - അവന്റെ മനസ്സ് ഭാവനയുടെ നെയ്ത്തുപുരയായി. അരവിന്ദ് അച്ഛൻ ഡോ. വിനോദിനോട് ചോദിച്ചു: "അച്ചാച്ചൻ ജയിലിൽ തന്നെയാണോ ജനിച്ചത്? അച്ചാച്ചന്റെ അച്ഛനും അമ്മയും എത്രകാലം ജയിലിൽ താമസിച്ചു?" കൊളോണിയൽ കാലത്തെപ്പറ്റി കുട്ടിയുണ്ടാക്കിയ ഭാവനയെ എങ്ങനെ ഇല്ലാതാക്കണം എന്നാലോചിച്ച് താൻ ഒരു നിമിഷം വിഷമിച്ചുവെന്ന് ഡോ. വിനോദ്. സാമ്രാജ്യത്വശക്തിയുടെ അധിനിവേശത്തെപ്പറ്റി ഇത്തരം ആശയക്കൂട്ടങ്ങളാണ് പൊതുവേ നിലനിൽക്കുന്നത്. ഹിംസയുടേയും ചൂഷണത്തിന്റേയും തന്ത്രങ്ങളുടേയും കഥകളായിട്ടാണ് പൊതുഭാവനയിലും ചരിത്രത്തിലുമൊരുപോലെ സാമ്രാജ്യത്വം ഇടം നേടിയിരിക്കുന്നത്. എന്നാൽ സാമ്രാജ്യത്വം ഇങ്ങനെത്തന്നെയാവണമെന്നില്ല. എവിടെയും, എല്ലായവസരങ്ങളിലും പ്രവർത്തിക്കുക എന്ന് കാട്ടിത്തരാനുള്ള ശ്രമമാണ് 'മയ്യഴിപ്പുഴയുടെ തീരങ്ങളിൽ'. മയ്യഴിയെ ഫ്രഞ്ചുകാർ സ്നേഹിച്ചു, മയ്യഴിക്കാർ ഫ്രഞ്ചുകാരെയും സ്നേഹിച്ചു. ഫ്രഞ്ചുകാർ ഫ്രഞ്ചുകാരേയും സ്നേഹിച്ചു. ഫ്രഞ്ചുകാർക്ക് മുമ്പ് മയ്യഴിയ്ക്ക് ഒരു സവിശേഷതയും ഉണ്ടായിരുന്നില്ല. പുഴക്കരയിലും കടൽക്കരയിലുമായി,

ഏതാനും കള്ളുഷാപ്പുകൾ മാത്രം. പൊതുസ്ഥാപനങ്ങളായി ഉള്ള ഒരു കുഗ്രാമം. മയ്യഴിയെ ഫ്രഞ്ചുകാർ അവരുടെ ദേശഭാവനയ്ക്കൊത്ത് മാറ്റിത്തീർത്തു. തെരുവുകൾക്ക് ഫ്രഞ്ച് പേരുകൾ വന്നു. ഫ്രഞ്ച് മട്ടിലുള്ള വിദ്യാലയങ്ങൾ, ആഹാരരീതികൾ, തൊഴിലുകൾ, തൊഴിൽപ്പേരുകൾ. ഒരെതിർപ്പുംകൂടാതെ ഇതൊക്കെയും നടപ്പിലാക്കാൻ അധിനിവേശമാണെന്നറിയാതെ എന്തിനുമേതിനും വഴിപ്പെട്ടു. ഫ്രഞ്ചുകാർ കൊണ്ടുവന്ന സെന്റ് സെബാസ്റ്റ്യൻ എന്ന വിശുദ്ധനെ 'വെള്ളത്തച്ചൻ' എന്നു വിളിച്ച് മയ്യഴിക്കാർ അവരുടെ പൊതുരക്ഷനാക്കി. അധിനിവേശകരോട് വ്യക്തിപരമായി ഇണങ്ങി- ആരാധനയേയും ആദരവിനേക്കാളുമേറെ, സ്വാഭാവികമായ ഇണക്കമായിരുന്നു അത്. ഇതാണ് നോവൽ തരുന്ന അറിവ്.

ബ്രിട്ടീഷുകാരെ ആരാധിച്ചവരും പൂജിച്ചവരും മാനിച്ചവരും ഇന്ത്യയിൽ ഉണ്ടായിരുന്നു. ഗാന്ധിയെ കൽക്കിയുടെ അവതാരമെന്ന് ഭർത്സിച്ച തന്റെ പിതാവിനെ തകഴി ആത്മകഥയിൽ ഓർക്കുന്നുണ്ട്. മാഹിയിൽ നിന്ന് ഏറെ ദൂരത്തല്ല കോഴിക്കോട്ട്. കോഴിക്കോട്ടെ ഒരു നാടൻപാട്ട് എസ്. കെ. പൊറ്റക്കാട് 'ഒരു ദേശത്തിന്റെ കഥ'യിൽ റെക്കോഡ് ചെയ്തിട്ടുണ്ട്.- "ഗാന്തി എന്നാക്കി? മാന്തിപ്പുണ്ണാക്കി. / ഗവർണ്ണറെന്നാക്കി?/ ഗാന്തിയെപ്പിടിച്ച് ബന്താക്കി." ജന്മിമാരുടേയും പുരോഹിതന്മാരുടേയും ഉദ്യോഗസ്ഥന്മാരുടേയും അധിനിവേശപ്രേമത്തെ സാധാരണക്കാരിൽ ഒരു വിഭാഗം ഏറ്റെടുത്തുവെന്നതിന്റെ ഫോക് തെളിവുകളാണിവ. ബ്രിട്ടീഷിൻ മനസ്സ് അവിടവിടെയായി ഉണ്ടായിരുന്നു. എന്നാലും പൊതുമനസ്സിൽ സായിപ്പ് ദുഷ്ടൻ തന്നെയായി നിലനിന്നു പോന്നു. ആദിവാസി കലാപങ്ങൾ തൊട്ട് അതാണ് തെളിയിക്കുന്നത്. മയ്യഴിയിൽ ചിത്രമാകെ മാറുന്നു.

എന്തുകൊണ്ടാണ്? വിഭവചൂഷണം, പ്രത്യക്ഷ ഹിംസ എന്നിവയിൽ ഫ്രഞ്ചുകാർ അത്രയൊന്നും ഏർപ്പെട്ടിരുന്നില്ല എന്നതാണ് പ്രശസ്തമായ കാരണം. ചെറിയ ഇടമായിരുന്നതുകൊണ്ട് ഉയർന്ന ഭരണാധികാരികൾക്ക് ജനങ്ങളോട് നേരിട്ടുള്ള ബന്ധം ഉണ്ടായിരുന്നു എന്നും നോവലിൽ നിന്നറിയാം. പുഴയോരത്ത്, കടലോരത്ത് തങ്ങൾക്ക് സ്വസ്ഥമായ ഒരു വാസസ്ഥാനം- ഫ്രഞ്ചുകാർ അത്രയേ ഉദ്ദേശിച്ചിരുന്നുള്ളൂ എന്നാണ് നോവൽ വ്യക്തമാക്കുന്നത്. ലോകത്ത് പലേടത്തും തങ്ങൾ ഉണ്ട് എന്ന് സ്ഥാപിക്കാനുള്ള (പഴയ) കൊളോണിയൽ കൊതിയുടെ ഭാഗമാണത്. അതിനാൽ സ്നേഹപ്രകടനത്തിന്റേയും അഭിരുചിമാറ്റൽ പ്രക്രിയയുടേയും രൂപങ്ങളിൽ അധിനിവേശം നിർബ്ബാധം നടന്നുവെന്നാണ് നോവൽ പല തരത്തിൽ തെളിയിക്കുന്നത്. അധിനിവേശത്തിന്റെ മറ്റൊരു രൂപം

തന്നെയാണത് എന്ന് ഉറപ്പിച്ച പറയാൻ നോവൽ തയ്യാറാകുന്നില്ല എന്നു മാത്രം. മൂപ്പൻ സായ്പിന്റെ വീടിനെപ്പറ്റിയെഴുതാൻ "മൂപ്പൻ സായ്പിന്റെ മനോഹരമായ ബംഗ്ലാവ്" എന്ന് (ഒന്നാമദ്ധ്യായത്തിൽ തന്നെ) എഴുതിയതായി കാണാം. ഫ്രഞ്ചുകാരോട് ആഖ്യാനം പെരുമാറുന്നത് ഇമ്മട്ടിലാണ്. ഓരോ ഫ്രഞ്ചുകാരനും ഫ്രഞ്ചുകാരിയും മനോഹാരിതയുള്ള സ്ഥാപനങ്ങളാണ്. തങ്ങൾ അവരുമായി തുല്യനിലയിലാണ് എന്ന് മാഹിക്കാർ നെടുനാളായി കരുതി വന്നു എന്നാണ് നോവലിന്റെ വിളംബരം. രണ്ടു നൂറ്റാണ്ടുകാലമായി നിലനിന്നു പോന്ന സ്നേഹവിശേഷണമാണത് എന്ന് നോവൽ കരുതുന്നുവെന്നതിന്റെ ഏറ്റവും വലിയ തെളിവ് 1954 ലെ മാഹി വിമോചനം കഴിഞ്ഞ് ഇരുപതുകൊല്ലമെത്തുമ്പോൾ എഴുതപ്പെട്ട ഈ കൃതി തന്നെയാണ്. ഇപ്പോഴും എം. മുകുന്ദൻ ഇക്കാര്യം ആവർത്തിക്കുന്നു.- അത്രയ്ക്കും ആത്മാർത്ഥതയും നിഷ്കപടവുമായ വിശ്വാസമാണത്. കൊളോണിയൽ പ്രയോഗങ്ങളെ ഇഴ പിരിച്ച് വിശകലനം ചെയ്യുന്ന പല യുക്തികൾ പുലരുന്ന, അതേ സമയം ജനാധിപത്യദർശനം പൊതുവായി നിലനിർത്തുന്ന, പഠനങ്ങൾ വന്നു കഴിഞ്ഞ സന്ദർഭത്തെയാണ് മുൻവാക്യത്തിലെ 'ഇപ്പോഴും' എന്ന വാക്കിന്റെ അർത്ഥം. അധിനിവേശം ഇങ്ങനെയുമാവാം എന്നു മാത്രമല്ല അധിനിവേശം ഇത്രയും വേരിറക്കമുള്ളതാവാം എന്നും മനസ്സിലാക്കിക്കൊള്ളുക. സ്വാതന്ത്ര്യഭിനിവേശം അതിന്റെ 'ഫുൾ ചാർജിലെത്തുന്നത്' ഏറെ അപൂർവ്വമായി മാത്രമാണ്. അധിനിവേശകൻ, അധിനിവേശത്തിന്റെ തടസ്സമില്ലാത്തുടർച്ചക്കായി, അധിനിവേശിതരോട് സസ്നേഹം പെരുമാറിയാൽ അധിനിവേശകൻ നല്ലാളായി-അധിനിവേശകാലം ഗൃഹാതുരസ്മൃതിയായി. ഈ സങ്കീർണ്ണഘടനയെ അപ നിർമ്മിച്ചുകൊണ്ടേ ഈ വായനക്ക് കലോചിതമാവാൻ കഴിയൂ.

ഇങ്ങനെയൊരു വായനയിൽ ഇരുപത്തിമൂന്നാമദ്ധ്യായം കാര്യമായസ്ഥാനം നേടിയേക്കും. സ്വാതന്ത്ര്യ സമരം ശക്തമായി ഓഫീസുകളിലേക്ക് സമരഭടന്മാർ കയറിചെന്നു. തുടർന്ന് ഫ്രഞ്ച് പടക്കപ്പലിന്റെവരവ് നാട്ടുകാരുടെ പരിഭ്രാന്തി. നാട്ടിലിറങ്ങിയ പട്ടാളം, പക്ഷെ ആയുധമെടുത്തിരുന്നില്ല. അവർ കാല്പനികരായി പെരുമാറി. പുഴയിൽ നീന്തിക്കളിച്ചു. മൂപ്പൻ പറയുന്നു: തന്റെ 'പ്രജകളെ' (ഇതു തന്നെ വാക്ക്) ഒന്നും ചെയ്യില്ല. പട്ടാളത്തിന്റെ വരവ് കലാപകാരികളിൽ നിന്ന് അവരെ രക്ഷിക്കാനാണ്. കലാപകാരികളെ മാത്രമെ ശിക്ഷിക്കൂ. പേടിച്ച് കേരളംപൂകിയ മയ്യഴിക്കാർ തിരിച്ചുവരുന്നു. അധിനിവേശകരുടെ സൗമനസ്യം- 'കലാപകാരികൾ' എന്നു വിളിക്കപ്പെടുന്ന സ്വാതന്ത്ര്യ സമര ഭടന്മാർ കോമാളികളാവുന്നു- അവരുടെ "പടക്കപ്പലുകളെ തോല്പിക്കുന്ന പുതിയൊരു ജനകീയ

വിപ്ലവത്തിന് തയ്യാറെടുക്കാൻ....” എന്ന വാക്യം പാഴ്ശബ്ദമായിത്തീരുന്നു. നോവലിൽ ഇത് മോശം ഭാഗമായിത്തീരുന്നത്. 'ജനങ്ങൾ' പൊതുവെ കൊള്ളക്കാരോട് ഇഷ്ടം തുടർന്നും നിലനിർത്തുന്നു എന്ന് കാട്ടുന്നതു കൊണ്ടാണ്. ഉണ്ണിനായർ പറയുന്നു, ബാലനോട്: “എനിക്കൊരാഗ്രഹണ്ട്. എന്റെ കണ്ണടയുന്നേന് മുമ്പ് വെള്ളക്കാരീ നാട്ടീന്ന് പോകരുത്” 'ക്വിറ്റ് ഇന്ത്യ'ക്ക് നേരെ എതിരായ പ്രസ്താവം. അധിനിവേശ സ്വാധീനതയുടെ വികാരരൂപങ്ങൾ വെച്ചുകൊണ്ട് ഒരു നാടിനെ സ്ഥാനപ്പെടുത്തുന്ന കൃതി- 'മയ്യഴിപ്പുഴയുടെ തീരങ്ങളിൽ' അധിനിവേശവിരുദ്ധ വായനകളിൽ ഈയൊരു നിലയിൽ മാനിക്കപ്പെട്ടേക്കാം. അധിനിവേശത്തിന്റെ സങ്കീർണ്ണമാനങ്ങൾ രേഖപ്പെടുത്തിയിരിക്കുന്നു എന്ന നിലയിലാണ് അത് ശ്രദ്ധേയമാവുന്നത്.

ഇപ്പോൾ ആലോചിക്കാം- നോവലിൽ തെളിയുന്നതും, എം മുകുന്ദൻ പരസ്യപ്രസ്താവനകളിലൂടെ വ്യക്തമാക്കിയതുമായ, അധിനിവേശത്തിന്റെ മൃദുലചരിത്രം ദലിതരടക്കമുള്ള എല്ലാ മയ്യഴിക്കാരും ഒരേയളവിൽ പങ്കിടുന്നുണ്ടോ? ഒറ്റ സ്വാഭാവമുള്ള ചരിത്രമേ മയ്യഴിക്കുള്ളൂ? സി.എച്ച് ഗംഗാധരനെഴുതിയ മാഹിയുടെ ചരിത്രപുസ്തകത്തിൽ ബദൽ അധ്യായമൊന്നും കാണുന്നില്ല. വ്യത്യസ്തമായ ഊന്നലുകളും തെളിവുകളും നിരത്തുന്ന ചരിത്രങ്ങൾ മയ്യഴിയ്ക്ക് ഒരിക്കലും കൈവരികയില്ലേ? മയ്യഴിയിലെ രാഷ്ട്രീയ പ്രയോഗവും അക്കാദമിക ജീവിതവും അത്രമേൽ ഔപചാരികമായി കഴിഞ്ഞോ?

ശത്രു ഏതുരൂപത്തിലും വരും, “അവൻ പുനലൂർ രാജന്റെ രൂപത്തിലും വരും” എന്ന് ബഷീർ. അധിനിവേശം ഇങ്ങനെയും വരും. അതിനാൽ കരുതിയിരിക്കണം. നോവലിലെ ഫ്രഞ്ചനുകൂല ഭാഷാ സന്ദർഭങ്ങളെകഥാപാത്രങ്ങളുടെ (നോവലിസ്റ്റിന്റെയും അതേ മനോഗതിയോടെയല്ല ഇനി കാണേണ്ടത് എന്നുറപ്പാണ്. മയ്യഴിപ്പുഴയുടെ തീരങ്ങളിൽ ഒഴുക്കു നിലച്ച ഒരു ആഖ്യാനമല്ല.

ദുസ്സാമർത്ഥ്യം, ചൂഷണം, കൊള്ള, മർദ്ദനം, കൊല എന്നിവയനുഭവങ്ങളുമായി ചേർന്ന് ബ്രീട്ടിഷ് ഭരണത്തെ വിലയിരുത്തിപ്പോന്ന കേരളീയ മലയാളികൾക്ക് ഈ നോവൽ സ്വപ്നതുല്യമായ ഒരു അനുഭൂതി പകർന്നിട്ടുണ്ടാവാം എന്നാൽ ആ മയക്കത്തിൽ തന്നെ നില്ക്കുന്നതിന് പകരം മയ്യഴിയിലെ അനുഭവത്തെയും തങ്ങളുടെ അനുഭൂതിയേയും ഒരേ സമയം ചരിത്രവത്ക്കരിച്ച് കാണുക എന്നതാണ് പ്രധാനം.

●

ഒച്ചയുടെ സൂചന

ഒന്ന്

സങ്കൽപ്പിക്കാനാവുന്നുണ്ട് 1929 ഡിസംബറിലെ രാത്രി തൃശ്ശൂർ എടക്കുനിയിലെ ഇല്ലപ്പറമ്പ്. ഒരു നാടകം, അല്ല പ്രഹസനം കാണാനായി കൂടിയിരിക്കുന്ന നമ്പൂതിരി സമൂഹം. എന്താണ് കാണാൻ പോകുന്നത് എന്ന് അവർക്ക് തിട്ടമുണ്ടായിരിക്കുമോ? ചിലർക്ക് ചില്ലറ സൂചനകൾ കിട്ടിക്കാണണം. മറ്റുള്ളവർക്ക് ഒരു കൗതുകം എന്നതിനപ്പുറം അധികമൊന്നും വിചാരം ഉണ്ടെന്ന് തോന്നുന്നില്ല. അവിടെയുവിടെയുമായി നില്ക്കുന്ന നമ്പൂതിരി കൂട്ടത്തിൽ പ്പെടാത്ത കുറച്ചാളുകൾക്ക് അത്രയും മുന്നേറാനാവില്ല. ഈ സദസ്സിന് മുന്നിൽ നീങ്ങിയ തിരശ്ശീലക്കൊപ്പം കേൾക്കുന്നത് ഒന്നാണ്. "ഉ്- ഊ്- സേമാമ വിഡ്ഢി ഉ്-ഊ്- സേമാമ വിഡ്ഢി"

തണുത്ത രാത്രി ചൂടാവുന്നു.

പ്രേക്ഷകഗൃഹത്തിലെ പുരോഗമനവാദികൾ തന്നെ അന്തിച്ചുപോയിട്ടുണ്ടാവും. അതുവരെ പാവനമെന്നു കരുതിവന്ന ഒന്നിനെയാണ് ഇവിടെ അരങ്ങിൽ കാട്ടി വേറെയൊന്നാക്കുന്നത് അതെ, വേറെയൊന്നാക്കുകയാണ്. കേൾക്കാം, തുടർന്നുള്ള ശബ്ദം: "ശ്-ശ്-കുഞ്ചു, ശനി പ്രദോഷല്ലെന്ന്- ഉ-ഊ-സേമാമ വിഡ്ഢി-"

ഓത്ത് എന്നാൽ ചൊല്ലിപഠിക്കലാണ്- എന്ത്? ഋഗേദ്വം, യജ്ജുർവേദം, സാമവേദം എന്നീ വേദങ്ങൾ. ഋഗേദ്വത്തിലെ അദ്ധ്യായം ചില്ലറക്കാര്യമല്ല. അതാണ് ഇവിടെ അരങ്ങിൽ കാണിച്ച് വേറെയൊന്നാക്കിയിരിക്കുന്നത്. ഓത്ത് നമ്പൂതിരി ജീവിതത്തിലെ വലിയൊരു സംഗതിയാണ്. ഓതുക, ഓതുവാർ, ഓത്തൻ, ഓത്തന്മാർ മഠം, ഓത്തിന്റെ വട്ടം, ഓത്തുള്ളവർ, ഓത്തില്ലാത്തവർ, ഓതിക്കൻ, ഓത്തുക്കെട്ടിക്കൽ, ഓത്തുചൊല്ലിക്കൽ, ഓത്തുചൊല്ലിതാമസിക്കൽ, ഓത്തുനീർ, ഓത്തുമുടിയുക, ഓത്തൂട്ട്- ഇത്രയെങ്കിലും പ്രയോഗങ്ങൾ

ഓത്തുമായി ചേർന്ന് നമ്പൂതിരിഭാഷയിലുണ്ട്. ഇതുതന്നെ ഓത്തിന്റെ വലുപ്പത്തെ വരച്ചുകാണിക്കും.

അതിനെയാണ് നാടകം വേറെയൊന്നാക്കിയിരിക്കുന്നത്. വേറെയൊന്ന് എന്നാൽ? എങ്ങനെ?

(ഒന്ന്) അതിനെ യഥാർത്ഥ സന്ദർഭത്തിൽ നിന്ന് പുറത്തേക്ക് കൊണ്ടുവന്ന് അരങ്ങിൽ വ്യത്യസ്തമായ പരിഗണയ്ക്ക് വിധേയമാക്കി.

(രണ്ട്) ഓത്തിനെ പരിഹസിക്കുന്ന മട്ടിൽ ഓത്തല്ലാത്ത സംഭാഷണക്ക്ഷണങ്ങൾ ചേർത്ത് ക്രമീകരിച്ചു.

(മൂന്ന്)അത് ഓത്തൻമാരും ഓതുന്നവരും ഓത്ത് കഴിഞ്ഞവരും അടങ്ങുന്ന സദസ്സിൽ കാണിച്ചു.

നാടകത്തിൽ ഇത് പത്തു നിമിഷമെങ്കിലും നീളുന്ന രംഗമാണ്. നാടകത്തിന്റെ തുടക്കമാണിത് എന്ന് വീണ്ടുമോർക്കുക. ഓത്ത് പ്രതിനിധികരിക്കുന്ന പാരമ്പര്യാധ്യയന ക്രമത്തെ, പാരമ്പര്യത്തെ ഒട്ടാകെത്തന്നെ, അവ നിർമ്മിക്കുന്ന രംഗമാണത്. 'അടുക്കളയിൽ നിന്ന് അരങ്ങത്തേക്ക്' എന്ന ഈ നാടകവും ഒരധ്യയന പ്രക്രിയയാണ്; എന്നാലത് പുതിയ പാഠവും പഠിക്കലും പഠിപ്പിക്കലുമാണ്

ഓത്തിൽ- പാരമ്പര്യത്തിന്റെ ഒച്ചയിലാണ് നാടകം തുടങ്ങുന്നത് പെട്ടെന്നുതന്നെ അത് പാരമ്പര്യം ധ്വംസനമായിത്തീരുന്നു, വിമോചനാത്മകമാവുന്നു.

വി.ടിയ്ക്കും കൂട്ടർക്കും ഓത്തിന്റെ ഹാസ്യത്മകമായ നാടകീയ സാധ്യത എവിടെന്നാവും തെളിഞ്ഞു കിട്ടിയിരിക്കുക?

ഇല്ലത്തിന്റെ സഹജമായ ചുറ്റുപാടിൽ നിന്നുതന്നെ. ഓത്തിനെ, ഒരു വേദമാണ് എന്ന ഗൗരവത്തിലൊന്നും കാണാതെ "ഇങ്ങനേ" ഉരുവിടുന്ന നമ്പൂതിരി വിദ്യാർത്ഥികൾ എന്നും ഉണ്ടായിട്ടുണ്ടാവണം. അതുണ്ടാക്കുന്ന ഹാസ്യത്മകമായ അവസ്ഥയിൽ വിധ്വംസകമായ ഒരു സാധ്യത കണ്ടറിഞ്ഞ്, അതിനെ അരങ്ങിൽ പുതിയ ധ്വനികളോടെ പ്രയോഗിക്കുകയായിരുന്നു വി.ടി യും കൂട്ടരും. പാവനമെന്ന് കരുതിപ്പോന്ന ഒരു പ്രസ്ഥാനം ഇങ്ങനെയുമാണ് എന്ന് ബോധ്യപ്പെടുത്താനുള്ള ശ്രമമാണത്. ഓത്ത് എന്നതിനെ ഒറ്റക്കെട്ടുക്കുകയല്ല നാടകം. ഓത്തുൾപ്പെടെ നമ്പൂതിരിയുടെ ജീവിതവുമായി ബന്ധപ്പെട്ട എല്ലാ ക്രമങ്ങളും വൈപരീത്യത്തെ നേരിടുന്നു എന്ന വിമർശനം ഉന്നയിക്കുകയാണ് നാടകത്തിന്റെ ഉന്നം. സാമ്പ്രദായികമായി നാടകങ്ങളിൽ ഉണ്ടാവാറുള്ള, തുടക്കത്തിലെ, ഈശ്വരസ്തുതി, രംഗപൂജ എന്നിവയ്ക്ക് പകരമാണ് ഓത്തിന്റെ വികടനാടകം. ഇതു

കൂടി ഓർത്താൽ അതിലെ സാഹസികമായ സർഗ്ഗാത്മകയ്ക്ക് ഊക്ക് ഏറുന്നതായി അറിയാനാവും.

രണ്ട്

പാരമ്പര്യത്തിന്റെ ശബ്ദത്തിൽ തുടങ്ങിയ നാടകം- സംസ്കൃത ത്തിൽ തുടങ്ങിയ നാടകം അവസാനിക്കുന്നത് ആധുനികതയുടെ ശബ്ദങ്ങളിലാണ്- ഇംഗ്ലീഷിലാണ്. നാടകപുസ്തകത്തിൽ അത് ഇംഗ്ലീഷ് ലിപിയിൽത്തന്നെ അച്ചടിച്ചതായി കാണുന്നു: "Hip hip hurrah hip hip hurrah hip hip hurrah".

'ഇന്ദുലേഖ' കഥയുമായും അതിന്റെ സംസ്കാരമായും, 'അടുക്കളയിൽ നിന്ന് അരങ്ങത്തേക്കിന്'' നല്ല ബന്ധമുണ്ട്. മാധവൻ- മദ്രാസ്- ഇംഗ്ലീഷ് പ്രണയം- നിയമം-ധിക്കാരം- വിവാഹം- വിജയം: ഇത്രയും വകകളിൽ രണ്ടും ഒന്നാണ്. ഇംഗ്ലീഷിനെ പുതിയജീവിതത്തിന്റെ ഭാഷയും തത്ത്വവുമായി കാണാനുള്ള താല്പര്യം നാടകത്തിനുമുണ്ട്. ആ താല്പര്യത്തിന്റെ കൂട്ടപ്പാട്ടാണ് "ഹിപ്പ് ഹിപ് ഹുറൈ" ആയി നാട കാന്ത്യത്തിൽ മുഴങ്ങുന്നത്. അത് പുതിയ സമൂഹത്തിന്റെ (സ്വപ്നാത്മ കമായ) ഓത്തിന് തുല്യമാണ്, അതിൽ സന്തോഷവും സന്നദ്ധതയും പ്രതീക്ഷയും ഉണ്ട്- പരിഹാസമില്ല.

കൂട്ടായ്മയാണ് ഇതിലുള്ള മറ്റൊന്ന്. പുതിയ ജീവിത ക്രമത്തിനായി കൂട്ടായി പ്രവർത്തിക്കണമെന്ന സന്ദേശമാണത്.

'ഹിപ്പ് ഹിപ് ഹുറൈ' സങ്കീർണ്ണമായ ചരിത്രമുള്ള പ്രയോഗവു മാണ്. ഹിപ്പ് മധ്യകാല ലത്തീൻ ഭാഷയിലെ hier solmya est perdita എന്നതിന്റെ ചുരുക്കമാണ്. " ജറുസലേം തുലഞ്ഞു" എന്നാണർത്ഥം (1819 ഒക്ടോബറിലെ) ജർമ്മൻ ജൂത കൂട്ടക്കൊലക്കാലത്ത് പ്രചരിച്ച ഒരു ശബ്ദമാണത്. ഇതിന് മുൻപുതന്നെ തോമസ് ഹിപ്പ് ഹിപ് ഹുറൈ' എന്നെഴുതിയിട്ടുണ്ട്. ഒരു ഫോക് പ്രയോഗമായിരിക്കണം അത്. ജംഗിസ് ഖാനിലൂടെ പടിഞ്ഞാറൻ സമൂഹത്തിന് കിട്ടിയ മംഗോളിയൻ ശബ്ദമാണ് 'ഹുറൈ' എന്നറിയുന്നു. (ഈ സൂചന ജാക് വെതർഫോഡിന്റെ 'ജംഗിസ്ഖാൻ ആന്റ് ദ വേൾഡ്' (2004) എന്ന കൃതിയിൽ ഉണ്ട്. ജംഗിസ്ഖാൻ ആന്റ് ദ മേക്കിംഗ് ഓഫ് ദ മോഡേൺ വേൾഡ് (ഡേവിഡ് വിൽറ്റന്റെ 'വേഡ് സ്മിത്സ്'' എന്ന കൃതിയിലും ഇക്കാര്യം പറയുന്നു) 'ഹിപ്പ് ഹിപ് ഹുറൈ' സന്തോഷ പ്രകടനത്തിനുള്ള ഉപാധിയാണ്. പ്രശംസയും അംഗീകരിക്കലുമാണ തിന്റെ ഉള്ളടക്കം. കൂട്ടായ്മയാണതിന്റെ മൗലികഭാവം.

യാന്ത്രികമായി, ആർക്കോവേണ്ടി ചൊല്ലുന്ന ഓത്ത്; അറിഞ്ഞും ആവേശംകൊണ്ടും പറയുന്ന ഇംഗ്ലീഷ് ശബ്ദം. നാടകം പാര മ്പര്യത്തെയും ആധുനികതയെയും ഇങ്ങനെ ആവിഷ്കരിക്കുന്നു.

പാരമ്പര്യത്തിന്റെ യാന്ത്രികതയിൽ നിന്ന് ചട്ടുലമായ ആധുനികതയിലേക്ക് പ്രണയ വിജയകഥയിലൂടെ നാടകം എത്തിച്ചേരുകയാണ്. ആ കഥയിൽ നിയമവ്യവസ്ഥയും സൗഹൃദശക്തിയും സാഹസികതയും ധിക്കാരവുമെല്ലാം ഉണ്ട്. ഇംഗ്ലീഷും ഉണ്ട്. നമ്പൂതിരിയുടെ ജനസംഘത്തിന് ലണ്ടനിൽ ഒരു ശാഖയുണ്ട് എന്നും നാടകം സ്വപ്നം കണ്ടെഴുതിയിട്ടുണ്ട്. മാധവനെയും തേതിയേയും അഭിനന്ദിച്ചുകൊണ്ട് ലണ്ടൻ ശാഖകൾ അയച്ച ഇംഗ്ലീഷ് സന്ദേശം നാടകത്തിൽ അയ്യങ്കാർ മുഴുവനായും വായിക്കുന്നുണ്ട്-ADDRESS presented by the London Branch of the Nambudiri young men's Association to Mr. and Mrs. Maduramangalath Madavan Nambudiri on the auspicious occasion of their marriage.

വി.ടിയ്ക്ക് ഇംഗ്ലീഷറിയാമായിരുന്നു. ഷൊർണ്ണൂറിൽ റെയിൽവേ ഉദ്യോഗസ്ഥനായ ഒരു സായിപ്പിന്റെ മദാമ്മക്കുട്ടിയുടെ കൂടെയിരുന്നാണ് വി.ടി ഇംഗ്ലീഷ് പഠിച്ചത്. ഇംഗ്ലീഷിനാണ് പുതിയലോകത്തിന്റെ ശബ്ദം എന്ന് വി.ടി കണക്കാക്കി കേരളത്തിലെ എല്ലാ നവോത്ഥാന നേതാക്കളെയും പോലെ. പുതിയ മനുഷ്യനാവുകയെന്നാൽ ഇംഗ്ലീഷുകാരനെപ്പോലെയാവുക എന്ന, സമകാലികനാവാൻ ഇതാ യൂറോപ്യൻ മാതൃക എന്ന കുറിപ്പടിയെ 'Hip Hip Hurrah' എന്ന ശബ്ദത്തിന്റെ രാഷ്ട്രീയത്തെ വിശകലനം ചെയ്യുക എന്നത് ഇന്നത്തെ പണി. അന്ന് അങ്ങനെയല്ല ധാരണ.

മൂന്ന്

സേമാവ വിഡ്ഢിയും 'Hip hip hurrah'യും ശബ്ദ പ്രതീകങ്ങൾ എന്ന നിലയിൽ നാടകത്തിന്റെ സൗന്ദര്യം കൂട്ടുന്നുണ്ട്. വ്യക്തിപരമായ ഒരു ഓർമ്മ: ബ്രെഹ്റ്റിന്റെ 'ഗലീലീയോ' നാടകം പഠിപ്പിക്കുന്നു. ഗലീലീയോ അരങ്ങിലുണ്ട്. പാൽപ്പാത്രവുമായി വേലക്കാരിത്തള്ളയുടെ മകൻ ആൻഡ്രിയ വരുന്നു. കൈകളിൽ പാൽപ്പാത്രം ഗലീലീയോ പറയുന്നു 'Put the milk on the table but dont shut any of my books' ഗലീലീയോക്ക് പാലും വേണം- പുസ്തകവും വേണം. ഗലീലീയോ തീറ്റക്കൊതിയനും അറിവു കൊതിയനുമാണ്- ഒരേസമയം ആദർശവത്ക്കരിക്കാതെയാണ് ബ്രെഹ്റ്റ് കഥാപാത്രത്തെ അവതരിപ്പിക്കുന്നത്. 'Put the milk on the table but dont shut any of my books' ഈ ശബ്ദത്തിലാണ് ഗലീലീയോ നാടകം തുടങ്ങുന്നത്. ഗലീലീയോയുടെ മൊത്തം സ്വാഭാവം ഈ ശബ്ദം സൂചിപ്പിക്കുന്നു. ഇത് ക്ലാസ്സിൽ പറയുമ്പോൾ വി.ടിയുടെ നാടകത്തിന്റെ തുടക്കം (ഒടുക്കവും) ഓർമ്മയിൽ വന്നു- ഇംഗ്ലീഷ് ക്ലാസാണെന്ന് മറക്കാതെ അതവിടെ പറയുകയും ചെയ്തു.

●

ഒ.എൻ.വി: അർത്ഥത്തിന്റെ സംഗീതം, സംസ്കാരം

ചില തൊഴിൽക്കൂട്ടങ്ങളിൽ, മതസന്ദർഭങ്ങളിൽ, ജാതിബന്ധങ്ങളിൽ, പ്രാദേശികസമൂഹങ്ങളിൽ ഒതുങ്ങിനിന്ന പാട്ടുകൾ ഉണ്ടായിരുന്നു. അവയിൽ സംഗീതത്തിന്റെ പല പല ഇനങ്ങളും ചൈതന്യത്തോടെ ചേർന്നു നിൽക്കുകയും ചെയ്തിരുന്നു. എന്നാൽ ഈ ഗാനചരിത്രം മലയാളി സമൂഹത്തിന്റെ പൊതുവായ ശ്രദ്ധയിലേക്ക് ഒന്നിച്ച്, ഒരേ കാലയളവിൽ ഒരു സാംസ്കാരികാനുഭവമായി വന്നുചേർന്നില്ല. മിക്കപാട്ടുകളും അവയുടെപ്രഭവകേന്ദ്രങ്ങളിലെ വിനിമയത്തിൽ ഒതുങ്ങിനിന്നു. അവയിലെ ജീവിതാടയാളങ്ങൾ തന്നെയും ശ്രദ്ധയിലേക്ക് വന്നില്ല. ഒരുതരം അനുഷ്ഠാനപരതയോടെയാണ് ആ പാട്ടുകൾ അതാതിന്റെ സമൂഹത്തിൽ നിലനിന്നുപോന്നത്. സമകാലികമായ ആശയവ്യൂഹമായി സ്വയം പരിണമിക്കാൻ ആവാത്ത തരത്തിൽ അവ പാരമ്പര്യത്തിന്റെ ഭാഗമായി സ്ഥിരപ്പെട്ടുപോയിരുന്നു. വിശ്വാസത്തിന്റെ മാത്രമല്ല വിയോഗത്തിന്റെയും വിരഹത്തിന്റെയും സഹനത്തിന്റേയും അതിജീവനത്തിന്റേയും ഉർവ്വരതയുടേയുമൊക്കെ പാട്ടുകൾ പാരമ്പര്യത്തിലുണ്ടെങ്കിലും അവയ്ക്ക് അതേ സ്വരൂപത്തിൽ നവോത്ഥാനത്തിലൂടെ പുതിയ കാലത്തിനായി പരുവപ്പെട്ട മലയാളിയെ സർഗ്ഗാത്മകമായി അഭിസംബോധന ചെയ്യാൻ കഴിയില്ലായിരുന്നു. ഒന്നാമത്തെ കാര്യം മലയാളികൾ ആ പാട്ടുകൾ ഒരേ കാലത്ത് കേട്ടില്ല എന്നതു തന്നെ. ഒ. എൻ. വിയുടെ നാടകഗാനങ്ങൾ നവോത്ഥാനത്തിന്റെ ജീവിതം ഉൾക്കൊണ്ടവയാണ്; അവയിൽ കേരളീയമായ സംഗീതപദ്ധതികളുടെ സരളമായ ചേർച്ചകൾ ഉണ്ട്; ജീവിതത്തിന്റെ പ്രശ്നങ്ങൾ കാവ്യാത്മകമായി വിവർത്തനം ചെയ്തവയുമാണ് ആ ഗാനങ്ങൾ.

രൂപത്തിലും ഭാവത്തിലും അത്തരം ഗാനങ്ങൾ മുൻപ് ഉണ്ടായിട്ടില്ല. മലയാളികൾ ഒരേ കാലത്ത് ആ പാട്ടുകൾ കേട്ടു; വീണ്ടും വീണ്ടും കേട്ടു; കേട്ടവയൊക്കെയും പലയളവുകളിൽ ഓർമ്മിച്ചു; ഓർമ്മിച്ചവ സ്വന്തമായി പാടിനോക്കാനും അസംഖ്യം മലയാളികൾക്ക് തോന്നി. ആ പാട്ടുകൾ പുതിയ സംഗീതമായിരുന്നു; പുതിയ പ്രശ്നവിനിമയക്രമവുമായിരുന്നു. പ്രകൃതിയും മനുഷ്യരും പൂരിപ്പിച്ചുകൊണ്ടു നിൽക്കുന്ന കാഴ്ച അവയിലുണ്ട്. അവയിൽ ആധ്യാത്മികസ്ഥാനങ്ങൾ ഇല്ല. അധീരശപൂജ ഇല്ല. ആഹ്ളാദകരമാംവിധം ഭൗതികമാണ് ആ പാട്ടുകൾ. ഭൂമിയിലെ വാസത്തിന്റെ വിഷയങ്ങളും സാധ്യതകളും ആ രാഗമാലികകളെ ആധുനികമാക്കി. ആത്മവിശ്വാസത്തിലേക്കും അവകാശബോധത്തിലേക്കും സംവാദധീരതയിലേക്കും നടന്നടുക്കുന്ന കേരളത്തിലെ പുതിയ പൗരസമൂഹത്തിന് ആ പാട്ടുകൾ പല മാനങ്ങളിൽ പ്രചോദനം നൽകിയിട്ടുണ്ടാവണം.

മലയാളഭാഷയുടെ കാവ്യസാധ്യതകളെ, പ്രകടനാത്മകതയില്ലാതെ മുന്നോട്ടുകൊണ്ടുപോയവയാണ് ആ പാട്ടുകൾ. അസാധാരണമായ സാധാരണത്വം ചെയ്യാനുള്ളതുകൊണ്ട് മലയാളത്തിന്റെ ശക്തി വിളംബരം ചെയ്യാനുള്ള സാംസ്കാരിക സംവിധാനമായി അവ സ്വയമറിയാതെ പ്രവർത്തിച്ചു. അവയിലൂടെ പുതിയ മലയാളികളുടെ നിരവധി തിരിച്ചറിവുകൾ ശബ്ദതരംഗങ്ങളായി അനേകം മലയാളികളിലേക്കെത്തി. പുതിയ വിഷമങ്ങൾ, വിഷാദങ്ങൾ, വിഹ്വലതകൾ, സ്വപ്നങ്ങൾ, പ്രതീക്ഷകൾ, സന്നദ്ധതകൾ, സമരങ്ങൾ, ചേർച്ചകൾ, വിചാരണകൾ- ആ പാട്ടുകൾ ഇങ്ങനെ പലതും ഉൾക്കൊള്ളുന്നവയാണ്. ഏതെങ്കിലും അക്കാദമികസമൂഹത്തിന്റെയോ ആരാധകസംഘത്തിന്റെയോ ശ്രമമില്ലാതെ തന്നെ അവയിലേക്ക് മലയാളികളുടെ ശ്രദ്ധ വന്നു വീഴുകയും ചെയ്തു. സ്വാഭാവികമായ വിജയമായിരുന്നു അത്.

ഒ. എൻ. വി. യുടെ പിൽക്കാലരചനകൾ ഈ കാവ്യശാസ്ത്രത്തിന്റെ തുടർച്ചയും വളർച്ചയുമാണ്. മലയാളിജീവിതം, മലയാളഭാഷയുടെ സാധ്യത, സംഗീതാധിഷ്ഠിതമായ വിനിമയം, വ്യക്തിഭാവങ്ങളെ വിസ്മരിക്കാതെയുള്ള കാല/ലോക വിചാരം, പ്രകൃതി, കല, സാഹിത്യം, അറിവ് എന്നിവയെ ചരിത്രവത്കരിച്ച് കാണാനുള്ള ശ്രദ്ധ ഇത്രയും കാര്യങ്ങൾ ഒ.എൻ.വി.യുടെ കാവ്യജീവിതത്തെക്കുറിച്ച് നിരീക്ഷിക്കേണ്ടതുണ്ട്. ഈ ആശയധാരണയോടെ വായനക്കാരൻ എന്ന നിലയിൽ പെട്ടെന്നോർക്കുന്ന ചില വരികൾ പ്രത്യേകമായി നോക്കിക്കാണാനാണ് ഈ കുറിപ്പിൽ ഇനി ശ്രമിക്കുന്നത്.

ഒന്ന്

ദീപങ്ങളൊക്കെ കെടുത്തി ഞാൻ പ്രാർത്ഥിച്ചു:
"ദീപമേ നീ നയിച്ചാലും!......"
(ഞാൻ)

സാർത്ഥകമായ നാടകീയതയാലാണ് ഈ വരികൾ മികച്ചു നിൽക്കുന്നത്. മാധവിക്കുട്ടി 2000ൽ എഴുതിയ ഒരു ചെറുകഥയിൽ 'ശത്രു ഞാൻ തന്നെ' എന്ന് വെളിപ്പെടുത്തി. 'നരബലി'യിൽ പി. കുഞ്ഞിരാമൻനായർ സാമൂഹ്യപാപങ്ങൾചെയ്ത പൗരനായ 'ഞാൻ' ശിക്ഷയ്ക്കർഹനാണ് എന്ന് വിലപിച്ചു. അതേ 'ഞാൻ' ഇവിടെയും. നിലനിൽക്കുന്ന വിളക്കുകൾ ഇല്ലാതാക്കുന്ന 'ഞാൻ' പ്രാർത്ഥിക്കുന്നു, വെളിച്ചത്തിനായി. പ്രവർത്തനം, പ്രാർത്ഥന: ഇവയുടെ വൈരുദ്ധ്യം ഈ കാവ്യസന്ദർഭത്തെ രൂക്ഷമായ ഒരു സാമൂഹ്യവിചാരണയാക്കി മാറ്റുന്നുണ്ട്. 'എന്റെ' പ്രാർത്ഥന, വിളക്ക്കെടുത്തിയതു കൊണ്ടുള്ള സങ്കടം കൊണ്ടാണെന്ന് വരാം. പക്ഷേ അത് പരിഹാസ്യമാണ്. കാരണം വിളക്ക് കെടുത്തുക എന്നത് പ്രവർത്തനം തന്നെയാണെങ്കിൽ തുടർന്നുവരുന്നത് പ്രാർത്ഥന മാത്രമാണ്. അതിനാൽ അത് 'എന്റെ' പശ്ചാത്താപമാണെന്ന് ഉറപ്പിച്ചുപറയുവാൻ ആവില്ല. എന്നാൽ പശ്ചാത്താപത്തിലെ സ്വരം അതിലുണ്ട് താനും. ഈ സങ്കീർണ്ണതയാണ് ഈ സന്ദർഭത്തെ ചരിത്രവത്കരിക്കുകയും കാവ്യാനുഭവമാക്കുകയും ചെയ്യുന്നത്.

ജോൺ ഹെൻറിന്യൂമാന്റെ Lead kindly light എന്ന കവിത ഗാന്ധിജിയ്ക്ക് പ്രിയപ്പെട്ടതായിരുന്നു എന്ന് കേട്ടിട്ടുണ്ട്. ആ കവിതയുടെ ഓർമ്മ തീർച്ചയായും ഈ വരികളിലുണ്ട്. ഗാന്ധിവധത്തിന്റെ ദിവസം നഗരത്തിൽ മധുരപലഹാരം വിതരണം ചെയ്ത വർഗ്ഗീയവാദികളെ എതിരിടാൻ താനും സഖാക്കളും പോയതിനെക്കുറിച്ച് ഒ.എൻ.വി. എഴുതിയതും ഓർക്കണം. ആ പ്രതികരണത്തിന്റെ മറ്റൊരു പാഠം കൂടി ഇവിടെ വായിക്കാവുന്നതാണ്. 'ഞാൻ' എന്ന കവിതയിലെ കൂടുതൽ പ്രശസ്തമായ "ഒരു തത്ത്വശാസ്ത്രത്തിൻ തൈ നട്ടു ഞാ:നെന്നും/ പ്ഴുതുനോക്കുന്നു" എന്ന ഭാഗത്തേക്കാളും ഗാംഭീര്യവും നാടകീയശോഭയും "ദിവസങ്ങളൊക്കെ...." എന്നു തുടങ്ങുന്ന ഭാഗത്തിനാണ് എന്നും തോന്നാറുണ്ട്. വിരുദ്ധോക്തിയുടെ ശക്തി ആഘാതം കണക്കെ വായനക്കാരനെ ബാധിക്കുന്നതായി അനുഭവപ്പെടുന്നുണ്ട്.

രണ്ട്

എന്റെ കടിഞ്ഞൂൽ
പ്രണയകഥയിലെ -
പെൺകിടാവേ! നമ്മ-
ളെന്നേ മരിച്ചപോയ്!
(ചത്ത വേരുകൾ)

പ്രണയമാണ്. അത് അനുഭവമായിരുന്നു. എന്നാൽ ഇന്ന് അത് കഥയായി മരവിച്ചിരിക്കുന്നു. കവിതയുടെ തുടക്കത്തിൽ തന്നെ 'എന്റെ കടിഞ്ഞൂൽ പ്രണയകഥയിലെ പെൺകിടാവേ! എന്ന് അഭിസംബോധന ചെയ്യുന്നുണ്ട്. പല ഓർമ്മകളിലൂടെ തിരിച്ചറിവുകളിലൂടെ അലഞ്ഞ് എത്തിച്ചേരുന്ന കവിതാന്ത്യത്തിലെ വരികളാണിവ. ഇവിടെ 'എന്റെ' എന്ന ആദ്യവാക്ക്' നമ്മൾ' എന്ന വാക്കിൽ ചെന്നൊളിക്കുന്നു. 'നമ്മൾ' എന്ന വാക്ക് നഷ്ടാനുരാഗിയായ ആഖ്യാതാവിന് ഒരു ആശ്വാസമാണ്. ആ സർവ്വനാമത്തിൽ 'ഞാനും' 'പെൺകിടാവും' ഒന്നിച്ച് ജീവിക്കുകയാണ്. എന്നാൽ അത് ഭാഷാപരമായ പരിഹാരം മാത്രമാണ്. അത് ആഖ്യാതാവിന്റെ അസ്വാസ്ഥ്യത്തിന് അറുതി വരുത്തുന്നില്ല. അതിനാൽ "നമ്മൾ' എന്ന വാക്ക് "നമ്മളെന്നേ മരിച്ചപോയ്" എന്ന സങ്കടാവതരണത്തിൽ ചെന്നുചേരുന്നു. 'ഞാൻ' ഉണ്ട്, 'നീ'യും ഉണ്ടാവാം. എന്നാൽ നമ്മൾ ഇല്ല. അനുരാഗത്തിന്റെ പാരസ്പര്യത്തിന്റെ അനുഭവപദമാണ്'നമ്മൾ'. ആ വാക്കാണ് ഇല്ലാതെയായിരിക്കുന്നത്. ഭാഷാപരമായ ഈ ലീലയിലൂടെ വിഷാദിയായിത്തീർന്ന കാമുകന്റെ പ്രച്ഛന്നമായ ആത്മഹത്യ തന്നെയാണ് സൂചിതമാവുക. പ്രണയം ഇല്ലാതായി, ബന്ധം തകർന്നു എന്ന വസ്തുനിഷ്ഠഭാവത്തെ 'നമ്മളെന്നേ മരിച്ചപോയ്' എന്ന് ഭാവനാത്മകമായി വിവർത്തനം ചെയ്യുമ്പോൾ കവിത കൂട്ടുതലായി നേടുന്ന ഗരിമയെക്കുറിച്ച് വീണ്ടും വീണ്ടും ആലോചിക്കാനാവും.

മൂന്ന്

"ചില്ലുപാത്രത്തിലിരുന്ന് ചിരിക്കുന്നു
നല്ല കറിയുപ്പ് തീന്മേശമേൽ;......"
(ഉപ്പ്)

കവിതയുടെ രണ്ടാം ഖണ്ഡത്തിലെ ആദ്യവരികളാണിവ. കഞ്ഞിയിൽ ഉപ്പിടുമ്പോൾ രുചിയെക്കുറിച്ചോർത്ത്, പെട്ടെന്ന് തന്നെക്കുറിച്ചോർത്തുപോവുന്ന ജീവിതപ്രതീകമായ മുത്തശ്ശിയുണ്ട്. തന്റെ വാർദ്ധക്യം കഞ്ഞിക്കുമുമ്പിലും മരണചിന്തയുണർയാണർത്തുകയാണല്ലോ എന്ന് തിരിച്ചറിയുന്നുണ്ട് മുത്തശ്ശി. എന്നാൽ കഞ്ഞിയിൽ

വീണലിഞ്ഞ ഉപ്പെന്ന പോലെ തന്റെ പേരക്കിടാവിൽ താൻ രുചിയായി ഉണ്ടാകുമല്ലോ എന്ന ആശ്വാസകരമായ വിവേകത്തിൽ എത്തിച്ചേരുവാനും മുത്തശ്ശിയുടെ ലൗകീകതയ്ക്കാവുന്നു. ഇത്രയും വായിച്ച ശേഷമാണ് 'ചിരി'യുടെ വരികൾ വരുത്. വേറൊരു ഖണ്ഡത്തിൽ തന്നെയാണ് അവയുള്ളത്. എങ്കിലും വായനയുടെ പോക്കിൽ അത് മുത്തശ്ശിയുടെ ആശ്വാസചിന്തയോടുള്ള പ്രകൃതിയുടെ പ്രതികരണം പോലെയായി സ്ഥാനപ്പെടുന്നു.

എന്നാൽ ആ ചിരിയിലും മരണത്തിന്റെ, ലയനത്തിന്റെ വിഷയം ഉണ്ട്. ഒന്നാം ഖണ്ഡത്തിലില്ലാത്ത പേരോട് കൂടിയാണ് ഇപ്പോൾ ഉപ്പ് സന്നിഹിതമായിരിക്കുന്നത്. 'കറിയുപ്പ്' ('തീന്മേശമേൽ' എന്ന പ്രയോഗം ഇതിനെ കടുത്ത നിയിലാക്കി മാറ്റുന്നു.) കറിയിൽ വീണില്ലാതാവാൻ പോകുന്ന ഉപ്പാണത്. ആ ഉപ്പിന്റെ ചിരി സ്വന്തം ഭാവിയാണ് ചില്ലുപാത്രത്തിലിരുന്ന് ചിരിക്കുന്നു' എന്ന കാഴ്ചയിൽ തന്നെ വിരുദ്ധോക്തിയുടെ സൗന്ദര്യമുണ്ട്. ചില്ലുപാത്രം ഒരു തടവുമുറിയാണ്. ഏറെയേറെ ചെറിയ ഇടമാണത്. കറിയുപ്പ് മുമ്പ് കടലുപ്പായിരുന്നു. ഭൂമിയിലെ ഏറ്റവും വലിയ വിശാലതയുടെ, അതനുവദിക്കുന്ന സ്വാതന്ത്ര്യത്തിന്റെ ഭാഗമായിരുന്നു. തടവറയിലിരുന്ന് ചിരിക്കുന്ന ഉപ്പിനോട് കവിക്കുള്ളത് അനുകമ്പയാണ്. ഇവിടെ ചേർത്ത വരികൾക്ക് ശേഷം കവിതയിൽ വരുന്ന വാക്ക് 'കടൽ' എന്നതു തന്നെയാണ്. തുടർന്ന് കടലിന്റെ വിശദമായൊരു ചിത്രം രൂപപ്പെടുകയും ചെയ്യുന്നുണ്ട്. ഇത് ചിരി എന്ന ദൃശ്യപ്രതീതിയെ കുറേക്കൂടി സങ്കീർണ്ണമായ അവസ്ഥയാക്കുന്നു. ഏത് തരം ചിരിയാണ് അത്? എന്തിനാണ് ആ ചിരി? എന്നെല്ലാം വായനക്കാരന് ചോദിക്കാം. അങ്ങനെ ആ കാവ്യകല്പന തിടം വെക്കുന്നു.

നാല്

".തെങ്ങിന്റെ
തിരുജടയിലിളനീ
ടരാളിപ്പിച്ചു,.."
(സൂര്യഗീതം)

ചടുലമായ താളച്ചുവടുകളിൽ നിബന്ധിച്ച കുറേ വരികളിൽ- 'ജീവന്റെയുന്മത്ത നൃത്തം" ആവിഷ്കരിക്കുന്ന വരികളിൽ- നിന്ന് ഒന്നെടുത്ത് വെക്കുന്നു. തെങ്ങ് മലയാളകവിതയിൽ പല അർത്ഥദൈർഘ്യങ്ങളോടെ അവിടവിടെയായി വളർന്നു നില്ക്കുന്നുണ്ട്. കേരളത്തിന്റെ ജൈവചിഹ്നമായി തെങ്ങിനെ 'ആസ്സാം പണിതാർ' സ്ഥാനപ്പെടുത്തിയിരിക്കുന്നു. 'കിണർ ഒരൊറ്റത്തടി വൃക്ഷം' എന്ന കല്പന

കൊണ്ട് കെ.ജി. ശങ്കരപ്പിള്ള വേറൊരു ധർമ്മം നൽകി തെങ്ങിനെ കൂടുതൽ ഭാവസാന്ദ്രമാക്കുന്നു. തെങ്ങിന്റെ മൊത്തം പ്രകൃതത്തെ പുതിയ സൗന്ദര്യബോധത്തോടെ നോക്കിക്കാണുകയാണ് 'സൂര്യ ഗീത'ത്തിലെ ഈ വരികൾ. സൂര്യവെളിച്ചത്തിന്റെ ആനുകൂല്യത്തിൽ ഭൂതലത്തിൽ ഉണർന്നുയർന്നു നില്ക്കുന്ന ജൈവസാന്നിദ്ധ്യങ്ങളും അവയുയർത്തുന്ന സർഗ്ഗകാമനയുടെ പ്രമേയവുമാണ് ഈ വരിക ളടങ്ങിയ ഖണ്ഡത്തിലുള്ളത്. അതിന്റെ ഒത്തനടുവിലാണ് തെങ്ങ് വളർന്നു നിൽക്കുന്നത്. തെങ്ങോലച്ചാർത്തിനെ 'തിരുജട'യെന്ന് വിളിക്കുമ്പോൾ തെങ്ങ് ശൈവരൂപം നേടുന്നു. ദ്രാവിഡമായൊരു ജ്ഞാനമായി തെങ്ങ് പുനഃസ്ഥാപിതമാവുകയാണ്. തെങ്ങിൻകള്ളി ന്റെ ഓർമ്മ. ശൈവസംസ്കൃതിയുടെ ഉയിർപ്പിനോടൊപ്പം നരയിട്ടുയരു ന്നു.തിരുജടയിലെ ഇളനീര് ശിവശിരസ്സിലെ ഗംഗയുടെ ഓർമ്മയായി പുരാതനധ്വനികൾ പുറപ്പെടുവിക്കുന്ന കല്പനയായിത്തീരുന്നു. ഈ ശൈവഭാഷാന്തരം 'ജീവന്റെയുന്മത്തനൃത്തത്തിലെ' താണ്ഡവവുമാ യിച്ചേർന്ന് വിശിഷ്ടമായൊരു അർത്ഥലയം സാധിതമാക്കുന്നുണ്ട്. സൂര്യന്റെ തീക്ഷ്ണത അതിന് ശൈവമായൊരു ഭാവം പകരുന്നുണ്ട് എന്ന പുതിയ ചിന്തയിലേക്ക് വായനക്കാരൻ നടന്നെത്തിയേക്കാ നുമിടയുണ്ട്. ഈ അർത്ഥഭൂമികയൊക്കെയും ഉണ്ടാവുന്നത് 'തിരുജട' എന്ന ഒറ്റ പ്രയോഗത്തിന്റെ ആനുകൂല്യം കൊണ്ടാണ്. കൃഷ്ണഭാവമാണ് ഒ.എൻ.വി കവിതകളിൽ സാമാന്യമായി നിലനിന്നുപോരുന്നത്. (കറുത്ത, കരുത്തൻ പാട്ടുകാരനായ പോൾ റോബ്സനെ 'കാർമു കിൽപക്ഷി'യായും മറ്റും പരിചയപ്പെടുത്തിക്കൊണ്ട് തുടങ്ങുന്ന ഒരു കവിതയുടെ ഒന്നാം ഖണ്ഡം('ഇന്ത്യയുടെ ശബ്ദം' എന്നാണതിന് നൽകിയ പേര്) കുറച്ചുകഴിഞ്ഞ് കറുപ്പിന്റെ സാമ്യം നോക്കി കൃഷ്ണനെ ഓർമ്മിപ്പിക്കുകയാണ്."കായാമ്പൂവിനെപ്പോലെ/ കുറുത്തോരിടയന്റെ വേണുനാദത്തിൽ മനം കുളിർത്തവരായി" ഇന്ത്യക്കാരെ സ്ഥാന പ്പെടുത്തുന്നുമുണ്ട്. പോൾ റോബ്സന് ശൈവഭാവമാണ് കൂടുതൽ. ഒരമേരിക്കൻ ശിവനാണ് പോൾ റോബ്സൺ. ശിവന് പാട്ടില്ലാത്ത തുകൊണ്ടാവണം കൃഷ്ണനുമായി സാമ്യപ്പെടുത്തിയത്.) അതിൽനിന്നു ള്ള വിട്ടുമാറൽ എന്ന നിലയിലും 'തെങ്ങിന്റെ തിരുജടയിൽ'എന്നത് അസാധാരണമായ ഒന്നായിത്തീരുന്നു.

അഞ്ച്

"ആറുകളൊഴുക്കു തിരയുന്നു"
(ഭൂമിക്ക് ഒരു ചരമഗീതം)

തിരയുന്നു എന്ന ക്രിയയിൽ തീരുന്ന കുറേ വരികൾ ഉണ്ടാക്കു ന്ന വൈകാരികസമ്മർദ്ദത്തിന്റെ പരകോടി എന്ന നിലയിലാണ്

"ആറുകളൊഴുക്കു തിരയുന്നു" എന്ന വരിയുള്ളത്. ആടിമുകിൽമാല കുടിനീര് തിരയുന്നതും ആതിരകൾ കുളിരു തിരയുന്നതും ആവണികൾ ഒരു കുഞ്ഞുപൂവ് തിരയുന്നതും വായിച്ച് മുന്നേറുന്ന വായനക്കാരന് ഈ വരി വിരസമാവുന്നില്ല. മറ്റു തിരയലുകളെക്കാൾ തീവ്രമാണ് ഇത്.

ഈ വരിയുടെ പ്രേരണയെന്തെന്ന് ആലോചിച്ചുനോക്കിയപ്പോൾ വെറുതേ തോന്നിയത് 'ഗംഗ' എന്ന ഒറ്റവാക്കിന് ഇങ്ങനെയൊരു ഭാവനയെ പ്രചോദിപ്പിച്ചുണ്ടാക്കാൻ അർത്ഥോക്തിയുണ്ട് എന്നാണ്. 'ഗംഗ'യ്ക്ക് ഒറ്റയർത്ഥമാണ്. ഗമിക്കുന്നതാണ് ഗംഗ. ആ നിലയിൽ ഏത് പുഴയും ഗംഗയാണ്. ഒഴുക്കില്ലാതെ ആറില്ല. ഒഴുക്കു തന്നെയാണ് പുഴയുടെ ജന്മം. ചില ചളിക്കണ്ടുകളിൽ വെറും വെള്ളമായി സ്വയം ഗമിക്കുന്ന പുഴ എന്ന വിഹ്വലമായ ദൃശ്യം വായനക്കാരനിൽ ഉണ്ടാക്കാൻ "ആറുകളൊഴുക്കു തിരയുന്നു" എന്ന വരിയ്ക്ക് സാധിക്കുന്നു.

പുഴയൊഴുക്കിനെ ദാർശനികമായും അനുഭവപരമായും വർണ്ണിച്ച സാഹിത്യ സന്ദർഭങ്ങൾ കുറേയുണ്ട്. സമുദ്രത്തെ അനാദിയായ കാലമായും പുഴയെ മനുഷ്യജീവിതമായും സങ്കല്പിക്കുന്നത് ഒരു പുരാതനമായ പതിവാണ്. എന്തോ അന്വേഷിച്ചന്വേഷിച്ച് പോവുകയാണ് പുഴ. എന്നാലത് കണ്ടെത്താനാവുംമുമ്പ് കടലിൽ ചേർന്ന് സ്വയം ഇല്ലാതാവുന്നുവെന്നും, പുഴ തുടർന്നും ഇങ്ങനെ ഒഴുകുമെന്നതുകൊണ്ട് അന്വേഷണം അവിരാമം തുടരുന്നുവെന്നും കണ്ടെത്തൽ എന്നന്നേക്കുമായി നീട്ടിവെക്കപ്പെടുകയാണെന്നും ഭാവന ചെയ്യുന്നതും ഒരു പതിവാണ്. ഈ പാരമ്പര്യങ്ങളുടെ ഓർമ്മയിൽ ഉണ്ടാക്കിയ ഒരു വിപരീത-വിപൽ ദൃശ്യമാണ് 'ആറുകളൊഴുക്കു തിരയുന്നു' എന്നത്. നന്നേ ലളിതമായ സാധാരണമായ വാക്കുകളുടെ വിന്യാസം കൊണ്ട് ദുരന്തത്തിന്റെ മുഴക്കമുള്ള ഒരു സന്ദർഭം രൂപപ്പെട്ടിരിക്കുകയാണ്. വ്യക്തിപരമായി ഈ ലേഖകനിൽ ഇതുണ്ടാക്കിയ സംത്രാസം വേറൊരു കവിതയിലെ ഈ ഭാഗത്ത് കണ്ണെത്തുംവരെ ഒരർത്ഥത്തിൽ തുടർന്നു എന്നും എഴുതട്ടെ: "അലകളിൽനിന്നു കുഞ്ഞാടുകൾ കുന്നിന്റെ/ താഴ്വരയിലേക്കു നീരുരുവിപോൽ പായുന്നു."('വീടുകൾ')

സമതലത്തിലൂടെ സ്വച്ഛമായി ഒഴുകിയിരുന്ന പുഴയുടെ ചിത്രമാണ് 'ആറുകളൊഴുക്കു തിരയുന്നു'എന്ന വരിയുടെ പിന്നിലെ ഓർമ്മ. മലയാളികളെ സംബന്ധിച്ചിടത്തോളം ഈ ആറ് ഭാരതപ്പുഴയാണ്. മറ്റേത് കേരളനദിയെക്കാളുമേറെ സാഹിതീയമായ,കലാത്മകമായ സ്ഥാനം നേടിയ, സംസ്കാരധാരയാണ് ദേശമനസ്സിൽ ഭാരതപ്പുഴ. അത് ഭാരതപ്പൂഴിയായി പരിണമിച്ചതിലുള്ള അനുശോചനമാണ്. 'ആറുകളൊഴുക്കു തിരയുന്നു' എന്ന വരി. ഈ പരിണാമത്തെപ്പറ്റി പല വ്യവഹാരങ്ങളിൽ ഖേദപ്രകടനങ്ങൾ വന്നിട്ടുണ്ട്. അവയെ മറികടക്കുന്ന

തീക്ഷ്ണമായ ലാളിത്യമുണ്ട്, 'ആറുകളൊഴുക്കു തിരയുന്നു' എന്നതിന്. അതിലെ ബഹുവചനം, അതിന്റെ അർത്ഥവ്യാപ്തി കൂട്ടുകയും ചെയ്യുന്നു. ഭാരതപ്പുഴ തന്നെ പലയാറുകളുടെ സമുച്ചയമാണല്ലോ എന്ന ഭൂമിശാസ്ത്രം ഓർമ്മിക്കുന്നവർക്ക് അതിനുള്ള സ്വാതന്ത്ര്യവും ഉണ്ട്.

●

ദുഃഖത്തിന്റെ ഒരു നൂറ്റാണ്ട്

"എല്ലാവരും സന്തോഷമായിരിക്കുമ്പോൾ
ഞാൻ മാത്രമെന്താണ് ഇങ്ങനെ ദുഃഖിതനായിരിക്കുന്നത്"

-കുമാരനാശാൻ (1)

'സുഖം' എന്ന പദത്തിന്റെ അർത്ഥം എന്റെ നിഘണ്ടുവിൽ കൊടുത്തിട്ടുണ്ടെന്ന് വരികിലും, പരമാർത്ഥത്തിൽ അതെങ്ങനെയായിരിക്കുമെന്ന് ഞാൻ ഇതുവരെ അറിഞ്ഞിട്ടുള്ളവനല്ല; എന്റെ കുടുംബക്കാരും ബന്ധുക്കളും സ്നേഹിതന്മാരും അതിനു സാക്ഷികളാകുന്നു." മലയാളത്തിൽ എഴുതപ്പെട്ട ഏറ്റവും ആത്മാർത്ഥമായ വാക്യങ്ങളിലൊന്ന് ഇതാണ്. പലർക്കുമറിയാം, പലർക്കുമറിയില്ല- ശബ്ദതാരാവലിയുടെ കർത്താവ് ശ്രീകണ്ഠേശ്വരം ജി. പത്മനാഭപിള്ളയുടെ വാക്കുകളാണിവ. നിഘണ്ടുവിന്റെ രണ്ടാം പതിപ്പിന് 1930 ഒക്ടോബർ 20 എന്ന തീയ്യതിവെച്ച് എഴുതിയ ചെറിയ മുഖവുരയുടെ അവസാന ഭാഗത്താണ് ഈ വാക്യമുള്ളത്. 'ശബ്ദതാരാവലി' പ്രയോജനപ്പെടുത്തുന്നവരിൽത്തന്നെ പലരും ഈ വാക്യം കണ്ടിട്ടുണ്ടാവണമെന്നില്ല. നിഘണ്ടുവിനെ ഒരു ഭാഷാവിഷ്കാരമായി കാണുന്നതിന് പകരം അർത്ഥത്തിന്റെ ചന്തയായികണക്കാക്കുന്നതാണ് പൊതുശീലം. ഒരു വാക്കിന്റെ അർത്ഥമറിയാൻ നിഘണ്ടുവിൽ തപ്പുന്നു, അർത്ഥം കിട്ടിയാലുടൻ പുസ്തകമടച്ചുവെക്കുന്നു. ഇതാണ് പതിവ്. അതിൽ ആർക്കും കുറ്റബോധം തോന്നാറുമില്ല. നിഘണ്ടുവിനെ, അതെഴുതിയാളിന്റെ ആത്മാവിഷ്കാരം എന്ന നിലയിൽ വിലയിരുത്താറില്ല. കേവലപ്രയോജനവാദത്തിന് മറ്റെന്തെങ്കിലുമേറെ ഭരണാധികാരമുള്ള ഒരു സമൂഹത്തിൽ ഇതൊക്കെ സ്വാഭാവികവുമാണ്. ശ്രീകണ്ഠേശ്വരം വികാരപരമായി കൂടിയാണ് തന്റെ പ്രവൃത്തിയെ കണ്ടതെന്നു മാത്രം. മുപ്പത്തിനാലുകൊല്ലത്തെ പണിയാണ് (1897-1931) പരിഷ്കരിച്ച രണ്ടാം പതിപ്പ് പുറത്തിറക്കും മുമ്പേ അദ്ദേഹമെടുത്തുതീർത്തത്. അവസാനഘട്ടത്തിൽ "ബലമായ സുഖക്കേടും തട്ടി"യിരുന്നു. വരുമാനം കാര്യമായൊന്നും ഉണ്ടായതുമില്ല. സർഗ്ഗാവിഷ്കാരത്തിന്റെ

ആവേശവും ആശയ ശക്തിയുമാണ് ശ്രീകണ്ഠേശ്വരത്തെ തുടർച്ചയായി പ്രവർത്തിപ്പിച്ചത്. 'എന്റെ നിഘണ്ടു' എന്ന് അദ്ദേഹമെഴുതുമ്പോൾ, അതിലെ ആത്മാവിഷ്ക്കാരത്തിന്റെ ചൂടാണ് വായനക്കാരനെ തേടിയെത്തുന്നത്.

സുഖത്തെക്കുറിച്ചുള്ള വാക്യം വഴി നിഘണ്ടുവെഴുത്തിൽ തന്റെ അനുഭവം എന്തായിരുന്നു എന്ന്, ഒരു തരത്തിൽ, ശ്രീകണ്ഠേശ്വരം വ്യക്തമാക്കിത്തരുന്നുണ്ട്. ഒരോ വാക്കും താൻ വികാരപരമായി അനുഭവിച്ചുകൊണ്ടാണ് എഴുതിയത് എന്നതാണാക്കാര്യം. വാക്ക്- അതിന്റെ നിരുക്തി- അർത്ഥം(അർത്ഥങ്ങൾ)- അധികസൂചനകൾ: ഇങ്ങനെയാണ് നിഘണ്ടുവിന്റെ പൊതുസംവിധാനമെങ്കിലും ഒട്ടും യാന്ത്രികമായിരുന്നില്ല ആ വേല. ഓരോ വാക്കിനെയും അതിന്റെ യഥാർത്ഥ ജീവിത(സാമൂഹ്യ) സന്ദർഭങ്ങളെ കണക്കിലെടുത്താണ് അദ്ദേഹം നിഘണ്ടുവിലെഴുതി ഭാഷയിൽ സ്ഥിരപ്പെടുത്തിയത്. 'മാറ്റം' എന്ന വാക്ക് വിശദീകരിച്ചശേഷം 'മാറ്റർ' എന്ന വാക്കിലേക്ക് തിരിയുന്നത് അത് മലയാളവാക്കായി മാറിക്കൊണ്ടിരിക്കയാണ് എന്നതുകൊണ്ടും സ്വന്തം നിഘണ്ടുവിന്റെ അച്ചടിയുമായി ബന്ധപ്പെട്ട ആലോചന തന്നിൽ എപ്പോഴും നിലനിന്നിരുന്നതുകൊണ്ടുമാണ്. പാണ്ഡിത്യവും ഓർമ്മശക്തിയും പുസ്തകാശ്രയവും അദ്ധ്വാനശീലവും മാത്രം പോര, മലയാളികളുടെ മനസ്സിനോട് നിത്യസംവാദം നടത്തേണ്ട ഒരു നിഘണ്ടുവുണ്ടാക്കാൻ എന്ന് ശ്രീകണ്ഠേശ്വരം അറിഞ്ഞിരുന്നു. നവോത്ഥാനം സമൂഹത്തിലുണ്ടാക്കിക്കൊണ്ടിരിക്കുന്ന ഇളക്കത്തിന്റേയും നവമൂല്യപ്രസാരണത്തിന്റേയും ഭാഗവും ഫലവുമാണല്ലോ ഈ നിഘണ്ടുകാരനും. ഓരോ വാക്കും സമൂഹത്തിന്റെ ഏതെങ്കിലും പ്രവൃത്തിയുടെ കനിയോ ഇടമോ ആണെന്ന് അദ്ദേഹം നല്ലവണ്ണം അറിഞ്ഞു. ആ വാക്ക് നിഘണ്ടുവിനായി ക്രമീകരിക്കുമ്പോൾ, ആ ജീവിതസന്ദർഭം തന്റെ മനസ്സിലേക്ക് കടന്നുവരുന്നുണ്ട്- മിടിക്കുന്ന കാഴ്ചയെന്നപോലെ. സഹായഗ്രന്ഥങ്ങളിലേക്കും താൻ തയ്യാറാക്കിയ കുറിപ്പുകളിലേക്കുമെന്നപോലെ സ്വന്തം മനസ്സിനുള്ളിലെ ഈ കാഴ്ചയിലേക്കും നോക്കിയാണ് അദ്ദേഹം ഒരു എൻട്രി തയ്യാറാക്കിയത്. ഒരു വാക്കിന്റെ അർത്ഥത്തിനുള്ള ആഴവും പരപ്പും, അതിന്റെ അർത്ഥങ്ങൾ തമ്മിലുള്ള പൊരുത്തവും പൊരുത്തക്കേടും അവയുടെ കാരണങ്ങളുമെല്ലാം ആ നിഘണ്ടുകാരനിൽ ഇരമ്പിനിന്നിരുന്നു. കാണലിന്റേയും കേൾക്കലിന്റേയും തൊടലിന്റേയും രുചിക്കലിന്റേയും മണക്കിലിന്റേയും ഇന്ദ്രിയാനുഭവങ്ങളെയെല്ലാം സജീവമാക്കിക്കൊണ്ടാണ് അദ്ദേഹം പണിയെടുത്തത്. ഓരോ വാക്കും ഓരോ ജീവശരീരമായി മാറി. അദ്ദേഹത്തോട് ഹൃദയസംവാദം നടത്തി. ഓരോ വാക്കിലെയും ചരിത്രാടയാളങ്ങളും വികാരമുദ്രകളും സ്വയം

കണ്ടെടുക്കുകയോ ക്രമീകരിക്കുകയോ ആയിരുന്നു അദ്ദേഹം. നിഘണ്ടുകാരൻ ഒരേസമയം ചരിത്രകാരനും കവിയുമായി പ്രവൃത്തിയെടുത്തു. [2]

ഒരു വാക്കെഴുതുമ്പോൾ അദ്ദേഹം ആ വാക്കുച്ചരിച്ച അനേകായിരം മലയാളികളെ അനുസ്മരിക്കുകയും അഭിവാദ്യം ചെയ്യുകയും ചെയ്തു. അവരെ ആ വാക്കു പറയാൻ പ്രേരിപ്പിച്ച സന്ദർഭങ്ങൾ, തിട്ടപ്പെടുത്താനാവാത്ത തരത്തിൽ എണ്ണമറ്റതും സങ്കീർണ്ണവുമാണെന്ന് അദ്ദേഹം തുടരെ അറിഞ്ഞുപോന്നു. കേരളത്തിന്റെ ജീവിതത്തെയും ചരിത്രത്തെയുമാണ് വാക്കുകളുടെ ഈ ജീവശാലയിൽ ശ്രീകണ്ഠേശ്വരം എഴുതിവെച്ചത്. ഒരുപക്ഷേ, മുപ്പത്തിനാലു വർഷത്തെ പ്രവൃത്തിയുടെ തുടക്കത്തിൽ താൻ ഈയൊരനുഭവം കൊണ്ട് വികാരവിധേയനായിത്തീർന്നിട്ടുണ്ടാവണമെന്നില്ല. യാന്ത്രികമായൊരു ഭാഷാവേലയായേ നിഘണ്ടു നിർമ്മാണത്തെ ശ്രീകണ്ഠേശ്വരവും അന്ന് മനസ്സിലാക്കിയിട്ടുണ്ടാവൂ. വാക്കിനോടുള്ള, നിഘണ്ടുവിനോടുള്ള തന്റെ കമ്പം കവിയ്ക്ക് കവിയോടുള്ള ബന്ധം കണക്കെയാണെന്ന് അന്ന് അദ്ദേഹം അറിഞ്ഞിട്ടുണ്ടാവണമെന്നില്ല. പതുക്കെപ്പതുക്കെയാവാം, വാക്ക് വെറുമൊരു ശബ്ദമല്ല, അത് ജീവിതത്തിന്റെ ഏറ്റവും സ്വാഭാവികവും വലുതുമായ ഉല്പന്നവും അതേസമയം പ്രതിനിധാനവുമാണെന്ന തിരിച്ചറിവ് ഉദിച്ചിട്ടുണ്ടാവുക. ഭാഷാഭിമാനം എന്നത് തറവാടിത്തം ഘോഷിക്കലല്ല- ആ ഭാഷയിൽ മിണ്ടുകയും ആലോചിക്കുകയും ചെയ്യുന്നവരുടെ ഭൂതവർത്തമാന വേദികളിലെ മനസ്സുകൊണ്ടുള്ള പങ്കാളിത്തമാണ് എന്ന് ഇവ്വിധം അറിയുന്നതോടെ നിഘണ്ടുകാരൻ കലാകാരനാവുന്നു- നിഘണ്ടു കലാസൃഷ്ടിയായിത്തീരുന്നു. 'വസ്തുനിഷ്ഠത' എന്ന ഉണങ്ങിയ നയം കൊണ്ട് വിവരിക്കാവുന്ന 'വൈജ്ഞാനിക ഗ്രന്ഥ'മല്ല ആ നിഘണ്ടു-ജീവിതപുസ്തകമാണ്.

ഇപ്പറയുന്നതൊക്കെ ഭാവനാപ്രതീതികളല്ലേ എന്നുചോദിക്കാം. 'അല്ല' എന്നാണുത്തരം. തെളിവെന്ത്? 'സുഖ'ത്തെക്കുറിച്ചുള്ള ആ വാക്യം തന്നെയാണ് തെളിവ്. നിഘണ്ടുവെഴുത്തിന്റെ ആത്മരഹസ്യമെന്ത് എന്ന് ശ്രീകണ്ഠേശ്വരം തിരിച്ചറിയുന്നത് ഈ 'സുഖ' വാക്യമെഴുതിയ നിമിഷത്തിൽ മാത്രമാവാം. മൂന്നുപതിറ്റാണ്ടിലേറെയായി തന്നിൽ അവ്യാഖ്യേയവും അനാവിഷ്കൃതവുമായി നിന്ന ഒരനുഭൂതിയ്ക്കും അറിവിനും വാക്യരൂപം നൽകുകയായിരുന്നു അതെഴുതുമ്പോൾ അദ്ദേഹം. 'സുഖ' വാക്യം സൂക്ഷിച്ചുനോക്കിയാൽ ഇതറിയാൻ കഴിയും 'സുഖം' എന്ന വാക്ക് എഴുതുമ്പോൾ അതിന്റെ അർത്ഥ സാധ്യതകൾ അനുഭവപരമായ മാനത്തോടെ തന്റെ മുന്നിൽ തെളിയുന്നുണ്ട്. ആ ഒറ്റ വാക്കിൽ ജീവിതത്തിന്റെ പലയിടങ്ങൾ ഉണ്ട്. ആ തെളിവുകളെ

ഭാഷാശാസ്ത്രപരമായ യുക്തികളിൽവെച്ച് പരിശോധിച്ച് ക്രമപ്പെടുത്തി യെഴുതുകയാണ് താൻ ചെയ്യുന്നത്. നിഘണ്ടുവിലെ ഒരു എൻട്രി ഒരാ ഖ്യാനമാണ്- വ്യാഖ്യാനവും. കവിതയിലും കഥയിലും നോവലിലും വ്യക്തി നിഷ്ഠതയും വർഗ്ഗ നിഷ്ഠതയുമുണ്ടെങ്കിൽ നിഘണ്ടുവിലും ഉണ്ട്. നിഘണ്ടു വാക്കിന്റെയും അർത്ഥത്തിന്റെയും യാന്ത്രികമായ പട്ടികയ ല്ല. സമൂഹത്തിലെ വാക്കോരോന്നും ഏതെങ്കിലും ഒരനുഭവത്തിന്റയോ അനുഭവ വ്യൂഹത്തിന്റെയോ ഭാഗമാണ്- ഉല്പന്നമാണ്. ഇക്കാര്യം നിഘണ്ടുവിൽ സൂചിപ്പിക്കാം- എന്നാൽ അവിടെ അതിന്റെ വ്യാപ്തി ശരിക്കും രേഖപ്പെടുത്താൻ കഴിയില്ല. നിഘണ്ടുവിൽ 'സുഖം' എന്ന വാക്കിന്റെ അർത്ഥം ഉണ്ട്. എന്നാൽ ആ വാക്കിന്റെ അധികമാനങ്ങൾ അവിടെ എഴുതിവെക്കാനാവില്ല. അർത്ഥത്തിനപ്പുറത്തെ അർത്ഥ ത്തെയാണ് 'പരമാർത്ഥം' എന്ന് ശ്രീകണ്ഠേശ്വരം വിളിക്കുന്നത് (ഈ രണ്ടു വാക്കുകളിലും 'സുഖ' വാക്യത്തിലുണ്ട്). അത് നിഘണ്ടുവിലി ല്ല. നിഘണ്ടുവിന്റെ വായനക്കാർ അത്കൂടി സങ്കല്പിച്ചുണ്ടാക്കുകയും നിഘണ്ടുവായനയെ സർഗ്ഗാത്മകമായ സംസ്കാരികാനുഭവമായി വളർത്തുകയും വേണം. നിഘണ്ടു റഫറൻസ് പുസ്തകമായിത്തീരുന്നത് അത് ജീവിതത്തിന്റെ പല വിഷയങ്ങളെയും വിഷമങ്ങളെയും അമൂർ ത്താശയങ്ങളെയും റഫർ ചെയ്യുന്നതുകൊണ്ടുകൂടിയാണ്. അർത്ഥം നിഘണ്ടുവിനൊപ്പം അവസാനിക്കുന്നില്ല. അർത്ഥത്തിന്റെ അതിരു കൾക്കപ്പുറവും അർത്ഥമുണ്ട്. ആ നിലയിൽ നിഘണ്ടു ആധികാരിക പുസ്തകമെന്നതിനേക്കാൾ ഒരു പ്രവേശകമാണ്- പ്രചോദകവും.

ഭാഷാബോധവും ഭാഷാശാസ്ത്രബോധവും ജീവിതാവബോധവും വികാരപരതയും തമ്മിൽത്തമ്മിൽ പൂരിപ്പിക്കുന്ന തരത്തിൽ വസി ച്ചിരുന്ന ഒരു വീടായിരുന്നു ശ്രീകണ്ഠേശ്വരം. വാക്ക് അനങ്ങാതിരി ക്കുന്നതും നടക്കുന്നതും ഓടുന്നതും ഒഴുകുന്നതും നൃത്തംവെക്കുന്നതും തിന്നുന്നതും തീറ്റുന്നതും രുചിക്കുന്നതും കാണുന്നതും മണക്കുന്നതും കേൾക്കുന്നതും അലറുന്നതും കരയുന്നതും പ്രാർത്ഥിക്കുന്നതും പ്രാകു ന്നതും പുലമ്പുന്നതും പിറുപിറുക്കുന്നതും ഇണങ്ങുന്നതും വിങ്ങുന്നതും പിണങ്ങുന്നതും മർദ്ദിക്കുന്നതും തിരിച്ചടിക്കുന്നതുമൊക്കെ അദ്ദേഹം മൂന്നരപ്പതിറ്റാണ്ടുകാലം അറിഞ്ഞു. വാക്ക് മിണ്ടാതിരിക്കുന്നതിനും അദ്ദേഹം തെളിവെഴുതി. വാഗ്ലീലയുടെ ഈ തുടർച്ചയും അതിന്റെ നാടകീയതയും അദ്ദേഹത്തെ തത്വജ്ഞാനിയാക്കി. ആ ജ്ഞാ നത്തിന്റെ ലിപികൾ കൊണ്ടാണ് ശ്രീകണ്ഠേശ്വരം ഈ വാക്യം എഴുതിത്തീർത്തത്: " 'സുഖം' എന്ന പദത്തിന്റെ അർത്ഥം എന്റെ നിഘണ്ടുവിൽ കൊടുത്തിട്ടുണ്ടെന്നുവരികിലും...."

1) എം കെ. സാനുവിന്റെ 'മൃത്യുഞ്ജയം കാവ്യജീവിതം' എന്ന ആശാൻ ജീവചരിത്രത്തിലാണ് ഇങ്ങനെയൊരു വാക്യം കണ്ടത്.

2) 'ശബ്ദതാരാവലി' എന്ന പേരിൽതന്നെ രൂപാകാത്മകതയുള്ളത് ഓർക്കുക. ഇത് നിഘണ്ടുക്കളിൽ പതിവുള്ളതല്ല.

●

സമകാലിക സഞ്ജയൻ

ആകാശത്തിൽ വെളിച്ചത്തിന്റെ വട്ടം. തലയിൽ കള്ളിന്റെ മത്ത്. നിലാവിന്റെ പരപ്പിൽ ഒരാൾ 'ഇത് സൂര്യനാണ്'" 'പോടാ......ഇത് ചന്ദ്രനാണ്'", കൂടെയുണ്ടായിരുന്നയാളിന് സംശയമില്ല. കള്ളിന്റെ ഊക്കിൽ സൂര്യ- ചന്ദ്ര തർക്കം കനത്തു. ഭാര്യവീട്ടിലേക്ക് പോവുകയായിരുന്നു, മൂന്നാമൻ. അയാളെ പിടിച്ചുനിർത്തി, താർക്കികർ. ഏതുത്തരം പറഞ്ഞാലും തനിക്ക് അടി ഉറപ്പ്. അതിനാൽ മൂന്നാമൻ ഇങ്ങനെ പറഞ്ഞുവെന്ന് കഥഃ" എനിക്കറിയില്ല. ഞാൻ മാവിലായിക്കാരനാണ്'". സഞ്ജയൻ എഴുതി ഫലിപ്പിച്ചതും നാടൻ കഥ കണക്കെ മലബാറിലെങ്ങും പ്രചരിച്ചതും ഇപ്പോഴും തുടരുന്നതുമായ ആഖ്യാനമാണിത്. ഈ കഥയിലെ മൂന്നാമൻ സമർത്ഥനാണ്- സ്വന്തം കാര്യം നേടുന്നതിലുള്ള മിടുക്കനാണ് അയാളുടെ സ്വത്വം അയാൾക്ക് അത്രയേ വേണ്ടൂ. സഞ്ജയൻ സ്വന്തം വശം സംരക്ഷിതമാക്കി, അഭിപ്രായത്തെ മരവിപ്പിച്ചുനിർത്തുന്നയാളായിരുന്നില്ല. ചന്ദ്രനെ ചന്ദ്രനെന്നും സൂര്യനെ സൂര്യനെന്നും തന്നെ (അങ്ങനെ തനിക്ക് ബോധ്യപ്പെട്ടിട്ടുണ്ടെങ്കിൽ) അദ്ദേഹം വിളിച്ചു.

1903 - 1943. ഇതാണ് സഞ്ജയകാലം. നവോത്ഥാനന്തരം ശക്തിപ്പെടുന്ന ആധുനികതയുടെ കാലം. ദേശീയപ്രസ്ഥാനം, കർഷകപ്രസ്ഥാനം, ഇടതുപക്ഷപ്രസ്ഥാനം, പത്രമാധ്യമ വർധനവ്, പൊതുമണ്ഡലത്തിലെ വളർച്ച, പുതിയ വിദ്യാഭ്യാസ സ്ഥാപങ്ങളുടെ സാന്നിദ്ധ്യം, വിദേശ ഭരണത്തിന്റെ അധികാര നാടകങ്ങൾ, രണ്ട് ലോകയുദ്ധങ്ങളുടെ നിഴൽപ്പാടുകൾ, വർഗ്ഗീതയുടെ ഇരുൾവഴികൾ ....സഞ്ജയകാലത്തിന്റെ സാമൂഹികതയിൽ ഇങ്ങനെ പലതും ഉണ്ടായിരുന്നു. സഞ്ജയൻ ഇതിന്റെ പ്രത്യാക്ഷനുഭവങ്ങളോടെല്ലാം പ്രതികരിച്ചു- പല സർഗ്ഗ രൂപങ്ങളിലൂടെ.

സഞ്ജയന്റെ വ്യക്തിത്വം തന്നെ അന്നത്തെ പൊതു രീതിയ്ക്ക് പറ്റുന്നതായിരുന്നില്ല. ആധുനികതയുടെ ആദ്യത്തെ

കേരളയരങ്ങുകളിലൊന്നായ തലശ്ശേരിയിലാണ് ജനനം. അവിടെ പഠിച്ചു. വലിയ പഠിപ്പിനായി മദിരാശിയിലേക്ക്. പഠിപ്പിച്ചത് ഇംഗ്ലീഷ് ഭാഷയും സാഹിത്യവും കോഴിക്കോട്ട് ഇംഗ്ലീഷധ്യാപനം. ക്രൗൺ തിയ്യറ്ററിൽ വിദേശ സിനിമകൾ കാണൽ. ഫ്രഞ്ച്, ജർമ്മൻ ഭാഷകളിൽ കാര്യമായ അറിവ്. ഇങ്ങനെയൊരാൾ പാരമ്പര്യത്തെ മുറുക്കും. ജി. എൻ. ദേവിയുടെ പുസ്തകം പറയുംപോലെ, സ്വന്തം പാരമ്പര്യത്തിൽ നാണക്കേടുതോന്നുന്ന ഒരാളായിത്തീർന്നു കൊണ്ടാണ് ഇങ്ങനെയൊരാൾ സമകാലിക വ്യക്തിത്വം പ്രതീതി നേടുക. പക്ഷെ, സഞ്ജയന് സംസ്കൃതത്തിൽ നല്ല ഉപസ്ഥിതിയുണ്ടായിരുന്നു- മലയാളത്തിലും അതേപോലെ സാഹിത്യം മാത്രമല്ല 'ആദ്ധ്യാത്മിക' ഗ്രന്ഥങ്ങളും വായിച്ചു പഠിച്ചു പോന്നു. ഇക്കാരണങ്ങൾ കൊണ്ട് സഞ്ജയൻ സാധാരണ ആധുനികനായില്ല- സാധാരണ പാരമ്പര്യവാദികളും ആയില്ല. അദ്ദേഹം പാരമ്പര്യത്തിലെ തകരാറുകളെ പരിഹസിച്ചു- ആധുനികതയുടെ ഏങ്കോണിപ്പുകളെ വിമർശിച്ചു.

സഞ്ജയൻ ഭഗവത്ഗീതയ്ക്ക് പാരഡിയെഴുതിയിട്ടുണ്ട് (എന്ന് കേൾക്കുന്നു)- വള്ളത്തോളിനെയും ചങ്ങമ്പുഴയെയും പാരഡീകരിച്ചുകൊണ്ട് തന്റെ ആധുനികതാവിമർശനത്തിനും അദ്ദേഹം തെളിവുതന്നു. ഗാന്ധിയായിരുന്നു അദ്ദേഹത്തിന്റെ ആദർശവ്യക്തിത്വം കേരള സാംസ്കാരിക ഗാന്ധിയെപ്പോലെ മലബാറിലെ വലിയൊരു വിഭാഗം ആദരിച്ചുപോന്ന വള്ളത്തോളിനെ സഞ്ജയൻ ഇങ്ങനെ വിചാരണ ചെയ്തപ്പോൾ അത് ദ്രോഹബുദ്ധികൊണ്ടല്ല എന്ന് തിരിച്ചറിയാൻ കഴിഞ്ഞിരുന്നു. അധികാരസ്ഥാനങ്ങളോട്- അത് സാംസ്കാരധികാരമായാലും- തുടർപിണക്കം നിലനിർത്തികൊണ്ടാണ് സഞ്ജയൻ വ്യത്യസ്തനായത്.

ബ്രിട്ടിഷുകാരെ എതിർത്തു. ദിവാൻ ഡിക്സൻ സായിപ്പിനെതിരെ പത്രത്തിലെഴുതിയതിന്റെ പേരിലാണ് കോഴിക്കോട് കോളെജിലെ ജോലി പോകുന്നത്. പ്രാദേശിക ഭരണകൂടത്തിന്റെ പിടിപ്പുകേടുകളെ തുടരെ എതിർത്തു. "കോമ്പ" എന്ന കോഴിക്കോട് മുനിസിപ്പാലിറ്റി സഞ്ജയൻ സൃഷ്ടിച്ച കഥാപാത്രസമാനമായ സ്ഥലരാശിയാണ്. ദേശീയപ്രസ്ഥാനത്തെയും കമ്യൂണിസ്റ്റ് പ്രസ്ഥാനത്തെയും ആദർശവത്ക്കരിക്കാൻ സഞ്ജയൻ തയ്യാറായില്ല. അവയിലെ ഉൾവൈരുധ്യങ്ങൾ കണ്ടില്ലെന്ന് നടിക്കുന്നത് വലിയ തെറ്റാണെന്ന ബോദ്ധ്യം അദ്ദേഹത്തിനുണ്ടായിരുന്നു. ദേശീയവാദിയാവാനും കമ്യൂണിസ്റ്റാവാനും ഒരാൾ കടന്നു പോകേണ്ട പരിണാമദശകളെക്കുറിച്ച് നല്ല ധാരണ രേഖപ്പെടുത്തിയ ഒരാൾ, തെരുവിലും പ്രസംഗവേദിലും അധികാരകസേരയിലും കാണുന്ന നേതൃരൂപങ്ങളുടെ മഹത്വപ്രതീതിയെ

അംഗീകരിക്കാൻ തയ്യാറായില്ല. പ്രയോഗത്തിൽ കാണുമ്പോൾ സിദ്ധാന്തങ്ങൾ എങ്ങനെ ചെറുതും വികലവുമാകുന്നു എന്ന അറിവ് ഉണ്ടാക്കിയ സങ്കടങ്ങളിൽ നിന്നാണ് സഞ്ജയന്റെ ഈ ദിശയിലുള്ള വിമർശനങ്ങൾ പിറന്നത്. ആഢ്യപാരമ്പര്യത്തിന്റെ അവശിഷ്ടശക്തിയിൽ നിന്നല്ല, ആധുനികതയുടെ കേവലാവേശത്തിൽ നിന്നുമല്ല സഞ്ജയന്റെ ആക്ഷേപഹാസ്യ പ്രതിഭ പ്രവർത്തിച്ചത്. പുരോഗമന സാഹിത്യത്തെ എതിർത്ത സഞ്ജയൻ ഒരു പഠനവിഷയം തന്നെയാണ്. ഒന്നാമത്തെ കാര്യം-ആ മാറ്റത്തെ അദ്ദേഹം സശ്രദ്ധം നോക്കിക്കണ്ടുവെന്നതുതന്നെയാണ്. അവഗണിച്ചില്ല, മാത്രമല്ല, വിമർശന രഹിതമായി ഒന്നിനെയും സമൂഹം അംഗീകരിക്കരുത് എന്ന പുതിയ സക്രിയ ധാരണയും അദ്ദേഹത്തിനുണ്ടായിരുന്നു. പുരോഗമന സാഹിത്യത്തിലെ വിഭാഗീയതസമീപനങ്ങളെയും (സെക്റ്റേറിയൻ രീതികളെ), യാന്ത്രികതയെയും കേവലാവേശങ്ങളെയുമാണ് സഞ്ജയൻ വെറുതേവിടാതിരുന്നത്. 'രാമായണം ചുടണം' എന്ന് തുടങ്ങിയ ആക്രോശങ്ങൾ എത്ര പുരോഗമനവിരുദ്ധമാണെന്ന ശരിയായ ചിന്തയുടെ ആവിഷ്ക്കാരമാണത്. ചങ്ങമ്പുഴയെ സഞ്ജയൻ ആക്രമിച്ചുപോന്നു. വിഷാദാത്മകമായ കവിയെയാണ് അദ്ദേഹം സദാ ഉന്നം വെച്ചത്. പുതിയ ഇന്ത്യയിൽ വിഷാദാത്മകത്വമല്ല വേണ്ടത്- വിഷാദത്തെയും പരിണമിപ്പിച്ച് വേറെയൊന്നാക്കുന്ന സർഗ്ഗലീലയാണ് ആവശ്യം എന്ന തോന്നൽ സഞ്ജയന് ഉണ്ടായിരുന്നു. കുഞ്ചൻനമ്പ്യാരായിരുന്നു സഞ്ജയന്റെ മൂർത്തി. 'യൂറോപ്പിൽ ഷെയ്ക്സ്പിയർ, ഏഷ്യയിൽ (ഇന്ത്യൻ എന്നല്ല) കുഞ്ചൻ' എന്ന വാക്യമായി ആ ആദരം സ്ഥാനപ്പെട്ടിരിക്കുന്നു.

ക്രിയാത്മകമായ വിമർശനഹാസ്യം, അതിന്റെ ജനകീയദിശയോടുകൂടിയ ആവിഷ്ക്കാരം (പരോക്ഷമായ) Performative ഊർജ്ജം, പുരാണപേക്ഷ ബഹുസ്വരത, തുറസ്സിന് സമാനമായ അഖ്യാനരീതി, ആൾപ്പെരുക്കം നാടത്തം എന്നിവ സഞ്ജയനെ കുഞ്ചൻനമ്പ്യാരുടെ (വെറും തുടർച്ചയല്ലാത്ത) തുടർച്ചയാക്കി മാറ്റുന്നുണ്ട്.

ധൈഷണിക ചർച്ചകൾക്ക് വേദിയാവാനുള്ള ബലം സഞ്ജയനുണ്ടായിരുന്നു. 'സാഹിത്യ നികഷം' അതിന്റെ നല്ല തെളിവ്. എങ്കിലും അദ്ദേഹം ചിരിയെയാണ് കൂടുതൽ ഉപാസിച്ചത്. ധൈഷണികസ്വരത്തിലുള്ള ലേഖനവൃത്തികൊണ്ട് സാധിക്കാത്ത സംവാദനസദസ്സിന്റെ രൂപപ്പെടൽ ചിരിയിലൂടെ സഞ്ജയൻ സാധിച്ചു. കോഴിക്കോട്ടെ വാർത്താ പത്രങ്ങളിലൊന്ന് സഞ്ജയഹാസ്യം മിക്കപ്പോഴും വന്നത്. ഉടനടൻ വായനക്കാരിലെത്തി. അത് മലബാറിൽ വിപുലമായ പൊതുമണ്ഡലത്തിന്റെ നിർമ്മാണത്തിൽ കാര്യമായ പങ്കുവഹിച്ചു.

പൊതു വിഷയങ്ങളിൽ പങ്കാളികളാകുന്ന സാധാരണക്കാരുടെ എണ്ണം കൂട്ടാൻ അത് സഹായം ചെയ്തു. കഥ. കവിത, നാടകം, പത്രക്കുറിപ്പ്, അനുഭവക്കുറിപ്പ്, കാരിക്കേച്ചർ എന്നിങ്ങനെ പല ആവിഷ്കാരമാതൃകകളും വ്യത്യസ്ത വീക്ഷണ സ്ഥാനങ്ങളും സഞ്ജയൻ പ്രയോജനപ്പെടുത്തി. വല്ലാത്തൊരു അനൗപചാരികതയും നിർമ്മമ തയും അവയിലെല്ലാം നിലനിർത്തുകയും ചെയ്തു.

സംസ്കൃതവും രണ്ടുമൂന്ന് യൂറോപ്യൻ ഭാഷകളും പഠിച്ചയാൾ നാട്ടു മലയാളത്തെ ത്യജിക്കുന്നത് തെറ്റാണെങ്കിലും സ്വാഭാവികമാണ്. സഞ്ജയൻ അങ്ങനെ ചെയ്തില്ല. നാട്ടുഭാഷാപ്രയോഗങ്ങളുടെ ഒരു സംസ്കാരിക മ്യൂസിയമായാണ് ഇന്ന് സഞ്ജയലേഖനങ്ങൾ നില നില്ക്കുന്നത്. നാട്ടുമലയാളത്തെയും അദ്ദേഹം ആദർശവത്ക്കരിച്ചില്ല. പക്ഷെ നാട്ടുമലയാളത്തിന്റെ കാര്യവാഹകശേഷിയും ധ്വനനബലവും നിർണ്ണായകമാണെന്ന് അദ്ദേഹത്തിനുറപ്പായിരുന്നു. വിദേശസംസ്കൃ തിയുടെ അധിനിവേശവേളയിൽ നാട്ടു സംസ്കൃതിയുടെ കളിയൊരു ക്കം നടത്തിയത് തന്നിലെ പ്രതിരോധപരമായ ബോധ്യത്തിന്റെ തെളിവാണ്. ഇംഗ്ലീഷിലൂടെ മാത്രമല്ല ആധുനികത സാധ്യമാവുക; ബദലായ ഒരു പ്രാദേശികാധുനികതയും ഉണ്ട് എന്ന ബോധ്യമാ ണിത്.

മഹാരോഗിയായിരുന്നു സഞ്ജയൻ, മരണം സഞ്ജയഭവനത്തിൽ ഇടയ്ക്കിടെവന്നു. നാലാം വയസ്സിൽ (വൈദ്യനായ) അച്ഛൻ; കല്യാണം കഴിഞ്ഞധികം കഴിയാതെ ഭാര്യ; പത്തുവയസ്സായ ഏകമകൻ ബാബു; ഇടയ്ക്ക് അമ്മ. ഒറ്റ ശ്വാസകോശവും ക്ഷയരോഗാണുക്കളുമായി ഈ മരണങ്ങൾക്കിടയിലൂടെ ജീവിച്ച സഞ്ജയന്റെ ഹാസ്യം, പക്ഷേ, കറുത്ത ഹാസ്യം (black humour) അല്ല. സക്രിയമാണത്- അതിജീ വനത്തിന്റെ മുള അതിലുണ്ട്.

പേടിക്കുന്നയാൾ മിണ്ടില്ല. രോഗ- മരണാനുഭവങ്ങൾ സഞ്ജയനെ (ഒരർത്ഥത്തിൽ) ഒന്നിനെയും പേടിയില്ലാത്തയാളാക്കി. അദ്ദേഹം സവിശേഷാർത്ഥത്തിൽ വിമർശനഹാസ്യകാരനായ ജനാധിപത്യ വാദിയായിത്തീർന്നതിന് ഇതും കാരണമാണ്. ആരോഗ്യമുള്ളവർ പേടിക്കുന്നു- രോഗി തുറന്നടിക്കുന്നു.

ആർക്കാണ് രോഗം?

●

(2017 ഏപ്രിൽ 4ന് കണ്ണൂർ സർവ്വകലാശാലയുടെ നീലേശ്വരം കാമ്പസിൽ നടത്തിയ സഞ്ജയൻ സ്മാരക പ്രഭാഷണത്തിന്റെ സംഗ്രഹം)

ഉത്കണ്ഠയുടെ ഉറവ

ഒന്ന്

കേരളത്തിലെ ഏറ്റവും വലിയ സംഘടനനിയതമായ സംഘടനാ രൂപമില്ലാത്തതാണ്. അതിന് തെരഞ്ഞെടുക്കപ്പെട്ട സെക്രട്ടറിയും, പ്രസിഡന്റുമൊന്നുമില്ല, മധ്യവർഗ്ഗമാണത്. മധ്യവർഗ്ഗത്തിന് പൊതു ജീവിതത്തിന്റെ എല്ലാതലങ്ങളിലും ഇത്രയേറെ മേൽക്കൈ കിട്ടിയിട്ടുള്ള മറ്റൊരു ഇന്ത്യൻ പ്രദേശം ഉണ്ടാവാനിടയില്ല. നവോത്ഥാനം അതിന്റെ പ്രഖ്യാപിത ദർശനങ്ങൾക്കപ്പുറത്ത്, വിപുലമായൊരു മധ്യവർഗ്ഗ സമൂഹത്തിന്റെ പിറവിക്കാണ് കാരണമായിരിക്കുന്നത് എന്നുപോലും കരുതുന്ന സാമൂഹ്യനിരീക്ഷകർ ഉണ്ട്. കേരളീയരെ തമ്മിൽ തമ്മിൽ ഒട്ടിച്ച്ചേർക്കുന്ന പ്രത്യയശാസ്ത്രപരമായി മധ്യവർഗ്ഗസ്വഭാവം പ്രവർത്തിക്കുകയാണ്.

മധ്യവർഗ്ഗം വ്യക്തിയുടെ (കുടുംബ വ്യക്തിയുടെ) വിജയം എന്ന ഭാവവുമായാണ് കേരളത്തിൽ ചിറകുവിടർത്തിയിരിക്കുന്നത്. ദൈവ/ആൾദൈവ വിശ്വാസം കേരളത്തിൽ വല്ലാതെ കൂടിയിട്ടുണ്ടെങ്കിൽ അതിൽ ആദ്ധ്യാത്മികമോ ആത്മീയമോ ആയ അംശങ്ങൾ ദുർബ്ബലമായേ ഉള്ളൂ എന്നു കാണാനും കഴിയും. വ്യക്തിയുടെ വിജയത്തിന് പ്രാർത്ഥനയും വഴിപാടും വേണമെങ്കിൽ അതും എന്നതാണ് നിലപാട്. സ്വന്തം സുഖവും നേട്ടവും ഉറപ്പാക്കാൻ പലതരം (ഭൗതിക) പ്രവർത്തനങ്ങളിൽ (അതിൽ പ്രധാനം ഉപഭോഗമാണ് അതിനായുള്ള പണം ഒരുക്കൂട്ടലും) ഏർപ്പെടുന്നതിന്റെ ഭാഗമായ ഭക്തി എന്നത് വല്ലാത്തൊരു പരിണതിയാണ്. ദൈവത്തെ തങ്ങളുടെ സ്വന്തം കാര്യങ്ങൾ മുട്ടില്ലാതെ നിർവ്വഹിക്കുവാൻ സഹായിക്കുന്ന ശക്തിയായി മാത്രം കാണുന്ന, അങ്ങനെയൊരാളെ പിണക്കാതെ, എന്നും പ്രസാദിപ്പിച്ചുകൊണ്ടു പോകണം എന്ന കാര്യത്തിൽ സ്ഥിരശ്രദ്ധയുള്ള

ഒരു ഗ്രൂപ്പായി മധ്യവർഗ്ഗം മാറിയിരിക്കുന്നു. വ്യക്തികളെയും സ്ഥാപനങ്ങളെയുമെല്ലാം. തങ്ങൾക്ക് ഉതകുമെങ്കിൽ നല്ലത് എന്ന ഒറ്റ യുക്തിവെച്ചാണ് മധ്യവർഗ്ഗികൾ അംഗീകരിക്കുക. സാമൂഹികതയുടെ ജൈവാനുഭവവും പ്രസന്നതയും കേരളത്തിൽ കുറയുന്നുണ്ട്. അത് യാദൃച്ഛികമല്ല.

വിശകലനമില്ലാതെയാണ് ജീവിത വിജയമുറപ്പിക്കാൻ മധ്യവർഗ്ഗം ശ്രമിക്കുക. ലക്ഷ്യം നേടൽ മാത്രമാണ് പ്രധാനം അധികാരവും ധനവും ഉള്ളവരെ (അവർ എത്തരക്കാരായാലും) പൂജിക്കലാണ് മധ്യവർഗ്ഗമനസ്സിന്റെ 'നിത്യവൃത്തി'. വലുപ്പത്തോടും നിരപേക്ഷമായ ആരാധനയാണതിന്. 'വലിയ' ആളുകൾ ചെയ്യുന്നത് മുൻപിൻ നോക്കാതെ അനുകരിച്ചുകൊണ്ട് 'വലിയ' ആളായിത്തീരാൻ ശ്രമിക്കുക എന്നത് ഈ മനോഭാവത്തിന്റെ ഭാഗമാണ് ആൾദൈവാരാധനയുടെ പിന്നിലുള്ള കാര്യങ്ങൾ, ചില വ്യക്തികളെ മാത്രം ചൂണ്ടിയിട്ടല്ല, അവരുടെ ഒറ്റപ്പെട്ട വീഴ്ച്ചയായിട്ടല്ല ഇതിനെ വിലയിരുത്തേണ്ടത്. 'പ്രമുഖരായ' വ്യക്തികൾ, തങ്ങളുടെ ഇതേവരേക്കുള്ള നിലപാടുകളിൽ നിന്ന് മാറി, ആൾദൈവവസ്തുതിയിൽ സ്വയം പരസ്യപ്പെടുന്നത്, ഇങ്ങനെയൊരു ആരാധകസമൂഹം രൂപപ്പെട്ടുകഴിഞ്ഞതിനാലാണ് അവരുടെ പിൻതുണ തങ്ങളുടെ സ്വന്തം 'ഇമേജ്' കൂട്ടും എന്ന അബോധമായ വിചാരവും ഈ 'പ്രമുഖർ'ക്കുണ്ടാവാം. വലിയൊരാൾക്കൂട്ടം ആൾദൈവാരാധകരിലുള്ളതിനാൽ അവരെ മുഷിപ്പിക്കാതെ കൊണ്ടുപോകുന്നതാണ് നല്ലത് എന്ന മധ്യവർഗ്ഗസഹജമായ യുക്തിയുടെ പടർച്ച-ഇതും ഈ സന്ദർഭത്തിൽ ഓർക്കാവുന്ന കാര്യമാണ്.

നവോത്ഥാനം ഉണ്ടാക്കിയ സന്യാസസങ്കല്പം ഉണ്ട്. ശ്രീനാരായണഗുരു അതിന്റെ പ്രതീകമാണ്. ആ സങ്കല്പമനുസരിച്ച്, സന്യാസി ആധിപത്യം ചെലുത്തുന്ന ആശയങ്ങളോട് പിണങ്ങുന്നയാളാണ്. ശ്രീനാരായണഗുരു ഫ്യൂഡൽ വിശ്വാസങ്ങളോട് പിണങ്ങി, ആധുനികതയുടെ യുക്തികളെ വളർത്തി. ഈ പ്രതിബോധ സംസ്കാരം ആൾദൈവങ്ങളില്ല. ശ്രീനാരായണഗുരുവിന്റെ വിമർശനപരതയും ശ്രദ്ധേയമാണ്. സ്നേഹം, കാരുണ്യം എന്നൊക്കെ കേവലതത്ത്വങ്ങളായിപ്പറഞ്ഞ് വിമർശനാത്മകയ്ക്ക് പകരം തുടർച്ചയായ ഒത്തുതീർപ്പിന്റെ സംസ്കാരം വളർത്തുകയാണ് പുതിയ ആൾദൈവങ്ങൾ. മാതൃത്വത്തിന്റെ കാല്പനികതയെ പകരം ഇതിനായി ഉപയോഗിക്കുന്നുണ്ട്. കോർപ്പറേറ്റ് മൂലധനശക്തികൾക്കും, മതവർഗ്ഗീയവാദത്തിനും കോളനിയാക്കാൻപറ്റുന്നതരത്തിൽ ആൾദൈവപ്രസ്ഥാനം മാറുന്നതിൽ അത്ഭുതമൊന്നുമില്ല. സമൂഹത്തിലെ ആധിപത്യസ്ഥാനങ്ങളോട് പൊരുത്തപ്പെട്ട്, എന്തെങ്കിലും നേടി സുഖിക്കുക എന്ന

മധ്യവർഗ്ഗ താല്പര്യത്തിന്റെ സ്ഥാപനരൂപങ്ങളിലൊന്നു മാത്രമാണ് ഒരു ആൾദൈവമഠം.

രണ്ട്

സുകുമാർ അഴിക്കോട് നന്നേ പോപ്പുലറായ ഒരു സാമൂഹ്യവിമർശകനായിരുന്നുവല്ലോ. അദ്ദേഹം പറയുന്ന പല കാര്യങ്ങളും വലിയ ചർച്ചകൾക്ക് കാരണമായിട്ടുണ്ട്. എന്നാൽ അഴീക്കോടിന്റെ കണിശവും, വേദാന്തതത്വപിന്തുണയുള്ളതുമായ ആൾദൈവവിമർശനം കാര്യമായ ശ്രദ്ധയും ചർച്ചയും നേടിയെടുത്തില്ല. സ്വന്തം ജീവിതത്തെയാണ് വിമർശിക്കുന്നത് എന്നറിഞ്ഞ് മധ്യവർഗ്ഗികൾ അതിനെ അവഗണിക്കുകയായിരുന്നു. കേരള സമൂഹത്തിൽ അപകടകരമായ പ്രത്യയശാസ്ത്രങ്ങളും അതിന്റെ പ്രയോഗരൂപങ്ങളും വന്നുകൊണ്ടിരിക്കുന്നുണ്ടെങ്കിൽ അതിന്റെ പ്രധാനകാരണം മധ്യവർഗ്ഗ നിലപാടുതന്നെയാണ്. ആഗോളീകരണമുണ്ടാക്കുന്ന ശൈഥില്യത്തിനെതിരെ വർഗ്ഗാടിസ്ഥാനത്തിലുള്ള സംഘംചേരലും സമരവും ഉണ്ടാകുമെന്നറിഞ്ഞ് അതിനെ കാലേക്കൂട്ടി അലസിപ്പിച്ച് കളയാനുള്ള മൂലധനശക്തികളുടെ തീരുമാനമാണ് ഈ വഴിയിലൂടെ നടപ്പാവുന്നത്. വർഗ്ഗീയ തീവ്രവാദം മുതലാളിത്തത്തിന്റെ 'ബി. ടീം' മാണ് എന്ന കാര്യം വീണ്ടുമോർക്കുകയും വേണം.

ആഴം കുറഞ്ഞ കാല്പനികതയ്ക്ക് ദൃഢ കാല്പനികതയ്ക്കല്ല, മധ്യവർഗ്ഗമനസ്സ് എന്നും സ്വാഗതമരുളാറുണ്ട്. കാല്പനികതയ്ക്ക് ചില ഔപചാരിക പ്രതിഷേധങ്ങളേയുള്ളൂ, യഥാർത്ഥ സമരം വരുമ്പോൾ അത് പേടിച്ച് മാറി നില്ക്കും എന്ന വിമർശനം മുൻപേയുള്ളതാണല്ലോ. വർഗ്ഗവൈരുധ്യങ്ങളുടെ മൂർച്ചയേയും ലോലമാക്കാൻ കാല്പനികത ഉപയോഗിക്കുക എന്നത് ആൾദൈവരീതിയാണ്.

ഇതിനെയൊക്കെ വിശകലനപരമായി സമീപിക്കാൻ വേണ്ടത്ര വേദികളോ ആളുകളോ ഇല്ല എന്നത് സങ്കടകരമാണെങ്കിലും അസ്വാഭാവികമല്ല. മധ്യവർഗ്ഗ സ്വഭാവം അത്ര സൂക്ഷ്മമായാണ് കേരളത്തിലെ വ്യക്തി ജീവിതത്തെ സ്വാധീനിച്ചുകൊണ്ടിരിക്കുന്നത്. എതിർപ്പുകളും വിമർശനങ്ങളും വിശകലനങ്ങളും ഒന്നുകിൽ ഔപചാരികമോ അല്ലെങ്കിൽ അക്കാദമികമോ ആയിത്തീരുകയും ജൈവഭാവം കുറഞ്ഞതായി മാറുകയും ആണ്. ഈ അവസ്ഥയെ നേരിടാതെ കേരളത്തിലെ പുരോഗമന പ്രവർത്തനങ്ങൾക്ക് തുടരാനാവില്ല.

കേരളകല ഇതിനകം ഉണ്ടാക്കിക്കഴിഞ്ഞ ചില കൃതികളിലേക്ക് ശ്രദ്ധതിരിക്കുന്നത് ഈ സന്ദർഭത്തിൽ പ്രസക്തമാകുമെന്ന് തോന്നുന്നു. ഒന്ന് ലെനിൻ രാജേന്ദ്രന്റെ 'വചനം' എന്ന ചലച്ചിത്രമാണ്.

പ്രിയനന്ദനനന്റെ 'ഭക്തജനങ്ങളുടെ ശ്രദ്ധയ്ക്ക്' എന്ന സിനിമയും ശ്രദ്ധിക്കാം. വി. കെ. എന്നിന്റെ 'കാവി' എന്ന നോവൽ, സി.വി ശ്രീരാമന്റെ 'ക്ഷുരസ്യധാര' പോലുള്ള ചില ചെറുകഥകൾ എന്നിവയും ശ്രദ്ധിക്കണം. ഇവയുയർത്തുന്ന വിമർശന സ്വരം കേരളത്തെയും ലോകത്തെയും കുറിച്ചുള്ള ഏതു നിലപാടിൽ നിന്നാണ് ഉണ്ടാവുന്നത് എന്ന് ആലോചിക്കാമെങ്കിൽ സക്കറിയയുടെ ഉത്കണ്ഠകളുടെ ഉറവ യെവിടെ എന്ന് അറിയാനാവും. ഈ കൃതികളെ ആധാരമാക്കിയ വിപുലമായ ചർച്ച ഒട്ടും വൈകാതെ ഇവിടെ നടക്കേണ്ടതുണ്ട്.

●

കെ. മാധവന്റെ രാഷ്ട്രീയ നൂറ്റാണ്ട്

'കൊഴമ്മൽ മാധവേട്ടൻ' എന്നായിരുന്നു ഞങ്ങളുടെ നാട്ടിലെ പഴയ ആൾക്കാർ ഓർമ്മകൾ പറയുമ്പോൾ പറയാറുണ്ടായിരുന്നത്. പലരുടെയും ആഖ്യാനങ്ങളിൽ മാധവേട്ടന്റെ ബാല്യവും സമരവും കഥകൾപോലെ നിലനിന്നുപോന്നു. കാസർഗോഡ് പ്രദേശത്തെ ഒന്നാമത്തെ കമ്യൂണിസ്റ്റ്: മാധവേട്ടനെ നേരിൽ കാണുമ്പോഴെല്ലാം ഈ കാര്യമാണ് മനസ്സിൽ തെളിഞ്ഞു വന്നിരുന്നത്. അത് ചെറിയ കാര്യമല്ല. ജന്മിപാരമ്പര്യത്തിന്റെ ചിട്ടകളും വിലക്കുകളും സുഖങ്ങളും അധികാരങ്ങളും ഒന്നിച്ച് നിഷേധിച്ചുകൊണ്ടാണ് കൊഴമ്മൽ മാധവൻ നമ്പ്യാർ കോൺഗ്രസ്സും പിന്നീട് കമ്യൂണിസ്റ്റുമായത്- മാധവനും മാധവേട്ടനുമായത്. മാധവേട്ടനെക്കുറിച്ച് പറയുന്നകൂട്ടത്തിൽ 'ഏച്ചിക്കാനത്തെ മകൻ' എന്ന പ്രയോഗം പണ്ട് സാധാരണയായിരുന്നു. അതിൽ ധനാഢ്യതയുടെ ഓർമ്മയുണ്ട്- അതൊക്കെയും തള്ളിക്കളഞ്ഞയാളിനോടുള്ള സ്നേഹാദരങ്ങളുമുണ്ട്. ആത്മകഥയിലെ രണ്ടു വിവരണങ്ങൾ നോക്കാം.

ഒന്ന്

"കുട്ടികളായ ഞങ്ങൾക്കെല്ലാം പ്രത്യേകവേഷഭൂഷാദികളാണ് ഉണ്ടായിരുന്നത്. തറവാടിന്റെ ഐശ്വര്യം മുഴുവനും വേഷത്തിൽ നിറഞ്ഞ് കാണും. കാതിൽ സ്വർണ്ണക്കടുക്കൻ, കഴുത്തിൽ പുലിനഖം കെട്ടിച്ച സ്വർണ്ണമാല, കൈകളിൽ സ്വർണ്ണവളകൾ, കാലുകളിൽ വെള്ളിവളകൾ, അരയിൽ കിങ്ങിണിമണിയുള്ള അരഞ്ഞാണവും കാണും. പട്ട് കോണകത്തിന്ന് മുകളിൽ വലിയ കസവുള്ള നേരിയ മുണ്ടുടുത്ത ഞങ്ങളെ കാണുമ്പോൾ കുടിയാന്മാർ ആദരവോടെ പെരുമാറും."

രണ്ട്

"നന്നേ ചെറുപ്പത്തിൽതന്നെ ഖദർ ഉടുക്കാനുള്ള പ്രചോദനം എന്നിലുണ്ടാക്കിയത് കണ്ണേട്ടനും കണ്ണേട്ടന്റെ വീട്ടിൽ വരുന്ന കോൺഗ്രസ്സ് നേതാക്കളുമായിരുന്നു. 1924 മുതൽ കണ്ണേട്ടന്റെ കാഞ്ഞങ്ങാട് അതിയാമ്പൂരുള്ള വീട്ടിൽ മലബാറിലെ മിക്ക കോൺഗ്രസ്സ് നേതാക്കളും വരാറുണ്ട്. അവിടെ വെച്ചാണ് കേളപ്പൻ, മൊയാരത്ത് ശങ്കരൻ, ടി.ആർ. കൃഷ്ണസ്വാമി അയ്യർ, കോഴിപ്പുറത്ത് മാധവമേനോൻ, ഹരീശ്വരൻ തിരുമുമ്പ് തുടങ്ങിയ പ്രഗൽഭരുമായി പരിചയപ്പെടാനും ഇടപഴകാനും സാധിച്ചത്. ആ സമ്പർക്കവും പരിചയവും അവരെപ്പോലെ ഖദർ ധരിച്ച് ഗാന്ധിതൊപ്പി വെച്ച് കോൺഗ്രസുകാരൻ ആകണമെന്ന ആഗ്രഹം എന്നിലുണ്ടാക്കി. അച്ഛനോട് ഇത് പറഞ്ഞപ്പോൾ അച്ഛൻ കലിതുള്ളി. വാശിപിടിച്ചപ്പോൾ കണ്ണിച്ചൂരൽകൊണ്ടുള്ള നല്ല തല്ലാണ് കിട്ടിയത്. ഏച്ചിക്കാനം തറവാട്ടിലെ കുട്ടി പരുക്കൻ വസ്ത്രം ധരിക്കുന്നത് കുറച്ചിലായിട്ടാണ് അച്ഛൻ കരുതിയത്. ഖദർ ധരിക്കുന്ന കണ്ണേട്ടനോടും അച്ഛന് വെറുപ്പായിരുന്നു.

ഖദർ കിട്ടാതെ വന്നപ്പോൾ എനിക്ക് വാശി കൂടി. അത് തീർത്തത് എനിക്കുടുക്കാനായി വാങ്ങിയ ആറ് കഷ്ണം നല്ല മുണ്ട് ഒന്നിച്ച് ചീന്തിക്കളഞ്ഞിട്ടായിരുന്നു എന്നിട്ടും അച്ഛൻ കനിഞ്ഞില്ല. വിവരമറിഞ്ഞ കണ്ണേട്ടനാണ് എനിക്കാവശ്യമായ ഖദർ വസ്ത്രങ്ങൾ വാങ്ങിതന്നത്."

ഇത് വലിയ മാറ്റമാണ്. ഈ മാറ്റം ചരിത്രപരമാണ്. കേരളത്തിലെ നവോത്ഥാന പ്രക്രിയയുമായി ആത്മബന്ധമുള്ളതുമാണ്. മാധവേട്ടൻ പലപ്പോഴും പറയാറുണ്ടായിരുന്നു: "സമൂഹത്തിന്റെ ഇച്ഛകളിലും സമരങ്ങളിലുമായിരുന്നു ഇക്കാലം തൊട്ട് അദ്ദേഹം. ദേശീയബോധത്തിന്റെ ഊറിക്കൂടലും കർഷകസമരവീറും തൊഴിലാളിവർഗ്ഗരാഷ്ട്രീയത്തിന്റെ പരിണാമവും ജനാധിപത്യാനുഭവത്തിന്റെ പാഠങ്ങളും സോവിയറ്റ് സംവിധാനത്തിന്റെ പതനവും അടിയന്തരാവസ്ഥയിലെ അത്യാചാരങ്ങളും ആഗോളീകരണകാലത്തെ സാമൂഹ്യഗതികളും കേന്ദ്രഭരണകൂടത്തിലെ മാറ്റങ്ങളും പങ്കാളിയായോ സാക്ഷിയായോ നേരിലറിഞ്ഞ രാഷ്ട്രീയജീവിതമാണ് മാധവേട്ടന്റേത്. ദീർഘായുസ്സിന്റെ ആനുകൂല്യത്തിൽ രാഷ്ട്രീയപ്രയോഗത്തിലെ പലതരം ഭാവമാറ്റങ്ങൾ കണ്ട് വിലയിരുത്താൻ അദ്ദേഹത്തിന് കഴിഞ്ഞു. വിശ്രമകാലത്തും, ചെറുസമ്മേളനങ്ങളിൽ സംസാരിച്ചും ഓർമ്മക്കുറിപ്പുകൾ എഴുതിയുണ്ടാക്കിയും ചോദ്യങ്ങൾക്ക് ക്ഷമാപൂർവ്വം മറുപടി നൽകിയും രാഷ്ട്രീയജീവിതം തന്നെയാണ് അദ്ദേഹം നയിച്ചുവന്നത്. കമ്യൂണിസ്റ്റ് വിശകലനശേഷി തന്നിൽ എന്നും നിലകൊണ്ടു. അതിനാൽ അതിവാർധക്യത്തിലും മാധവേട്ടൻ പഴകിയ ആളായില്ല.

യുവസാമൂഹ്യഗവേഷകരും വിദ്യാർത്ഥികളും കലാ സാഹിത്യ പ്രവർത്തകരും മാധ്യമവിദഗ്ധന്മാരും അദ്ദേഹവുമായുള്ള സംവാദങ്ങളെ കാര്യമായെടുത്തു.

മാധവേട്ടനിൽ വലിയ സ്വാധീനം ചെലുത്തിയ ആദ്യത്തെയാൾ എ.സി. കണ്ണൻനായരായിരുന്നു. ഫ്യൂഡൽക്കെട്ടുകളെ മറി കടന്ന് നിസ്വതയെ വരിച്ചയാളാണ് അടുത്ത ബന്ധുക്കൂടിയായ കണ്ണൻ നായർ. 'കണ്ണേട്ടൻ' എന്ന പേര് ആത്മകഥയിൽ നിരവധി തവണ കാണാൻ കിട്ടുന്നുണ്ട്. കണ്ണൻ നായരുടെ കൂടെയാണ് മാധവൻ എന്ന പന്ത്രണ്ട് വയസ്സുകാരൻ വിദ്വാൻ പി. കേളുനായരുടെ ദേശീയവിദ്യാലയത്തിൽ എത്തിച്ചേരുന്നത്. അത് വാസ്തവത്തിൽ മാധവന്റെ രാഷ്ട്രീയ വിദ്യാലയമായിരുന്നു. രാഷ്ട്രീയം എന്നതിന്റെ വൈപുല്യവും ഗരിമയും കണ്ണൻനായരുടെ പ്രവർത്തനങ്ങൾ കണ്ടാണ് മാധവൻ മനസ്സിലാക്കുന്നത്. എങ്കിലും കണ്ണേട്ടനെ വീരാരാധനയോടെ കാണാനും അനുകരിക്കാനും അദ്ദേഹം ഒരു ഘട്ടത്തിലും തയ്യാറാവുന്നില്ല. എ.സി. കണ്ണൻനായർ കമ്യൂണിസ്റ്റായിരുന്നില്ലെങ്കിലും കെ.മാധവൻ അങ്ങനെയായിത്തീർന്നു എന്നതു തന്നെയാണ് ഇതിന്റെനല്ല തെളിവ്. ലാളിത്യവും സഹനസന്നദ്ധതയും സത്യസന്ധതയും മാന്യതയുമാണ് കണ്ണൻനായരിൽനിന്ന് മാധവൻ ഉൾക്കൊണ്ടത്. തന്നെ 'ഗാന്ധിയൻ കമ്യൂണിസ്റ്റ്' എന്നാണ് വിളിക്കേണ്ടത് എന്ന് മാധവേട്ടന് ജീവിതത്തിന്റെ ഒടുക്കത്തെ ഘട്ടത്തിൽ തോന്നിയതിന്റെ പിന്നിലും കണ്ണൻ നായരുടെ ഈ ജീവിതമൂല്യസമുച്ചയത്തിന്റെ സ്വാധീനം കാണാം. അതുല്യനായ സംഘാടകൻ എന്ന നിലയിലാണ് പി. കൃഷ്ണപിള്ള മാധവേട്ടനെ ആകർഷിച്ചത്. പ്രവർത്തകരുടെ മികവ് കണ്ടെത്താനുള്ള ജാഗ്രത, വിമർശനങ്ങളുടെ നേർക്കുള്ള സഹിഷ്ണുത, വിവേകബലം, സാഹചര്യങ്ങളെ അവയുടെ സവിശേഷതയിൽ കാണാനുള്ള കഴിവ്, വരട്ടുവാദമില്ലായ്മ എന്നിവയാണ് 'സഖാവി'ന്റെ ഗുണങ്ങളായി മാധവേട്ടൻ മനസ്സിലാക്കിയത്. ഗുരുവായൂർ സത്യാഗ്രഹത്തിന്റെ വിവരണത്തിലും മറ്റുചില ഓർമ്മകളിലും കൃഷ്ണപിള്ളയുടെ ഈ വ്യക്തിത്വ ചിത്രമാണ് തെളിയുന്നത്. മാധവേട്ടന്റെ ആത്മകഥയിൽ എത്രയെത്ര സഖാക്കളാണ് പ്രത്യക്ഷപ്പെടുന്നത്.- തന്റെ മേന്മ സ്ഥാപിക്കാനുള്ള പ്രവർത്തനമായല്ല ആത്മാഖ്യാനത്തെ അദ്ദേഹം കണ്ടത്. ഓരോ സഖാവിന്റേയും പ്രവർത്തനശൈലിയും അതിന്റെ പ്രാധാന്യവും ഫലങ്ങളും അനുഭവവിവരണത്തിന്റെ ഭാഷയിൽ അടയാളപ്പെടുത്തുക എന്നതാണ് ഈ സന്ദർഭങ്ങളിൽ എഴുത്തുരീതി. പ്രധാനമായും ഗ്രാമതലത്തിൽ പ്രവർത്തിച്ചവരെക്കുറിച്ച് മാത്രമായി മാധവേട്ടൻ ഒരു പുസ്തകമെഴുതിയിട്ടുണ്ട്. 'കമ്യൂണിസ്റ്റ് സമരനായകർ'. ഇതിലും ഇതേ സമീപനമാണ് പുലരുന്നത്. ധാർമ്മികതയുടെ ഇടതുപക്ഷ

വ്യാഖ്യാനങ്ങൾ ഏറെ കാണാൻ കിട്ടാറില്ല. മലയാളത്തിൽ കെ. ദാമോദരൻ ഇതേപ്പറ്റി ഉപന്യസിച്ചിട്ടുണ്ട്. സിദ്ധാന്താവതരണത്തിന്റെ ശൈലിയിലല്ലെങ്കിലും ധാർമ്മികതയുടെ അനുഭവപാഠങ്ങളായി, വിമർശനസ്വരം കൂടി നിലനിർത്തുന്നു ഈ സഹപ്രവർത്തകസ്മൃതികൾ പഠിക്കാവുന്നതാണ്. മാധവേട്ടനിലെ കൃഷ്ണപിള്ളാസ്വാധീനത്തിന്റെ പഠനം കൂടിയായിത്തീരും ഇത്.

സമ്പന്നത വേണ്ട- ഇങ്ങനെ തീരുമാനിക്കുന്നതാണ് കമ്യൂണിസ്റ്റാവാനുള്ള ആദ്യപ്രവർത്തനം എന്ന് മാധവേട്ടൻ വിശ്വസിച്ചു. കർഷകരേയും തൊഴിലാളികളേയും സംഘടിപ്പിക്കാൻ ഏതു ശൈലിയാണ് താൻ വ്യക്തിപരമായി സ്വീകരിക്കേണ്ടത് എന്ന കാര്യത്തിൽ അദ്ദേഹത്തിന് ഒരു വ്യക്തതയും ഉണ്ടായിരുന്നില്ല. പയ്യന്നൂർ കോൺഗ്രസ്സ് സമ്മേളനത്തിൽ പ്രതിനിധികൾ ചായ കുടിച്ച ഗ്ലാസ്സുകൾ കഴുകിവെച്ച വോളണ്ടിയർ ഏച്ചിക്കാനം തറവാട്ടിലെ പതിമൂന്നുവയസ്സുകാരനായ പ്രഭുകുമാരനായിരുന്നു. ജനിച്ച വർഗ്ഗമേതാണോ അതിൽനിന്ന് സ്വയം വിടുതൽ നേടി നിസ്വവർഗ്ഗത്തോട് ചേർന്നുനിന്ന് പ്രവർത്തിക്കുക എന്നത് എളുപ്പവിദ്യയല്ല. (കേരള) കമ്യൂണിസ്റ്റു പ്രയോഗത്തിൽ Declassification എന്ന് വിളിക്കപ്പെട്ടുപോന്നിരുന്ന ഈ പ്രവർത്തനത്തിലെ സമഗ്രമായ വിജയമാണ് മാധവേട്ടന്റെ ജീവിതത്തിലെ ഏറ്റവും വിപ്ലവകരമായ അംശം.

ഒരു ഓർമ്മ ശ്രദ്ധിക്കുക. ഒരു ദിവസം കെ.എ. കേരളീയൻ മാധവനെ കാണാൻ വരുന്നു. പാർട്ടിയിൽ 'ഫുൾടൈമർ'ആയി പ്രവർത്തിക്കാൻ എന്തായിത്തീരണമെന്നാണ് കേരളീയന് പറയാനുണ്ടായിരുന്നത്. വീടുമായുള്ള ബന്ധം ത്യജിക്കണം; സ്വത്തുബന്ധവും പാടില്ല, വിവാഹബന്ധത്തിലേർപ്പെടരുത്. "ഇതെല്ലാം പാലിച്ചാൽ മാത്രമേ സർവ്വതന്ത്ര സ്വതന്ത്രനായി പ്രവർത്തിക്കാൻ പറ്റൂ" എന്നും "ഈ നിബന്ധനകൾ പാലിക്കുന്ന ഒരു കൂട്ടം സഖാക്കൾ നമ്മൾക്ക് വേണം; എന്നാൽ മാത്രമേ പാർട്ടി വളരുകയുള്ളൂ" എന്നുമായിരുന്നു നിലപാട്. പ്രതികരണം ഇങ്ങനെയാണ് രേഖപ്പെടുത്തിയിട്ടുള്ളത്. "കേരളീയന്റെ നിർദ്ദേശം നല്ലതായി എനിക്ക് തോന്നി. പക്ഷെ പ്രയോഗത്തിൽ കൊണ്ടുവരാൻ വളരെ പ്രയാസമല്ലേ എന്നൊരു തോന്നൽ... കുറേ നേരത്തെ ആലോചനക്ക് ശേഷം കേരളീയൻ പറഞ്ഞതുപോലെ പ്രവർത്തിക്കാമെന്ന് ഞാൻ വാക്കുകൊടുത്തു. അതിന്റെ ഫലമായി (15 ഏക്കർ വരുന്ന) കുരുമുളക് കൃഷി ഞാനുപേക്ഷിച്ചു. ചിലപ്പോഴൊക്കെ കണ്ണേട്ടന്റെ വീട്ടിൽ പോകുമെന്നല്ലാതെ മറ്റു ബന്ധുക്കളെപ്പറ്റി ഞാൻ ചിന്തിക്കുകയോ അവരുമായി ബന്ധപ്പെടുകയോ ഉണ്ടായില്ല." അമ്മ മരിച്ച് ദിവസങ്ങൾ കഴിഞ്ഞാണ്

മാധവേട്ടൻ വിവരമറിയുന്നത്. ഈ സന്ദർഭത്തിലെ ഒരു വാക്യം എടുത്തെഴുതാം:" ജീവിതത്തിൽ വളരെ ചുരുങ്ങിയ കാലമേ എനിക്ക് അച്ഛന്റേയും അമ്മയുടേയും കൂടെ താമസിക്കാൻ കഴിഞ്ഞുള്ളൂ."

സംഘാടനത്തിലും സമരത്തിലും സംവാദത്തിലുമായിരുന്നു വീടുവിട്ട മാധവൻ. ഇരട്ടസമരങ്ങൾ നടത്തിക്കൊണ്ടാണ് അദ്ദേഹം രാഷ്ട്രീയത്തിൽ സജീവമായത്. തന്റെ ജന്മി-നാടുവാഴിത്ത പരിവേഷത്തിൽനിന്ന് മുക്തനായി, അതിന്റെ ഇരകൾക്കായി,(അവരുടെ വിശ്വാസം മുഴുവനായും നേടിക്കൊണ്ട്) ആ വ്യവസ്ഥയുടെ സൂക്ഷ്മ-സ്ഥൂലരൂപങ്ങളിലുള്ള അധികാരസാന്നിധ്യത്തിനെതിരെ അവർക്കൊപ്പം നിന്ന് സമരങ്ങളിലേർപ്പെടണം. ഒരു പ്രഭുകുമാരൻ എന്തിനാണ് തങ്ങളുടെ നേതൃത്വത്തിനായി വന്നുചേരുന്നത് എന്ന ചോദ്യം ചതുരവടിവിൽ മാധവനോട് ആരും ഉന്നയിച്ചിട്ടുണ്ടാവില്ല. എങ്കിലും തന്റെ കൂടെ, ആദ്യകാലത്ത്, സദാ ആ ചോദ്യം ഉണ്ടായിരുന്നു. അതിനാൽ തന്റെ രാഷ്ട്രീയത്തെ അദ്ദേഹത്തിന് സമഗ്രമായി ആവിഷ്കരിക്കേണ്ടി വന്നു. സിദ്ധാന്താവതരണം കൊണ്ട് തുടങ്ങാവുന്നതായിരുന്നില്ല ആ പ്രവർത്തനം. തന്റെ ലക്ഷ്യമെന്ത് എന്ന ചോദ്യം തന്നെ അപ്രസക്തമാണ് എന്ന തീർപ്പിലായിരിക്കണം മാധവൻ എത്തിച്ചേർന്നിരിക്കുക. സ്വാതന്ത്ര്യാനുഭവത്തിലേക്ക് നീങ്ങുന്ന ഒരു ജനത, പൂർവ്വാനുഭവങ്ങളുടെ ഭാരം കളഞ്ഞ് പുതിയ ഭാഷയിലേക്കും ശരീരഭാഷയിലേക്കും ഇടപെടൽ മാതൃകകളിലേക്കും വർഗ്ഗാഭിലാഷങ്ങളിലേക്കും കൂട്ടായി കടക്കുകയാണ്. എന്ന ഉത്തരമായിരിക്കണം മാധവനെ പ്രചോദിപ്പിച്ചിരിക്കുക. വ്യക്തി എന്ന സ്വാർത്ഥഘടനയെത്തന്നെ വിസ്മരിക്കാൻ പോന്ന സാമൂഹ്യാവേഗം (momentum) നിലനിന്ന നാളുകളിൽ സ്വാഭാവികമായി രൂപപ്പെടുന്ന ഉത്തരമായിരിക്കണം ഇത് എന്നും തോന്നുന്നു.

തന്റെ അച്ഛന്റെ തറവാട്ടുകാരുടെ അധികാരത്തിലായിരുന്നു, മാധവേട്ടൻ ഉൾച്ചേർന്ന കർഷകസമരങ്ങളുടെ ഇടമായ മടിക്കൈ ഗ്രാമം."എല്ലാംകൊണ്ടും ഏച്ചിക്കാനം ജന്മിയുടെ പ്രതാപത്തിൽ മടിക്കൈ ഗ്രാമം പൂർണ്ണമായും അമർന്നിരുന്നു." ഈ ഗ്രാമത്തിലെ സമരപരമ്പരയ്ക്ക് പശ്ചാത്തലമായി ജന്മിയുടെ ഭ്രവധികാരത്തിന്റെ വസ്തുനിഷ്ഠമായ ചരിത്രം കണ്ടെടുക്കുകയാണ് മാധവൻ. ഒന്നാമതായി ചെയ്യുന്നത് എന്ന് ഊഹിക്കാൻ പഴുതുണ്ട്. 'സക്കറിയ' ഭാസ്കര പട്ടേലരും എന്റെ ജീവിതവും ' എന്ന നോവലിൽ സൂചിപ്പിക്കുന്ന ഈച്ചിലംപാടിയിലെ റൈ കുടുംബമാണ് ഏച്ചിക്കാനം തറവാടിന്റെ മൂലസ്ഥാനം. അവിടെനിന്നു വന്ന ചെറക്കര ചന്തു എന്നയാൾ മാധവേട്ടന്റെ ഓർമ്മക്കുറിപ്പിൽ "കുബുദ്ധിയും ദുരാഗ്രഹിയുമാണ്"

അയാൾ മടിക്കൈയിലെ ഭ്രവുടമകളെ വധിച്ചും മറ്റുമാണ് വിപുലമായ അധികാരം നേടിയത്. പിടിച്ചടക്കലിന്റെ നിർലജ്ജമായ പരമ്പര യാണീ തറവാട്ടുകഥ. അത് സ്വയം മനസ്സിലാക്കിയും ഗ്രാമത്തിലെ ജനതയുമായി പങ്കുവെച്ചുമാണ് മാധവേട്ടൻ തന്റെ പ്രവർത്തനത്തിന് തുടക്കമിട്ടത്. മടിക്കൈയുടെ ചരിത്രമെന്ന നിലയിൽ മാധവേട്ടൻ എഴുതിയ മോണോഗ്രാഫിന്റെ തുടക്കത്തിൽതന്നെ ഈ ചരിത്ര മാണുള്ളത്. ഒട്ടും യാദൃച്ഛികമല്ല ഇത്. സമരത്തിന്റെ അടുത്തഘട്ടം കീഴാളരായ കർഷക, കർഷകതൊഴിലാളികളുടെ സ്വാഭാവിക പരിഗണനയ്ക്ക് അർഹത നേടുക എന്നതാണ്. താൻ ചെയ്തതെന്ത് എന്ന് പറയാൻ കെ.എ. കേരളീയന്റെ നിർദ്ദേശം ഓർത്തെഴുതുന്ന ആഖ്യാനതന്ത്രമാണ് ആത്മകഥയിൽ മാധവേട്ടൻ കൈക്കൊണ്ടി ട്ടുള്ളത്: "നീ ജന്മികുടുംബത്തിൽ ജനിച്ചുപോയതുകൊണ്ട് നിന്നെ അത്ര പെട്ടെന്ന് കൃഷിക്കാർ വിശ്വസിക്കില്ല... വീടുകളിൽ വെച്ചുള്ള യോഗത്തിൽ പങ്കെടുക്കുമ്പോൾ യോഗം പിരിയുന്നതിന് മുമ്പായി ദാഹം തീർക്കാൻ വെള്ളം ചോദിക്കണം. ആ സമയം ഇളനീർ പറി ക്കാനായിരിക്കും ശ്രമിക്കുക. ഇളനീർ കുടിക്കരുത്, പച്ചവെള്ളവും വേണ്ടെന്നു പറയണം. കഞ്ഞിവെള്ളം തന്നെ വാങ്ങിക്കുടിക്കണം. ഇങ്ങനെയായാൽ കൃഷിക്കാർക്ക് നിന്നോട് ആത്മബന്ധം കാണും." ഇങ്ങനെ തുടങ്ങുന്ന സമരമാണ് കർഷകരുടെ ചെറുത്തുനില്പുകളായി, സഹനസന്ദർഭങ്ങളായി വികസിക്കുന്നത്. ഇതിന്റെ നായകനാണ് "ഞാൻ" എന്ന ധാരണയും മാധവേട്ടന് ഉണ്ടായിരുന്നതായി തോന്നു ന്നില്ല. മടിക്കൈ കർഷകസമര ചരിത്രാഖ്യാനത്തിൽ "ആ സമരങ്ങ ളിലെ സ്വന്തം പങ്കാളിത്തത്തെക്കുറിച്ച് വാചാലനാകാൻ(മാധവൻ) മടി കാണിക്കുന്നു" എന്ന് ഇ.കെ. നായനാർ എഴുതിയത് കൃത്യതയുള്ള ഒരു പ്രസ്താവനയാണ്.

രാഷ്ട്രീയത്തെ സമഗ്രമായി നിർവ്വചിക്കുകയും നിർവ്വഹിക്കുകയും ചെയ്ത ഒരു കാലത്തിന്റെ ആൾക്കാരിലൊരാൾ എന്ന് മാധവേട്ടനെ പരിചയപ്പെടുത്താവുന്നതാണ്. ഭാഷ, ശരീരഭാഷ, പെരുമാറ്റം, ആഹാരം, കുടുംബഭാവന എന്നീ കാര്യങ്ങളെയെല്ലാം രാഷ്ട്രീയാദർ ശവുമായും സമരസന്ദർഭവുമായും ചേർത്ത് പുനർനിർണ്ണയിക്കാൻ തയ്യാറായ നേതാക്കളിലൊരാളാണ് അദ്ദേഹം. കലയും സാഹിത്യവും അദ്ദേഹത്തിന്റെ വിഷയങ്ങളാവുന്നത് ഈ സമഗ്രതാബോധത്തിന്റെ സ്വാധീനത്തിലാണ്. വിദ്വാൻ പി. കേളുനായരുടെ സംഗീത-നാടക സംരംഭങ്ങളെ വിശദമായി മനസ്സിലാക്കിയ മാധവേട്ടൻ അവ രാഷ്ട്രീയ പ്രയോഗങ്ങളാവുന്നതിന്റെ സൂചനകൾ പ്രത്യേകം ശ്രദ്ധി ക്കുന്നുണ്ട്. കേളുനായരുടെ ആത്മഹത്യയെ സാമൂഹ്യമായ കാരണ ങ്ങൾ വെച്ച് വ്യത്യസ്തമായ ഒന്നായി വായിക്കാനുള്ള സന്നദ്ധതയും

മാധവേട്ടൻ വികസിപ്പിച്ചെടുത്തിരുന്നു. പി. കുഞ്ഞിരാമൻ നായരുടെ ഏകാകിയോയും അനാഥത്വബോധത്തേയും വ്യക്തിപരതയ്ക്കപ്പുറം നിന്ന് മനസ്സിലാക്കാൻ അദ്ദേഹത്തിന് കഴിഞ്ഞിരുന്നു, ചില പി. പഠനങ്ങൾക്ക് മാധവേട്ടന്റെ നിരീക്ഷണങ്ങൾ സഹായകമായിരുന്നിട്ടുണ്ട്. പി. യിലെ കാർഷിക ബിംബങ്ങളാണ് അദ്ദേഹത്തിന്റെ പ്രധാന പരിഗണനയിൽ വന്നത്. ഇത് സ്വാഭാവികമാണ്.

നവോത്ഥാനം പുതിയ വ്യക്തിസങ്കല്പങ്ങളാണ് അവതരിപ്പിച്ചത്. ദേശീയ സമരങ്ങളും കർഷക മുന്നേറ്റങ്ങളും രാഷ്ട്രീയ കക്ഷികളുടെ പ്രവർത്തനങ്ങളും 'വ്യക്തി' എന്നതിനെ മാറ്റിത്തീർത്തു. കുടുംബം, ജാതി, മതം, എന്നിവയ്ക്ക് പുറത്തുനില്ക്കുന്ന 'വ്യക്തി' അന്ന് പുതിയ കാഴ്ചയാണല്ലോ. ഇക്കാര്യം മാധവേട്ടന്റെ എഴുത്തുകളിൽ പ്രാധാന്യം നേടിയ വസ്തുതയാണ്. പി. കൃഷ്ണപിള്ള, എ.കെ.ജി, കെ.എ. കേരളീയൻ, ഇ.എം.എസ്, കെ.പി.ആർ. ഗോപാലൻ, ഇ.കെ. നായനാർ തൊട്ടുള്ള വ്യക്തികൾ തന്റെ ഓർമ്മകളിൽ സജീവമായി ഉണ്ടായിരുന്നു. എൻ. ഗണപതിക്കമ്മത്ത്, മടിക്കൈ കുഞ്ഞിക്കണ്ണൻ, അപ്പുകാരണവർ, ടി.എസ്. തിരുമുമ്പ്, കെ.ആർ. കുഞ്ഞിക്കണ്ണൻ, എൻ. നാരായണവാര്യർ തുടങ്ങി നിരവധി സഖാക്കളും ഒപ്പം നില്ക്കുന്നു. എ.സി. കണ്ണൻനായരും കേളുനായരും വിപുലമായിത്തന്നെ സ്മരിക്കപ്പെട്ടിട്ടുണ്ട്. ഇവയിലൂടെ കടന്നുപോകുന്ന ഒരാൾ പെട്ടെന്നറിയുന്ന കാര്യം വിമർശനാത്മകമായാണ് വ്യക്തികളെ മാധവേട്ടൻ നോക്കിയിരുന്നത് എന്നതാണ്. വാർപ്പുമാതൃകകളായി വ്യക്തികളെ കാണുന്ന രീതിയല്ല ശരി; വ്യക്തികൾ പ്രസ്ഥാനങ്ങൾക്കായി ചെയ്യുന്ന കാര്യങ്ങൾ അടയാളപ്പെടുത്തുമ്പോൾ തന്നെ അവരുടെ സ്വഭാവവൈചിത്ര്യങ്ങൾ കാണാതെ പോകരുത് എന്ന സമീപനമാണിത്. കൃത്രിമമായി സൃഷ്ടിക്കുന്ന സാമൂഹ്യബിംബം (public image) പരിഹാസ്യമായ ഒന്നാണ്- വ്യക്തിയെ എല്ലാ വൈരുദ്ധ്യങ്ങളോടും കൂടിയാണ് മനസ്സിലാക്കേണ്ടത്.

സ്ഥലങ്ങളേയും സന്ദർഭങ്ങളേയും സംഭവങ്ങളേയും സൂക്ഷ്മമായി വിലയിരുത്താനുള്ള സന്നദ്ധതയും മാധവേട്ടൻ വികസിപ്പിച്ചെടുത്തിരുന്നു. കാർഷികവൃത്തി, ഒളിവുജീവിതം, എന്നിവയിൽ ഒഴിച്ചുകൂടാനാവാത്ത സൂക്ഷ്മനിരീക്ഷണത്തിന്റെ ഭാഗമാണിത്. സമകാലികാവസ്ഥയിൽ, വാണിജ്യോല്പന്നങ്ങളുടെ വിന്യാസം കൊണ്ട് സ്ഥലങ്ങളുടെ വ്യതിരിക്തത അവ്യക്തമാവുന്നതായി കാണാം. അതുകൊണ്ട് ആളുകളുടെ പെരുമാറ്റത്തിൽ ഏറി വരുന്ന നിലയുണ്ട്. മാധവേട്ടൻ യാന്ത്രിക സമീപനങ്ങളെ മറി കടന്നു; സ്ഥലങ്ങളെയും സന്ദർഭങ്ങളെയും സാമൂഹ്യാവിഷ്കാരങ്ങളായി തിരിച്ചറിഞ്ഞു. അതിനാൽ

അദ്ദേഹത്തിന്റെ ചരിത്രക്കുറിപ്പുകൾ അസാധാരണമായ സൂക്ഷ്മതകൾക്ക് ഇടമായിത്തീർന്നു. ഉദാഹരണത്തിനായി ഒരു കാര്യം മാത്രം എടുത്തെഴുതാം:"...ഓരോ കുടിയാന്റെ വീട്ടിലും ഓരോ കസേര ഉണ്ടായിരിക്കണം. വീട്ടുടമസ്ഥന് ഇരിക്കാനല്ല. ജന്മിക്കിരിക്കാൻ. ജന്മി ആ വഴി പോരുകയാണെങ്കിൽ ഇരിക്കാനുള്ളത്"

സ്വയം അധികാരരൂപമായി സങ്കല്പിക്കുന്ന ഒരാൾക്ക് സംവാദ താല്പര്യം കുറവായിരിക്കും. സ്തുതി പാഠകരെയാണ്- അവർ പ്രവർത്തിക്കുന്നത് ആത്മാർത്ഥതയില്ലാതെയാവും എന്ന് അറിഞ്ഞാലും- ഇങ്ങനെയുള്ള ഒരാൾ സദാ പ്രതീക്ഷിക്കുക, വിമർശനസാധ്യതകൾ കൊട്ടിയടച്ചുകൊണ്ടുള്ള ഭാഷയും ശരീരഭാഷയുമായിരിക്കും ഇത്തരക്കാർക്ക്. ജനാധിപത്യ സംസ്കാരത്തിന് പറ്റാത്ത, ആധിപത്യ വ്യക്തിത്വമാണിത്. ഇതിനെതിരെയാണ് സംവാദസന്നദ്ധമായ വ്യക്തിസങ്കല്പം. വിമർശനോർജ്ജം ഈ വ്യക്തിയെ എപ്പോഴും സർഗ്ഗാത്മകമായി നിലനിർത്തും. മാധവേട്ടന്റെ രാഷ്ട്രീയ സമീപനങ്ങളിലുടനീളം ഇക്കാര്യം തെളിയുന്നുണ്ട്. കമ്യൂണിസ്റ്റ് പാർട്ടികളുടെ പുനരേകീകരണവിഷയം അദ്ദേഹം ഉയർത്തിപ്പിടിക്കുന്നത് ഇതിന്റെ ഭാഗമായാണ്. ഈ പ്രവർത്തനത്തിലൂടെ ശക്തിപ്പെടുന്ന ഇടതുപക്ഷത്തിന് വർഗ്ഗീയതയുടെ രാഷ്ട്രീയ രൂപങ്ങളെ നേരിടാനാവൂ എന്നാണ് മാധവേട്ടന്റെ അഭിപ്രായം. ഇതിനായി കമ്യൂണിസ്റ്റ് പാർട്ടി "കോൺഗ്രസ് ഉൾപ്പെടെയുള്ള മതേതരപാർട്ടികൾക്കൊപ്പം നിലയുറപ്പിക്കണമെന്നും അദ്ദേഹം ആഗ്രഹിച്ചു. പാർലിമെന്ററി ജനാധിപത്യ വ്യവസ്ഥ കുറ്റമറ്റതാണെന്ന വിചാരം ശരിയല്ല എന്നും ഈ ധാരണയാണ് വിപുലമായ അഴിമതിയുടേയും കെടുകാര്യസ്ഥതയുടേയും മൂലകാരണമെന്നുംകൂടി മാധവേട്ടൻ പറയുന്നത്. പ്രാദേശിക പ്രവർത്തകരുടെ സൂക്ഷ്മതലനീക്കങ്ങളുടെ രാഷ്ട്രീയത്തെയാണ് ഈ പരാമർശത്തിലൂടെ അദ്ദേഹം എടുത്തുകാട്ടുന്നത്. ഗാന്ധിസത്തേയും മാർക്സിസത്തേയും സമന്വയിപ്പിക്കുന്നതിനെക്കുറിച്ച് അദ്ദേഹം പറയുമായിരുന്നു. വരട്ടുവാദത്തിനപ്പുറത്തുള്ളതും ജൈവവും കേവലാധികാരകേന്ദ്രിതമല്ലാത്തതും സംവാദാത്മകവുമായ പുതിയൊരു രാഷ്ട്രീയത്തിന്റെ രൂപം കൊള്ളൽ എന്ന സ്വപ്നത്തിന്റെ ഭാഗമായാണ് ഈ സമന്വയപ്രമേയം അദ്ദേഹം മുന്നോട്ടുവെയ്ക്കാൻ തയ്യാറായത്. അതിന്റെ അനിവാര്യതയിൽ അദ്ദേഹത്തിന് തികഞ്ഞ വിശ്വാസമുണ്ടായിരുന്നു. അതുകൊണ്ടു തന്നെ അങ്ങനെയൊന്നിന്റെ സാധ്യത അകന്നുപോകുന്നുവെന്ന് കാണുന്നതിൽ അതിയായ സങ്കടവും. "ഉള്ളിൽത്തന്നെയുള്ള ഒരു വിമർശകൻ" (critical insider)എന്ന നിലയിൽ കെ.മാധവനെ വിലയിരുത്തുന്ന ഡോ.കെ.എൻ പണിക്കർ ഇത്രയും കൂടി പറയുന്നുണ്ട്: "അച്ചടക്കം എന്തുതന്നെയായാലും

ഉള്ളിൽത്തന്നെയുള്ള വിമർശകർക്ക് പാർട്ടിക്കകത്ത് ക്രിയാത്മകമായ ഒരു പങ്കം വഹിക്കാൻ ഇടമില്ല എന്നത് വലിയൊരു നഷ്ടം തന്നെയാണ്."

പ്രവർത്തനനിർഭരമായ അതിദീർഘജീവിതത്തിന് ശേഷം ഇല്ലാതായ കെ. മാധവേട്ടൻ തുടർന്നു ജീവിക്കുന്നത് ഇത്തരം രാഷ്ട്രീയ വിഷയങ്ങൾ ചർച്ച ചെയ്യപ്പെടുമ്പോഴും അനിവാര്യമായിത്തീരുമ്പോഴുമായിരിക്കും എന്നു തോന്നുന്നു.

●

എം.ടി: സ്വീകരണത്തിന്റെ പൊരുൾ

ഇരുപത്തിയഞ്ചു പൈസയുടെ നാണയം വേണ്ടെന്നുവെച്ച വാർത്ത വന്ന ദിവസം ഞാൻ അയാളെ വീണ്ടുമോർത്തു. അയാൾ എന്നാൽ പഴയൊരു ചെറുപ്പക്കാരൻ. തപാൽ വകുപ്പിലാണ് ജോലി. വർഷങ്ങൾക്ക് മുമ്പ് കോഴിക്കോടാണ് അയാൾ ആദ്യമായി ജോലി ചെയ്തത്. എം.ടി. വാസുദേവൻ നായരുടെ നഗരം എന്ന് അയാൾ കോഴിക്കോടിനെ സ്ഥാനപ്പെടുത്തി. എം.ടിയെ നേരിൽ കാണണം. പൊതുവേദികളിൽ എം.ടി.യെ അധികമൊന്നും കണ്ടു കിട്ടുന്നില്ല. ഒരു ദിവസം അയാളറിയുന്നു. എം.ടിയ്ക്ക് ഒരു ഇംഗ്ലീഷ് മരുന്നുകടയുമായി ബന്ധവുമുണ്ട്. തെക്കേപ്പാട്ട് മെഡിക്കൽസ് എന്നാണാ കടയുടെ പേര്. അയാളൊരു ഉച്ചയ്ക്ക് സ്ഥലം കണ്ടുപിടിച്ച്, കടയിലെത്തി. കടയിൽ മറ്റാരോ ആണ് ഇരിക്കുന്നത്. നിരാശ തോന്നിയെങ്കിലും, വീണ്ടും വരാൻ തീരുമാനിച്ചുകൊണ്ടാണ് അയാൾ മടങ്ങിയത്. വേറൊരു ദിവസം പോയപ്പോൾ എം.ടി. കടയിൽ ഉണ്ട്. 'സാരിഡോൺ' പോലെ ഒരു സാധാരണഗുളിക വാങ്ങാൻ അയാൾ തീരുമാനിച്ചു. കടയിലേക്ക് കയറി. എം.ടി.യെ അടുത്തുനിന്നു കാണുന്നു. ഗുളികയുടെ പേര് പറഞ്ഞ് വാങ്ങി. ഒരു രൂപയോ മറ്റോ കൊടുത്തു. ബാക്കി ഇരുപത്തഞ്ചുപൈസ എം.ടി. തിരിച്ചു നൽകി. ആ നാണയം അയാളുടെ പക്കൽ ഇപ്പോഴും ഉണ്ട്: "എം.ടി. തന്ന പൈസ" ഇപ്പോൾ വിലയുള്ള ഒരേയൊരു ഇരുപത്തഞ്ചു പൈസാ നാണയം അതാണ്.

എം.ടി. ഉൾപ്പെടുന്ന ഇത്തരം കഥകൾ കേരളത്തിലുടനീളം നിലനിൽക്കുന്നുണ്ട്. അവ പലതരം കഥകളാണ്. എല്ലാ കഥകളേയും ചേർത്തുനിർത്തുന്നത്. ഇഷ്ടവും ആരാധനയുമാണെന്നു മാത്രം. കേരളത്തിന്റെ ഭൗതികപ്രകൃതിയുടെ ഭാഗമെന്ന പോലെ, സ്വീകരിക്കപ്പെട്ടുപോരുന്ന അധികം എഴുത്തുകാരില്ല. എം.ടി. വാസുദേവൻനായർ

അക്കൂട്ടത്തിൽ പെടുന്നു. ഇവിടത്തെ ആകാശവും മരങ്ങളും വഴികളും നദികളുമൊക്കെ പ്പോലെ ഒരു സ്ഥാനമായി മാനിക്കപ്പെടുന്ന സാന്നിധ്യമാണ് എം.ടി.യുടേത്. എം.ടി.യുടെ കല ചിലപ്പോഴെങ്കിലും വിമർശിക്കപ്പെട്ടിട്ടുണ്ട്. എങ്കിലും ഈ പദവിയ്ക്ക് കാര്യമായ ഉലച്ചിലൊന്നും തട്ടിയിട്ടില്ല. 'കേരളസൈക്കി'യുടെ ഭാഗമായിത്തീർന്നിരിക്കുന്ന എം.ടി. യുടെ എഴുത്ത്.

ഓരോ ഗ്രാമത്തിനും നാടകീയമായൊരു കഥയുണ്ട് എന്ന് ഓരോ കേരളീയനും അറിഞ്ഞു തുടങ്ങിയത് എം.ടി. യുടെ കഥകളിലൂടെയും നോവലുകളിലൂടെയുമാണ്. കുടുംബങ്ങൾക്കും ഇങ്ങനെയൊരു കഥയുണ്ട് എന്നും നാം ഒപ്പമറിഞ്ഞു. ആശനിരാശകളുടെ വാസ്തുശില്പം കൂടിയാണ് ഒരു വീട്, ഓരോ വീട്ടിലും രോഷവ്യസനങ്ങൾ കൊണ്ട് പുകയുന്ന മനുഷ്യരുണ്ട്, അവരുടെ ജീവിതം അനാകർഷകമെങ്കിലും നാടകീയവും പ്രശ്നനിർഭരവുമാണ്, സമൂഹം എന്നത് എപ്പോഴും നല്ലതുമാത്രം ചെയ്യാൻ കഴിവുള്ള ഘടനയല്ല, സമൂഹം ആളുകളെ ഒറ്റപ്പെടുത്തുകയും കുറ്റപ്പെടുത്തുകയും ചെയ്യാറുണ്ട്, ഇതിനെതിരായി പ്രതികരിക്കുന്നതിന് പലരും പല വഴികളാണ് തേടുന്നത് തുടങ്ങിയ പ്രതീതികൾ എം.ടി.യുടെ സാഹിത്യത്തിൽ നിന്ന് പ്രാഥമികമായി സ്വീകരിക്കപ്പെട്ടുവന്നു. എം.ടി. പ്രധാന കഥാപാത്രങ്ങളായി അവതരിപ്പിച്ചത്, പലപ്പോഴും, ഉള്ളിൽ തേങ്ങുകയും എന്നാൽ സ്ഫോടനാത്മകമായി പെരുമാറാതിരിക്കുകയും ചെയ്യുന്നവരെയാണ്. അവരുടെ ഉള്ളടക്കം മിക്കപ്പോഴും ആത്മനിന്ദയാണ്. സ്നേഹം, പാരസ്പര്യം തുടങ്ങിയവയുടെ സ്ഥാനത്തേക്ക് സുഖാന്വേഷണവും ജയിക്കാനുള്ള ആർത്തിയും വരുമ്പോഴുള്ള ചേതങ്ങൾക്ക് എം.ടി. യുടെ എഴുത്ത് ഇടം നൽകി.

ഇത് നിർവ്വഹിക്കപ്പെടുന്നത് ലളിതമായ ഭാഷയിലാണ്. ലളിതമെന്നാൽ ലളിതവത്കൃതം എന്നല്ല. വികാരങ്ങളുടേയും വൈഷമ്യങ്ങളുടേയും ഗൗരവം നിലനിർത്തിക്കൊണ്ടുതന്നെ, അവയുടെ സങ്കീർണ്ണതകൾ കാണിച്ചുകൊണ്ടുതന്നെ ലളിതമായ ഭാഷ സാധ്യമാക്കുക എന്നത് എളുപ്പപണിയല്ല. ഇങ്ങനെ സവിശേഷമാവുന്ന ഒരു മലയാളത്തെയാണ് എം.ടി. സാക്ഷാത്ക്കരിച്ചത്. മലയാളത്തിന്റെ കാര്യവാഹകശേഷിയും വികാര സംക്രമണസിദ്ധിയും ഒരേസമയം തെളിയിക്കുന്ന ഭാഷയാണത്. സൂക്ഷ്മമായ നിരീക്ഷണങ്ങളിലൂടെ പ്രതീകപദവിയിലേക്കുയരുന്ന കാഴ്ചകൾ സാധ്യമാക്കുകയും, അവയെ പ്രകടനാത്മകത വർണ്ണിച്ചുകൊണ്ട് വിന്യസിക്കുകയും ചെയ്യുന്ന എഴുത്ത് എന്ന നില ഇതോടൊപ്പം നില്ക്കുന്നു. വികാരഭേദങ്ങളുടെ ചെറിയ മാത്രകളേയും രേഖപ്പെടുത്താൻ കഴിയുന്ന തരത്തിൽ സൂക്ഷ്മവും

സജീവവുമായ ഭാഷാപദ്ധതിയാണ് അത്. ഏറെ പറയാതെ തന്നെ അത് ഫലപ്രദമായിത്തീരുന്നു. ഈ ഭാഷയിലൂടെ മലയാളം കുറച്ചുകൂടി തികഞ്ഞു. ഏറെ പറയുന്നില്ല എന്നതിന്റെയർത്ഥം വായനക്കാർക്ക് ആഖ്യാനത്തിൽ ഉൾച്ചേർന്നുനിന്ന്, താദാത്മ്യം പ്രാപിച്ച്, പലതും പലതും ഊഹിച്ചും വിചാരിച്ചും ഉണ്ടാക്കിയെടുക്കട്ടെ എന്നാണ്. എല്ലാം പറഞ്ഞുകൊടുക്കുന്ന ആഖ്യാനങ്ങളുടെ വായനക്കാർ വെറും ഉപഭോക്താക്കളാണ്. എം.ടി. യുടെ എഴുത്തുകൾ വായനക്കാരുടെ വികാരഭാവങ്ങൾ ഉണർത്തിക്കൊണ്ടുവരികയും ഒപ്പം ചേർക്കുകയും ചെയ്യുന്നു. വായനക്കാർ പലതും കല്പന ചെയ്യണം എന്ന അർത്ഥത്തിലാണ് അത് കാല്പനികമാവുന്നത്.

കേരളം ഗ്രാമസ്വഭാവത്തിൽ കഴിഞ്ഞ കാലത്താണ് എം.ടി. യുടെ സ്വീകാര്യത ഒരു സാംസ്കാരിക യാഥാർത്ഥ്യമാവുന്നത്. സ്വന്തം ഗ്രാമത്തെ പാഠവത്ക്കരിക്കാൻ മലയാളികൾ പ്രേരിതരായി. സ്വന്തം പരിചിത ദേശത്തിന്റെ വഴികളും കുന്നും കൽക്കെട്ടുകളും ചെടികളും മരങ്ങളും പുൽപ്പടർപ്പുമെല്ലാം പ്രമേയഭാവങ്ങളുള്ളതാണെന്ന് വായനക്കാർ അറിഞ്ഞു. എം.ടി.യുടെ രചനകളുടെ പ്രതീക്ഷിത വായനക്കാർ (implied reader) ഏകാന്തതയിലിരുന്ന് വായിക്കുന്നവരാണ്. അവർ പണത്തിന്റേയും അംഗീകാരത്തിന്റേയും അവഗണനയുടെയും രതിയുടെയും രഹസ്യങ്ങൾ എത്ര വലിയ ജീവിതവിഷയങ്ങളാണ് എന്ന് ഒറ്റയ്ക്കിരുന്ന് അറിഞ്ഞു. പുസ്തകം മടക്കിവെച്ച് പുറത്തിറങ്ങുമ്പോൾ കാണുന്ന സ്വന്തം വീടും ചുറ്റുപാടും വ്യത്യസ്തമായി അവർക്ക് അനുഭവപ്പെട്ടു. വായന മതിയാക്കി കണ്ണുറക്കുന്നത് ഇരുട്ടിലേക്കാണെങ്കിൽ, ആ ഇരുട്ട് പലതരം വികാരങ്ങൾകൊണ്ട് നിബിഡമാണെന്ന് വായനക്കാർക്ക് തോന്നിത്തുടങ്ങി. ചരിത്രം വിദൂരത്തിലല്ല, സ്വന്തം വീട്ടിലും നാട്ടിലുമുള്ളത് ചരിത്രം തന്നെ എന്നും അവരിൽ ചിലർക്ക് വിലയിരുത്താനായി. ദൃശ്യങ്ങളുടെ കൃത്യത ഈ അനുഭവങ്ങളെ ബലപ്പെടുത്തി. "ഉണങ്ങിപ്പോയ പനിനീർതടത്തിനടുത്ത് മതിൽക്കെട്ട് പിടിച്ചുനിന്ന് ഉണ്ണി പടിക്കലേക്ക് നോക്കി. റാന്തൽ വീശിക്കൊണ്ട് അയ്യപ്പൻ പടി കയറി വരുന്നു. പിന്നിൽ ആരുമില്ല."(വിത്തുകൾ), "കുങ്കുമക്കല മാഞ്ഞുകിടക്കുന്ന നെറ്റിയിൽ ചുളിവുകൾ വീണ പ്രായം ചെന്ന ഒരു കണ്ണടക്കാരി നിവർത്തിവെച്ച പുസ്തകത്തിൽ എന്തോ എഴുതുകയായിരുന്നു". (ഭീരു) —ഇങ്ങനെയുള്ള ദൃശ്യങ്ങൾ കഥകളെ സ്വന്തം നിലയിൽ സങ്കല്പിക്കാനുള്ള ത്വരയുണ്ടാക്കുന്ന തരത്തിൽ വിദഗ്ദ്ധമായി വിശ്വസിക്കപ്പെട്ടവയാണ്. ഇതു കൊണ്ടാണ് എം.ടി. യുടെ സാഹിത്യവും ചലച്ചിത്ര- നാടക പരിശ്രമങ്ങളും ഒരേപോലെ അംഗീകൃതമായത്.

കേരളീയർ വലിയ യാത്രക്കാരല്ല. യാത്ര നമ്മുടെ തനത് സ്വഭാവത്തിന്റെ ഭാഗമല്ല. സാഹസീകർ മാത്രമായിരുന്ന പഴയകാലത്തെ വലിയ യാത്രക്കാർ. മഴയുടെ തുടർച്ച പല തരം കൃഷിപ്പണികളായി പ്രയോജനപ്പെടുത്തുന്നതാണ് കേരളത്തിന്റെ രീതിയെന്നതിനാൽ, ആർക്കും ഏറെനാൾ നാടുവിട്ട്നിൽക്കാൻ പറ്റില്ലായിരുന്നു. ആരും പോകാത്തതുകൊണ്ട് ആർക്കുവേണ്ടിയും കാത്തുനിൽക്കേണ്ടിയും വന്നില്ല. ആധുനികത ഈ അവസ്ഥയിൽ മാറ്റം ഉണ്ടാക്കി. യാത്രകൾ കൂടി. പ്രശ്നങ്ങൾക്ക് പരിഹാരം യാത്രയാവലാണ് എന്നു വന്നു. ഒരാളുടെ യാത്ര മറ്റൊരാളുടെ കാത്തിരിപ്പാണ്. എം.ടി യുടെ എഴുത്തുകൾ യാത്രയുടേയും കാത്തിരിപ്പിന്റേയും പാഠങ്ങൾ നല്കി-അങ്ങനെയും അവ ആധുനികതയുടെ ഏടുകളായി.

താൻ ശരി, സമൂഹം തെറ്റ്; താൻ നന്മയുള്ളയാൾ, മറ്റുള്ളവർ തന്നെ ശിക്ഷിക്കുന്നു; തനിക്ക് കാര്യങ്ങൾ മനസ്സിലാവുന്നു, മറ്റുള്ളവർക്ക് അതാവുന്നില്ല- ഇത് കാല്പനികതയുടെ രീതിയാണ്. അതിൽ കൂടിയ വ്യക്തിപരതയും ഉണ്ട്. എം.ടി.യുടെ നായകന്മാർ ഇതിനപ്പുറം കടന്ന് ആത്മനിന്ദയുടെ പീഡനം അനുഭവിക്കുന്നവരാണ്. തങ്ങൾ ശരിയാണെന്ന ബോധമല്ല അവർക്കുള്ളത്. അപ്രമാദികളുടെ ഗോത്രമല്ല എം.ടി.യുടെ കഥാപാത്രങ്ങൾ. സമൂഹം ഔപചാരികമായി ജനാധിപത്യസമൂഹമായിട്ടും എന്താണ് ആളുകൾ മാറാത്തത്, സൗഹൃദത്തിന്റേയും സംവാദത്തിന്റേയും അധികാരവിമർശനത്തിന്റേയും സന്ദർഭങ്ങൾ എന്തേ വികസിക്കുന്നില്ല, പാരസ്പര്യത്തിന്റെ സൗന്ദര്യം എന്തുകൊണ്ട് അനുഭവിക്കാനാവുന്നില്ല എന്ന സങ്കടത്തിൽ നിന്നുള്ള ആത്മനിന്ദയാണത്. സൂക്ഷ്മാർത്ഥത്തിൽ അത് സ്വാതന്ത്ര്യാനന്തര സമൂഹത്തിന്റെ വിമർശനമാണ്- നവോത്ഥാനവിളക്കുകൾ കെടുന്നതിലുള്ള പ്രതിഷേധവുമാണ്. പി. കുഞ്ഞിരാമൻനായരോട് എം.ടി.യ്ക്കുള്ള ആത്മബന്ധത്തിന്റെ അടിസ്ഥാനം (തന്റെ സ്വന്തം കവിയായി അദ്ദേഹം കരുതുന്നത് ഇടശ്ശേരിയെയാണെങ്കിലും പ്രമേയപരമായി വി.ടി.യുടെ ഒപ്പമാണ് എം.ടി.) ഇപ്പറഞ്ഞതാണ്. ആ ആത്മനിന്ദ വ്യക്തിയിൽ തുടങ്ങി അയാളിൽ തന്നെ അവസാനിക്കുന്ന ഒന്നായിട്ടാണ് എം.ടി. കല്പന ചെയ്യുന്നത്. എന്നാൽ അതിനെ അടുത്ത സാമൂഹ്യവിപ്ലവത്തിന്റെ മുൻവ്യവസ്ഥയായി (pre-condition) കണക്കാക്കിയ ചില വായനക്കാരെങ്കിലും ഉണ്ടായിരുന്നു.

അവരിലൊരാളാണ് സി.എൻ. ശ്രീകണ്ഠൻനായർ. എം.ടി. സാഹിതിയുടെ വേറിട്ട സമീക്ഷയായ 'ആത്മനിന്ദയും പകയും' എന്ന ലേഖനത്തിൽ സി.എൻ. ഇത് സൂചിപ്പിക്കുന്നുണ്ട്. 'അസുരവിത്തി'ലെ ഗോവിന്ദൻകുട്ടി നാടുവിടുന്നു. തിരിച്ചുവരാൻ വേണ്ടിയാണ്

നാടുവിടുന്നത്. അയാൾ തിരിച്ചുവരുന്നത് വയനാടൻ കാടുകളിൽ നിന്നായിരിക്കുമോ എന്ന് തീവ്രയിടതുപക്ഷനീക്കങ്ങളുടെ 1970-കളിൽ നിന്നുകൊണ്ട് സി.എൻ. ചോദിക്കുന്നുണ്ട്. വ്യക്തിപരതയുടെ അനുഷ്ഠാനമായി എം.ടി. യെ വായിച്ചവരെ സ്വയം പരിശോധനയ്ക്ക് പ്രേരിപ്പിക്കുന്ന ചോദ്യമാണ് ഇത്.

കേരളാധുനികതയെക്കുറിച്ച് എം.ടി.യ്ക്ക് വലിയ ആശങ്കകൾ ഉണ്ട്. 'നാലുകെട്ട്' മുടങ്ങിപ്പോയ ഒരു നീക്കത്തിന്റെ കഥയുമാണല്ലോ. പ്രണയം, അദ്ധ്വാനം എന്നിവയിലൂന്നിയ ഹൃദ്യമായ ഒരു പുതിയ ജീവിതത്തിന്റെ, ഫ്യൂഡൽ കുടുംബചരിത്രത്തെയും അതിന്റെ രീതികളെയും തള്ളിക്കളയുന്ന പുതിയ വ്യക്തിസങ്കല്പത്തിന്റെ രൂപമാണ് ഇതിലെ കോന്തുണ്ണി. അയാൾ കൊല്ലപ്പെടുന്നു. അത് ഒരാളുടെ വ്യക്തിപരമായ മരണം മാത്രമല്ല സൂചിപ്പിക്കുന്നത്. അയാൾ പ്രതിനിധീകരിക്കുന്ന കേരളീയാധുനികതയുടെ നേർക്കുള്ള ആക്രമണമാണത്. കോന്തുണ്ണിയുടെ മകൻ അവസാനം സഹായം സ്വീകരിക്കുന്നത് ഈ ആധുനികതയെ കൊന്നയാളിൽ നിന്നാണ്. നോവലിൽ തെളിച്ചു പറയുന്നുണ്ട്.- ബ്രിട്ടീഷുടമസ്ഥതയിലുള്ള തോട്ടത്തിലാണ് അയാൾക്ക് പണി കിട്ടുന്നത് എന്ന്. കേരളത്തിന് സ്വന്തം ആധുനികത (indigeneous modernity) ഉണ്ടാവുന്നതിന് പകരം കടം വാങ്ങിയ ആധുനികതയുണ്ടായി. കേരളീയമായ വാസ്തുശില്പമാണ് നാലുകെട്ട്. അത് പൊളിക്കാനുള്ള തീരുമാനം നോവൽ പുറത്തുവന്ന കാലം തൊട്ട് കുറേ പതിറ്റാണ്ടുകൾ പുരോഗമനപരമായി നിലനിന്നു. ആഗോളീകരണം ശക്തിപ്പെട്ടതോടെയാണ് അത് അങ്ങനെയല്ലാതായത്. നാലുകെട്ടുകളുടെ ഓർമ്മയിലുള്ള വീടുകളും മറ്റു കെട്ടിടങ്ങളും കേരളത്തിലും സാധാരണമായി പണിതു തുടങ്ങിയത് ഇതിന്റെ സൂചനയാണ്.

കുറച്ചുമാസം മുമ്പ് ഒരു വിദ്യാർത്ഥി സുഹൃത്തിന്റെ ഒപ്പമിരുന്ന് 'നിർമ്മാല്യം' യു-ട്യൂബിലൂടെ വീണ്ടും കാണുകയുണ്ടായി. ആ പത്തൊമ്പതുകാരൻ ആദ്യമായിട്ടാണ് ആ ചലച്ചിത്രം കാണുന്നത്. കാണുന്നതിനിടെ അയാൾ പറഞ്ഞത് നെല്ലിന്റെയും പൈസയുടേയും വിലയുടേയും ശമ്പളത്തിന്റേയും കാര്യങ്ങൾ ഇങ്ങനെ ആവർത്തിച്ചുപറയുന്ന ഒരു സിനിമ വേറെ ഉണ്ടാവിനിടയില്ല എന്നാണ്. 'നിർമ്മാല്യം' കേരളത്തിന്റെ ആധുനികതയെക്കുറിച്ചുള്ള ഒരു സാമ്പത്തിക വിശകലന പാഠം കൂടിയാണ്. 'വില്ക്കാനുണ്ട് സ്വപ്നങ്ങൾ' ഒരു തരത്തിൽ ഇതിന്റെ തുടർച്ചയാണ്. വിജയിക്കാനായി പൊരുത്തപ്പെടുന്ന ആഗോളീകൃത മലയാളിയെ കാണണോ-'ഷെർലക്'വായിക്കുക.

ഭാഷ, ആദിവാസിജീവിതം, പ്രകൃതിസംരക്ഷണം എന്നിവയെ

കേന്ദ്രമാക്കിയുള്ള എം.ടി.യുടെ സമകാലികമായ പ്രായോഗികപ്രവർത്തനങ്ങൾ വാസ്തവത്തിൽ കേരളീയാധുനികതയുടെ ജൈവരൂപത്തിനായുള്ള ശ്രമങ്ങളാണ്. തുഞ്ചൻമഠം, നിള എന്നിവയെ വെറും ഗൃഹാതുരതയുടെ ഭാഗമായല്ല എം.ടി. വീണ്ടും കണ്ടെത്തുന്നത്. കുറച്ചുനാൾ മുമ്പ് വ്യക്തിപരമായ ഒരു സംഭാഷണത്തിനിടയിൽ എം.ടി. മുത്തങ്ങയിൽ ഭരണകൂടമർദ്ദനത്തിനിരയായ ആദിവാസികളെപോയിക്കണ്ട കാര്യം പറയുകയുണ്ടായി. എഴുത്തുകാരുടെ ഒരു സംഘത്തിനൊപ്പമായിരുന്ന എം.ടി. മുത്തങ്ങയിൽ പോയത്. പട്ടിണിയിലായ ആദിവാസികൾക്കായി അരിയും മറ്റും സംഘം കൂടെ കൊണ്ടു പോയിരുന്നു. അതെല്ലാം ഗോത്രമൂപ്പന് ഏൽപ്പിച്ചുകൊടുക്കുന്ന ഒരു ചടങ്ങുണ്ട്. എന്തെങ്കിലും പറയണമല്ലോ എന്നതുകൊണ്ടു മാത്രം എം.ടി. മൂപ്പനോട് ചെറിയ ഒച്ചയിൽ പറഞ്ഞു :

"എല്ലാവർക്കും കൊടുക്കണം"

"ശാറെ , ഞങ്ങള് എപ്പോം അങ്ങനെതന്നെ." തിളങ്ങുന്ന തത്ത്വമാണ്, ബദൽ അറിവാണ്. തിനിക്ക് കിട്ടിയതെന്ന് പറഞ്ഞിട്ടാണ് ഈ ഓർമ്മ എം.ടി. അവസാനിപ്പിച്ചത്. അത്യന്തം സ്വീകരണശേഷിയുള്ള (receptive) മനസ്സാണ് എം.ടി.

(എം.ടി. വാസുദേവൻ നായർക്ക് കേന്ദ്രസാഹിത്യ അക്കാദമി വിഷശിഷ്ടാംഗത്വം നൽകിയപ്പോൾ ചെയ്ത പ്രസംഗം)

●

എഴുത്തിന്റെ അതിര്

ബസ്സു കയറാനായി ആളുകൾ നിൽക്കുന്ന സ്ഥലം. മിക്കവാറും അത് നല്ല തണലുള്ള ഒരു മരത്തിന്റെ ചുവടായിരിക്കും. അവിടെ, തെല്ലൊന്നുമാറി ഒരു കോഴിയെ കൈയിലെടുത്തതോ ആടിന്റെ കയർ പിടിച്ചോ ഒറ്റയ്ക്ക് നിൽക്കുന്ന ഒരു കുട്ടി പല ഉൾനാടുകളിലേക്കുമുള്ള യാത്രകൾക്കിടയിൽ ബസ്സിൽ നിന്ന്, ദാരിദ്ര്യത്തിന്റെയും സങ്കടത്തിന്റെയും ഉടയാടയണിഞ്ഞ് ഇങ്ങനെ നിൽക്കുന്ന കുട്ടികളെ—മിക്കവാറും ആൺകുട്ടികൾ—കണ്ടിട്ടുണ്ട്. അവർ ബസ്സു കാത്തുനിൽക്കുന്നവരാകണമെന്നില്ല. അവരുടെ കണ്ണുകളിലെ ദീനത കനത്തതാണെന്ന് ശ്രദ്ധിക്കാൻ കഴിഞ്ഞിട്ടുണ്ട്. നിശ്ശബ്ദമെങ്കിലും ഉള്ളിൽ വിഷാദത്തിന്റെ ഒരു അല ഉണർത്തുന്ന കാഴ്ചയാണത്. ഇതൊരു കാഴ്ചയേയല്ല എന്നു കണക്കാക്കുന്നവർ ധാരാളമുണ്ടാകാം. പക്ഷേ നിസ്സഹായതയുടെയും ഒറ്റപ്പെടലിന്റെയും കഥ ആ നിൽപിൽ നിന്നറിയുന്നവരും ഉണ്ടാകും. കൂടുതൽ ശ്രദ്ധിക്കാൻ ഇടകിട്ടുമ്പോഴേക്കും ബസ്സ് നീങ്ങിയിട്ടുണ്ടാകും. കുട്ടി അവിടെത്തന്നെ നിൽക്കുന്നു. ഇപ്പോൾ കാഴ്ചക്കാരന്റെ വിഷമം അധികമാവും. തുറന്നെഴുതട്ടെ - ഈ ലേഖകൻ അത്തരമൊരു കാഴ്ചയുടെ മുന്നിൽ നിൽക്കുമ്പോഴൊക്കെ രണ്ടുകലാസൃഷ്ടികളുടെ ഓർമ്മ, സന്ദർഭത്തിന്റെ പ്രമേയഭാരം കൂട്ടിക്കൊണ്ട്, സജീവമാകാറുണ്ട്, പിക്കാസോയും 'പ്രാവിനെ കൈയിൽ പിടിച്ച കുട്ടി' (Child holding a dove) ആണൊരു സൃഷ്ടി. മറ്റേത് ഒരു ചെറുകഥ- ടി. പത്മനാഭന്റെ 'ഒരു ചെറിയ കഥ' പരസ്പരം പൂരിപ്പിക്കുന്ന രചനകളായി ഇവയെ മനസ്സ് കണക്കാക്കിപ്പോരുന്നു. ഈയൊരു കാര്യം വിവരിക്കുക മാത്രമാണ് ഈ കുറിപ്പിന്റെ ഉദ്ദേശ്യം.

പിക്കാസോയുടെ കലാസപര്യയിലെ 'നീലക്കാല' (Blue Period) ത്തിന്റെ വരവറിയിച്ച ചിത്രങ്ങളിലൊന്നായിട്ടാണ് പൊതുവേ

'പ്രാവിനെ കൈയിൽപിടിച്ച കുട്ടി'യെ സ്ഥാനപ്പെടുത്താറ് പാരീസിൽ വന്ന കാലത്താണ് പിക്കാസോ ഈ എണ്ണച്ഛായാച്ചിത്രമെഴുതിയത്. കുട്ടിക്കാലം തൊട്ടുതന്നെ അദ്ദേഹത്തിന് പക്ഷികളെ അടുത്തറിയുമായിരുന്നു. പിക്കാസോയുടെ അച്ഛന് പക്ഷിക്കമ്പമുണ്ടായിരുന്നതിനാൽ പലജാതിപക്ഷികളെ വീട്ടിൽ തന്നെ പോറ്റിയിരുന്നു. ബാല്യത്തിലേക്കുള്ള സർഗാത്മകമായ തിരിച്ചുപോക്ക് എന്ന നിലയിലാണ് പിക്കാസോ 'പ്രാവിനെ കൈയിലെടുത്ത കുട്ടി'യെ വരയ്ക്കുന്നത്. 1895 ൽ ഡിഫ്ത്തീരിയ പിടിപെട്ട് മരിച്ചുപോയ തന്റെ പെങ്ങൾ കോൺഷിറ്റിയുടെ ഓർമ്മയും മിതഭാഷയിലുള്ള ഈ ചിത്രത്തിലുണ്ട് എന്ന് ഒരു ജീവചരിത്രകുറിപ്പിൽ കാണുന്നു. വികാരാധിക്യമില്ലാതെ നടത്തുന്ന സരളതയുടെ അങ്കനം- ഇതാണ് ഈ ചിത്രത്തിന്റെ മൗലികഭാവമെന്നും ഇതിന് പിക്കാസോ റെനോയറി (Renoir) നോട് കടപ്പെട്ടിരിക്കുന്നുവെന്നും രൂപനിർമ്മിതിയിൽ പോൾഗോഗിന്റെ സ്വാധീനമാണുള്ളതെന്നും കലാവിമർശകർ പറയുന്നതിന് സാങ്കേതികമായ പ്രാധാന്യമേയുള്ളൂ. പിക്കാസോയുടെ ആത്മമുദ്ര പതിഞ്ഞ, ദീനജനരാശിയോടുള്ള തന്റെ അനുകമ്പയുടെയും ഐക്യപ്പെടലിന്റെയും സൗമ്യമായ ഒരാവിഷ്കാരമായി ഈ ചിത്രത്തെ കാണുന്നതിൽ ഒരു തെറ്റുമില്ല. "നിങ്ങൾ ഒരു കമ്യൂണിസ്റ്റാണോ?" എന്ന ചോദ്യത്തിന് പിക്കാസോയുടെ മറുപടി "അതെ. കാരണം ഞാൻ ലോകത്തിൽ ദാരിദ്ര്യം കുറഞ്ഞു കാണാൻ ആഗ്രഹിക്കുന്നു" എന്നായിരുന്നു. ഇത്തരം നിലപാടുകളുടെ വെളിച്ചത്തിൽ കൂടുതൽ ആശയപ്രസരണശേഷി നേടുന്ന ചിത്രമാണിത്.

കാഴ്ചക്കാരനിൽ സഹാനുഭൂതിയുണ്ടാക്കുന്ന തരത്തിൽ ശൈശവനിഷ്കളങ്കതയെ വർണഭാഷയിലൂടെ ബോധ്യപ്പെടുത്തുന്നു എന്നതാണ് വസ്തുത. പൊലിമ തീരെയില്ലാത്ത, ഇരുണ്ടതായി തോന്നുന്ന പശ്ചാത്തലം ചിത്രത്തിലെ വിഷാദത്തിന് കൂട്ടിച്ചേർക്കുന്നു കാൻവാസിന്റെ ഇടതുമൂലയ്ക്കടുത്ത് താഴെ കാണുന്ന പലനിറത്തിലുള്ള പന്ത് ദീനനായ കുട്ടിയെ സംബന്ധിച്ചിടത്തോളം ഒരു അന്യവസ്തുവിനെപ്പോലെയാണ്. തന്റെ ജീവിതത്തിലില്ലാത്ത നിറത്തിളക്കത്തിന്റെ സൂചനയാണ്. മാറിനിൽക്കുന്ന, പന്ത് തരുന്നത് വർണാഭമായ ലോകത്തിൽ നിന്നുതന്നെ താൻ അന്യനാക്കപ്പെട്ടിരിക്കുന്നു എന്ന് കുട്ടിക്ക് തോന്നുന്നുണ്ടോ? ഇങ്ങനെയാലോചിച്ചാൽ പന്ത് ഭൂഗോളത്തിന്റെ തന്നെ സ്ഥാനം നേടുന്നുണ്ടെന്ന് കാണാനാവും. ദുഃഖഗോളത്തിന്റെ തന്നെ സ്ഥാനം നേടുന്നുണ്ടെന്ന് കാണാനാവും. ദുഃഖഭാരത്താൽ ലോകവ്യവഹാരത്തിൽ നിന്നും അകന്നവനാണ് കുട്ടി.

കഥാവായനക്കാരായ മലയാളികൾക്ക് ഈ ചിത്രം അധികമാന മുള്ളതായി അനുഭവപ്പെടുന്നത് ഇതേകുട്ടിയെ, ഇന്ത്യൻ രൂപത്തിൽ, ടി. പത്മനാഭന്റെ കഥയിൽ കാണാൻ കഴിയുന്നതുകൊണ്ടാണ്. ഒരു എഴുത്തുകാരനാണ് ഈ കഥയിൽ 'ഞാൻ' എന്ന ആളായി നിന്ന് ആഖ്യാനത്തിലേർപ്പെടുന്നത്. തന്റെ വൈയക്തികസ്മൃതി എന്ന നിലയിലാണ് ഈ എഴുത്തുകാരൻ കഥയെ കാണുന്നത് 'മുറിയിൽ അടച്ചിരുന്നു ഞാൻ എഴുതുകയായിരുന്നു' എന്ന ആദ്യവാക്യം തന്നെ അയാളെ പരിചയപ്പെടുത്തുന്നു പുറത്തുനിന്നും ഒരു കരച്ചിൽകേട്ട് വെളിയിലേക്കിറങ്ങുന്ന അയാൾ മാടത്തക്കുഞ്ഞുമായി നിൽക്കുന്ന കുട്ടിയെ കാണുന്നു. കുട്ടിയുടെ ദീനതയെ അയാൾ അടയാളപ്പെടുത്തുന്നുണ്ട്. എന്നിട്ടും 'മാടത്തയെ തരട്ടെ" എന്ന അവന്റെ അപേക്ഷ അയാൾ പരിഗണിക്കുന്നില്ല 'വേണ്ട' എന്നതാണ് അയാളുടെ പ്രതികരണം. ആ ഒറ്റവാക്കാണ് അയാൾ പറയുന്നത്. കുട്ടി മടങ്ങിപ്പോകുന്നു. ഇത് പിന്നീട് ദുഃഖവിഷയമാകുന്നു. ഒരു പെൺകുട്ടി ആത്മഹത്യ ചെയ്തതിനെപ്പറ്റിയാണ് താൻ എഴുതിക്കൊണ്ടിരിക്കുന്നത്. മാടത്തക്കുഞ്ഞുമായി വന്ന് കുട്ടിയെ വിട്ടശേഷം തനിക്ക് തുടർന്നെഴുതാനാവുന്നില്ല. ഇതിന് മാനസികമായ പരിഹാരക്രിയ ചെയ്യുന്നതാണ് കഥയുടെ ബാക്കിഭാഗം. ആകെക്കൂടി കഷ്ടിച്ച് ഒന്നരപ്പുറമേ കഥയുള്ളു.

രചനയിലെ ആത്മാർഥത എന്ന വിഷയത്തിലാണ് ഈ കഥ കേന്ദ്രീകരിക്കുന്നത്. കുട്ടിയെ വേണ്ടരീതിയിൽ പരിഗണിക്കാനാവാതെ തനിക്ക് മറ്റൊരു കുട്ടിയുടെ ദൈന്യത്തെക്കുറിച്ച് എഴുതാൻ എന്തവകാശം എന്ന ചോദ്യം കഥയിൽ നേരിട്ട് വരുന്നില്ല. എഴുത്തുകാരന്റെ സംഘർഷം ഈ ചോദ്യത്തെത്തന്നെയാണ് ദ്യോതിപ്പിക്കുന്നത്. മാടത്തയുമായി വന്ന കുട്ടിയെ അയാൾ റോഡിൽനിന്നും വീട്ടിലേക്ക് വിളിച്ചുകയറ്റുന്നുപോലുമില്ല. ഒറ്റവാക്കുകൊണ്ട് അവനെ പറഞ്ഞുവിടുന്നു. ഇതിലെ തെറ്റ് ഉടൻ തന്നെ ബോധ്യപ്പെടുന്ന അയാൾ ആത്മവിചാരണയിൽ പതറുകയും ഇടറുകയുമാണ്. തന്റെ സാഹിത്യവൃത്തിയിലെ മാനുഷികതയെ അളക്കാൻ നിയോഗിതനായ ഒരു രൂപത്തെപ്പോലെയാണ്. തന്റെ പറഞ്ഞുവിട്ട കുട്ടിയെ അയാൾ കാണുന്നത്. തന്റെ രചനയിലെ ആധാരഭാവങ്ങളായ അനുകമ്പയുടെയും ഉൽകണ്ഠയുടെയും സാധുത അവഗണനകൊണ്ട് താൻ ഹനിച്ചുവോ എന്ന ചോദ്യം അയാളെ വരിഞ്ഞു മുറുക്കുകയാണ്. അയാൾക്ക് എഴുത്തു കസേരയിൽ സ്വസ്ഥനാകാൻ കഴിയുന്നില്ല. തണുത്ത കാലാവസ്ഥ. ഒറ്റയ്ക്ക് ഒരു മുണ്ടുമാത്രം ചുറ്റിനിൽക്കുന്ന കുട്ടിയുടെ അവസ്ഥ-ഇതൊക്കെ റിയലിസത്തിന്റെ വകകളാണെന്ന് വാദിക്കാവുന്നതാണ്. ഈവിധത്തിൽ സരളവവും

സാധാരണവുമെങ്കിലും കഥയുടെ തീവ്രസന്ദർഭത്തിൽ ആശയവലയിതമായ വരവും പോക്കുമാണ് കുട്ടിയുടേത്. സംവേദനമൂർത്തിയായ എഴുത്തുകാരന് കുട്ടിയെ വെറുമൊരു സന്ദർശകനോ യാചകനോ മറ്റോ ആയി കാണാനാവുന്നില്ല. അയാൾ കുട്ടിയെക്കുറിച്ചുതന്നെ ചിന്തിച്ചുകൊണ്ടിരിക്കുന്നു. താനെഴുതുന്ന പെൺകുട്ടിയുടെ കഥയുമായി സന്ദർഭങ്ങൾ വ്യത്യസ്ഥമാണ്. എങ്കിലും അവരുടെ ആന്തരികമായ സാമ്യം അയാളെ കാര്യമായി ഉലയ്ക്കുന്നു.

മാടത്തയുമായി വന്ന കുട്ടി സമർത്ഥനല്ല എന്നയാൾ ശ്രദ്ധിക്കുന്നുണ്ട്. അവന്റെ ഭാഷയിൽ കച്ചവടത്തിന്റെ ശൈലി ഇല്ല. "മാടത്തയെ വേണോ" എന്നല്ല അവന്റെ ചോദ്യം. "മാടത്തയുടെ ഈ കുഞ്ഞിനെ തരട്ടേ" എന്ന് ഒരു ദരിദ്രബാലന് പറയാവുന്നതാണ്. കുട്ടി അങ്ങനെ പറയുന്നില്ല. മാടത്തതന്നെ വിൽപനമൂല്യമുള്ള ഒരു വിശിഷ്ടപക്ഷിയുമല്ല. ഇന്ദു ചൂഡന്റെ 'കേരളത്തിലെ പക്ഷി'കളിൽ നിന്നും കിട്ടിയ വിവരം, 'പട്ടണങ്ങളിലും കൃഷിസ്ഥലങ്ങളിലും ധാരാളം കാണാറുള്ള പക്ഷിയാണ് മാടത്ത' എന്നാണ്. ഈ പക്ഷി എല്ലായിടത്തുമുള്ളതുകൊണ്ട് പലതരം പേരുകളും ഉണ്ട്. നാട്ടുമൈന, ഉണ്ണിയെത്തി, കാറുവാൻ, കവളം കാളി, ചാണകക്കിളി, ചിത്തിരക്കിളി.... ഇക്കാര്യങ്ങളൊക്കെ കുട്ടിയുടെ നിസ്വതാ പ്രമേയത്തെ ബലപ്പെടുത്തുന്നു. അഥവാ എഴുത്തുകാരന്റ കുറ്റം ഗൗരവമുള്ളതാക്കുന്നു.

'മറ്റൊരവസരത്തിലായിരുന്നെങ്കിൽ' താൻ കുട്ടിക്ക് എന്തെങ്കിലും കൊടുത്ത് സഹായിക്കുമായിരുന്നു. ഇപ്പോൾ താൻ എഴുത്തിന്റെ മാനസികാവസ്ഥയിലും ധൃതിയിലുമാണ്-സ്വയം ന്യായീകരിക്കാനായി എഴുത്തുകാരൻ തന്നോടു തന്നെ ഇങ്ങനെ പറയുന്നുണ്ട്. സാഹിത്യം കഴിഞ്ഞിട്ടുമതി ദീനാനുകമ്പ എന്ന സാധാരണയുക്തിയാണത്- എഴുത്തുകാരന് മുഖ്യം എഴുത്ത് എന്ന തത്ത്വം. വ്യാപകമായ അംഗീകാരം തന്നെയുള്ള ഈ തത്ത്വത്തെ തകർക്കുന്ന മാസനസസികമാനുഭവമാണ് എഴുത്തുകാരനിൽ വളരുന്നത്. കുട്ടി തന്നെ വിലയിരുത്തുകയയും കുറ്റപ്പെടുത്തുകയും ചെയ്തുവെന്ന് അയാൾക്ക് തോന്നുന്നുണ്ട്. 'ഒരു നിമിഷനേരം എന്നത്തന്നെ നോക്കിനിന്നശേഷം കുട്ടി ഒന്നും പറയാതെ പതുക്കെ നടന്നുപോയി' എന്ന വാക്യത്തിന്റെ ധ്വനി ഇതാണ്. ഈ തോന്നൽ അയാളുടെ എഴുത്തിനെ തടസ്സപ്പെടുത്തുന്നു.

'ഞാൻ എഴുതുന്നതു നിർത്തി ശൂന്യമായ ചുമരിലേക്ക് നോക്കി വെറുതെ ഇരുന്നു..' എന്ന് കഥയിൽ കാണാം. 'ശൂന്യമായ ചുമര്' രചനയയുടെ വീറ് വറ്റിവരണ്ടുപോയ സ്വന്തം മനസ്സിന്റെ സൂചകമാണ്.

ഈ പ്രതിസന്ധിയെ മറികടക്കാനും അയാൾക്ക് തൽക്കാലം ഭാവനതന്നെ ആശ്രയം. ആത്മഹത്യചെയ്ത പെൺകുട്ടിയും മാട ത്തക്കുഞ്ഞുമായി വന്ന നിസ്വബാലനും താനും ഒറ്റയാളാണ് എന്ന് അയാൾക്ക് തോന്നിത്തുടങ്ങുന്നു. താൻ തന്നെ പക്ഷിയുമാകുന്നു.

താൻ വീടുകളിൽ നിന്നും വീടുകളിലേക്ക് പോയി യാചിക്കു ന്നതായി അയാൾ സങ്കല്പിക്കുന്നു. മാടത്തക്കുഞ്ഞിന്റെ ദൈന്യം തന്നെ ബാധിച്ചിട്ടുണ്ട്- ഒന്നോ രണ്ടോ നിമിഷനേരത്തെ കാണ ലിൽനിന്നുതന്നെ. അതിന്റെ സമീപദൃശ്യം മനസ്സിൽ പതിഞ്ഞത് അയാൾ ഓർത്തെടുക്കുന്നുണ്ട് "വലിയ കണ്ണുകളുള്ള, കണ്ണുകൾക്ക് ചുറ്റും മഞ്ഞവരയുള്ള മാടത്തയുടെ കുഞ്ഞ് ഉറക്കം തൂങ്ങിക്കിടന്നു" ഇങ്ങനെയൊക്കെ വളരുന്ന ഭാവന എഴുത്തുകാരനെ കൂടുതൽ അസ്വ സ്ഥനാക്കുകയാണ്. എഴുത്തുകസേരവിട്ട് വെളിയിലിറങ്ങുന്ന അയാൾ പ്രായോഗികമായി എന്തെങ്കിലും ചെയ്യാനാണ് സ്വയം നിയോഗിത നാവുന്നത് കുട്ടിയെ സഹായിക്കുക എന്നതുതന്നെ ലക്ഷ്യം. അതിന് കുട്ടിയെ കണ്ടെത്തണം. ചുറ്റും നോക്കുന്നു. കുട്ടി അവിടെയെങ്ങുമില്ല. തീവ്രവിഷാദം ആ മിഥുനമാസ വൈകുന്നേരത്തിന്റെ അർഥമായി മാറുന്നു.

എഴുത്ത് എന്ന പ്രക്രിയയിലെ ആത്മാർഥതയും'യഥാർഥ' ജീവി തത്തിലെ നിലപാടും തമ്മിൽ പൊരുത്തക്കേടുണ്ടാവുന്നത് സ്വാഭാ വികമാണ്. അത് ശരിയല്ലെങ്കിലും. ഇതിൽ നല്ല എഴുത്തുകാരന് ആത്മനിന്ദയും പശ്ചാത്താപവും തോന്നും. ഈ വിഷയത്തിന്റെ സർഗവ്യാപനമാണ് 'ഒരു ചെറിയ കഥ' യിൽ പതിഞ്ഞതാളത്തിൽ നിറവേറുന്നത്. ഒറ്റപ്പെടലിന്റെയും തണുപ്പിന്റെയും അനുഭവത്തെ ചെറിയ വാങ്മയത്തിലൂടെ, എന്നാൽ ഗണനീയമായ ഫലസിദ്ധി യോടെ, മൂർത്തമാക്കാൻ കഥയ്ക്കാവുന്നു. പിക്കാസോചിത്രത്തിലെ മ്ലാനമായ പശ്ചാത്തലത്തിന്റെ അതേ ധർമാണ് ഇവിടെ മിഥുന ത്തിന്റെ അന്തരീക്ഷത്തിനുള്ളത്, എഴുത്തുകാരന്റെ ധനപദവിയെ ക്കുറിച്ചോ സാമൂഹ്യാന്തസ്സിനെക്കുറിച്ചോ കഥയിൽ ഒരു വാക്കുമില്ല. വീടൊന്നും വർണിക്കുന്നില്ല. എഴുത്തുകാരൻ ഉയർന്ന ഭൗതികനില യിലാണ് എന്ന് ഊഹിക്കാനേ ആവില്ല... അയാളുടെ ഏകാന്തതയും അന്വേഷണഭാവവും കഥയിൽ എവിടെയും കിനിഞ്ഞു നിൽക്കുന്നു. എഴുത്തുകാരനും പീഡിതനാണ്. ലോകത്തിന്റെ വാതിലുകൾക്ക് മുന്നിൽ തന്റെ എഴുത്തായ പക്ഷിക്കുഞ്ഞിനെയുമെടുത്ത് അലയുന്ന ദരിദ്രബാലനാണ് താൻ എന്ന പ്രതീതിയാണ് അയാളെ പെട്ടെന്ന് കുറ്റബോധത്തിലേക്ക് വീഴ്ത്തുന്നത്. സാഹിത്യത്തിന്റെ ഈ തലത്തെ കേന്ദ്രീകരിച്ചുകൊണ്ടുള്ള ഒരു ദൃഢ(മിത) ശിൽപമാണ് കഥ.

പിക്കാസോയുടെ 'നീലക്കാലം' (Blue Period) വ്യക്തിഗത വിഷാദത്തിന്റെയും മ്ലാനതയുടെയും കാലമാണ്. നീലയും നിലപ്പച്ചയും കൊണ്ട് നിസ്വരായ ആളുകളെ വരഞ്ഞകാലം- മെലിഞ്ഞുണങ്ങിയവരും ഏകാകികളുമായ യാചകരും തെരുവുപെണ്ണുങ്ങളും മദ്യപരും വൃദ്ധരും രോഗികളും നിരാശബാധിച്ച അനുരാഗികളും നിറഞ്ഞ അഗാധമ്ലാനതയുടെ ചിത്രശാലയാണത്. 'ഒരു ചെറിയ കഥ' യുടെ സ്വരൂപമെന്താണെന്ന് വിവരിക്കാൻ ഈ ചിത്രചരിത്രവും സഹായകമാണ്.

●

വിമോചനത്തിന്റെ നൃത്തം

മാധവിക്കുട്ടിയുടേത് സ്വാതന്ത്ര്യത്തിന്റെ മലയാളമാണ്. ആധിപത്യ വ്യവസ്ഥ സദയം നിർണയിച്ചുതരുന്ന സ്വാതന്ത്ര്യമുണ്ട്- അതിനപ്പുറത്തേക്ക് പോവുമ്പോഴാണ് സർഗാത്മകത യഥാർത്ഥത്തിൽ വിമോചനത്തിന്റെ നൃത്തമാകുന്നത്. മാധവിക്കുട്ടി അതാണ് സാക്ഷാത്കരിച്ചത്. അതിനാൽ ഈ എഴുത്തുകാരിയെ സ്വന്തം ജീവിതംകൊണ്ട് അംഗീകരിക്കാൻ ഈ ലേഖകനാവുന്നില്ല. അധികം മലയാളികൾക്കും ആവുന്നില്ല. ചന്തുമേനോനെ, തകഴിയെ, ബഷീറിനെ, എം.ടിയെ ഒക്കെ മലയാളികൾ ജീവിതം കൊണ്ടും ഉൾക്കൊണ്ടിരിക്കുന്നു. അവരുടെ സാഹിത്യകൃതികൾ ഇനിയുള്ളത് നിർവഹിക്കപ്പെട്ട പ്രതീക്ഷകളാണ്. എന്നാൽ, മാധവിക്കുട്ടിയുടെ ആശയലക്ഷ്യങ്ങൾ സാഹിത്യത്തിനപുറത്ത് ചർച്ചചെയ്യപ്പെടുന്നു പോലുമുണ്ടാവില്ല- ആ അളവിൽ ഭാവിയുടെ വിഷയങ്ങളായി നിൽക്കുകയാണവ. വഴി തെറ്റിപ്പോയ ആഢ്യ കുടുംബിനിയുടെ ആഖ്യാനമായി 'എന്റെ കഥ' വളരെയേറെ മലയാളികൾ വായിച്ചിട്ടുണ്ട്. തങ്ങൾ ഇങ്ങനെയൊന്നുമല്ലല്ലോ എന്ന് ആശ്വസിച്ച് ഇവിടത്തെ വളരെ കൂടുതൽ വീട്ടമ്മമാർ കുടുംബഭദ്രത എന്ന പ്രത്യപത്തെ അമർത്തിപ്പുണർന്നിട്ടുണ്ട്. 'ബാല്യകാല സ്മരണകൾ' പോലുള്ള ഓർമ്മക്കുറിപ്പുകളാണ് 'എന്റെ കഥ' കഴിഞ്ഞാൽ ഇവിടെ കൂടിയ ജനപ്രീതി നേടിയത്. അവയിൽ മാധവിക്കുട്ടിയുടെ കേന്ദ്രപ്രമേയങ്ങൾ അവയുടെ തീക്ഷ്ണതയിൽ വരുന്നില്ല. ആശ്വാസകരമായ എഴുത്തുകളാണവ. നന്നായി ആസ്വദിക്കാവുന്നവ- ഇവയുടെ വായന ആത്മവിചാരണയുടെ തലത്തിലേക്ക് എത്തേണ്ടതായില്ല. ഫ്യൂഡൽ ഗൃഹാതുരതയുടെയും ഗ്രാമീണ കൗതുകങ്ങളുടെയും ഒറ്റത്തലമുള്ള ചിത്രശാലയായി. ആകർഷകമായ സാരള്യത്തോടെ അവ നിൽക്കുന്നു. മാധവിക്കുട്ടിയുടെ സർഗാത്മക ജീവിതത്തിന്റെ ചോരയോട്ടുന്ന ചെറുകഥകൾ

ഇവയോളം പ്രചാരം നേടിയിട്ടില്ല എന്നത് ഒരുതരത്തിലും യാദൃച്ഛികമല്ല. അവയിലെ ദശകളും ദിശകളും മധ്യവർഗത്തുരുത്തായ ഒരു ദേശത്തിന് നുണയാൻ പാകത്തിലുള്ളവയല്ല. നുണഞ്ഞാൽ നാവ് കീറിപ്പോകും. അവയിലെ സാരള്യം മായക്കാഴ്ച മാത്രമാണ്. അവയുടെ യാഥാർഥ്യം മൂല്യങ്ങളുടെ സംഘർഷമാണ് അക്രാമകമായ മൂല്യനാടകത്തെ സരളമായ വാക്കുകളിൽ എഴുതിവെച്ചത് മാധവിക്കുട്ടിയുടെ ആത്മാർഥതയുടെ തെളിവാണ്. താൻ ആ വിഷയങ്ങളെ എത്ര മൂർത്തവും ചടുലവും യാഥാർഥ്യവുമായിട്ടാണ് കാണുന്നത് എന്നാണ് ലാളിത്യം സൂചിപ്പിക്കുന്നത്. ലളിതവത്കരണത്തെ ചെറുത്ത് നിർമിച്ച ലാളിത്യമാണത്. പ്രശ്നങ്ങൾ തനിക്ക് അത്രയും സമീപസ്ഥമായിരുന്നതു കൊണ്ടുണ്ടായ നേർ മലയാളം.

വ്യവസ്ഥയുടെ ഏറ്റവും കഠിനമായ ഉപാധി ആൺകോയ്മയാണെന്ന് മാധവിക്കുട്ടി കണ്ടു. ഇത് ഒരേ സമയം ആണുങ്ങളെയും പെണ്ണുങ്ങളെയും തടവിലിടുന്നു. കുടുംബത്തെ സ്വാർഥതയുടെ ഘടനയാക്കുന്നു. വ്യക്തിത്വവികാസത്തെ തടസ്സപ്പെടുത്തി വ്യവസ്ഥയുടെ ഏറാൻമൂളികളെ തുടർച്ചയായി ഉണ്ടാക്കിയെടുക്കുന്നു. ഇത് പൗരന്മാരെ തൊഴിൽവാദികളും (കരിയറിസ്റ്റുകൾ) ഉപഭോഗവാദികളും സർഗാത്മകതയും ഏറ്റവും കുറച്ചുമാത്രം പാലിക്കപ്പെടുന്ന ശീലങ്ങളാവുന്നു. തങ്ങളുടെ ചൂഷണവൃത്തികൾ അവിരാമം, അനായാസം തുടരാൻ വ്യവസ്ഥയുടെ മേലാളന്മാർക്ക് ഇവ്വിധം സൗകര്യമുണ്ടാവുന്നു. കേരളത്തിൽ വലതു പക്ഷക്കാരുടെയെന്നപോലെ എങ്ങനെയും അതിജീവിക്കലാണ് ലക്ഷ്യം. കുടുംബം, സ്വന്തം രാഷ്ട്രീയാഭിപ്രായത്തിന്റെ അടിസ്ഥാനത്തിൽ നടത്തിക്കൊണ്ടുപോകേണ്ട ആവശ്യമില്ലാത്ത ഒരു അതീത വ്യവസ്ഥയായി സംരക്ഷിക്കപ്പെടുന്നു. കുടംബത്തിനകത്ത് ഇടതും വലതുമില്ല–എല്ലാ കുടുംബങ്ങളും ഒരേ പോലെയാണ്. ഏറ്റവും കൂടുതൽ ധനവും ശ്രദ്ധയും എല്ലാവരും തുടർച്ചയായി നിക്ഷേപിക്കുന്ന സ്ഥാപനമാണ് കുടുംബം. അതിന്റെ സ്വഭാവം ഇങ്ങനെയായിത്തീർന്നാൽ സമൂഹം പ്രായോഗികമായി വലതുപക്ഷസ്വഭാവമുള്ളതായി സ്ഥിരപ്പെട്ടും കക്ഷിരാഷ്ട്രീയ പ്രവർത്തനങ്ങൾക്ക് അതിനെ തൊടാനാവില്ല. ആധുനികത ഇവിടെ നെയ്തു വെച്ച ഏറ്റവും വലിയ പ്രത്യയശാസ്ത്രക്കെണിയാണ് ഇത്. ഇതിനെയാണ് മാധവിക്കുട്ടി ഒറ്റക്ക് ചോദ്യം ചെയ്തത്. "കപട സദാചാരത്തിനെതിരെ..." എന്നൊരു ദിശമാത്രം ആ പ്രവർത്തനത്തിന് കൽപിച്ചുനൽകുന്നത് ക്രൂരമായ വെട്ടിച്ചുരുക്കലായിരിക്കും.

മാധവിക്കുട്ടി സ്നേഹം എന്നുപറയുന്നത്, പ്രണയം എന്ന് അവർ വിളിക്കുന്നത് വ്യക്തിത്വത്തിന്റെ സമഗ്രവും സുന്ദരവുമായ

വളർച്ചയെയാണ്. ഇത് സംബന്ധം കൂടലല്ല- അരക്കെട്ടുകളുടെ ചേർച്ചയുമല്ല. വ്യക്തിയെ വലിയ സാധ്യതകളിലേക്ക് മോചിപ്പിക്കാതെ പിടിച്ചുവെക്കുന്ന ഇന്നത്തെ ദാമ്പത്യം കുടുംബം എന്നിവയെ അപനിർമിക്കുന്നത് വാസ്തവത്തിൽ സൂക്ഷ്മമായ വ്യവസ്ഥാവിമർശനമാണ്. കാരണം വ്യവസ്ഥ ഏറ്റവും സമർഥമായും സ്വാഭാവികമായും സമ്മതി നേടിക്കൊണ്ടും പാർപ്പാക്കിയിരിക്കുന്നത് കുടുംബത്തിലാണ്. വ്യക്തിയെ വിശാലാർഥത്തിൽ രോഗികളാക്കുകയും എന്നിട്ട് നോർമലാണെന്ന് തോന്നിപ്പിക്കുകയും ചെയ്യുന്ന അധീശപ്രത്യയ സ്വാതന്ത്ര്യത്തിനായുള്ള ശ്രമത്തിനു മുന്നോട്ടു പോകാനാവൂ എന്നു മാധവിക്കുട്ടി കണ്ടു. ചൂഷണവ്യവസ്ഥയുടെ നിയമങ്ങളാണ് norms -ഇവക്കൊത്ത് കഴിയുന്നയാളുകളാണ് normal എന്ന പദവിക്ക് അർഹരാകുന്നത്. മാധവിക്കുട്ടി ഈ വൈരുധ്യത്തെ അതിന്റെ വൈപുല്യത്തിലും വൈവിധ്യത്തിലും തിരിച്ചറിയുക വഴി ജീവപര്യന്തം വല്ലാതെ വല്ലാതെ ഒറ്റപ്പെട്ടുപോയ മലയാളിയാണ്. മാതൃത്വത്തെയും ദാമ്പത്യത്തെയും ആധുനികതയെയും മഹത്ത്വവത്കരിച്ച് മലയാളത്തിന്റെ അമ്മ എന്ന സ്ഥാനം നേടിയ ബാലാമണിയമ്മയുടെ മകൾ അമ്മ പ്രതിനിധാനം ചെയ്ത ദർശന വ്യൂഹത്തെയാണ് പലമട്ടുകളിൽ നേരിട്ടത്. മാധവിക്കുട്ടിക്കെതിരെയുണ്ടായ ഇനിയും തുടരാനിരിക്കുന്ന ആക്രമണങ്ങളെല്ലാം ഈ നിലയിൽ സ്വാഭാവികമാണ്. അത്രയും അടിസ്ഥാനപരമായ പ്രതിഷേധമാണ് അവർക്ക് ആധിപത്യവ്യവസ്ഥയുടെ വിശുദ്ധിസ്ഥലിയായ ഇന്നത്തെ കുടുംബ -ദാമ്പത്യ ഘടനകളോട് ഉണ്ടായിരുന്നത്. മാറാത്ത സ്ഥായിയിൽ ഇത് ഏകദേശം ആറുപതിറ്റാണ്ട് നീണ്ടു.

ആണുങ്ങൾ പെണ്ണുങ്ങളുടെ സ്വാതന്ത്ര്യ സാധ്യത കെടുത്തുക മാത്രമല്ല സ്വന്തം സ്വാതന്ത്ര്യത്തെ ഭയപ്പെടുകയും ചെയ്യുന്നു. സ്വയം ചിന്തിക്കാനും പ്രവർത്തിക്കാനും മടിയുള്ളവരായ ഭൂരിപക്ഷം പെണ്ണുങ്ങളും ആൺ കോയ്മയെ പ്രകൃതിനിയമം പോലെ കണക്കാക്കുന്നു. കേരളത്തിലെ വലിയൊരു വിഭാഗം പെണ്ണുങ്ങൾക്ക് കിട്ടിയ സാമ്പത്തികാന്തസ്സ് സമൂഹത്തിൽ മൂല്യപരമായ തിളക്കമോ ഇളക്കമോ ആവുന്നതിനുപകരം മാർക്കറ്റിൽ നിന്ന് സാധനങ്ങൾ വാങ്ങി സന്തോഷിക്കാനുള്ള സ്വാതന്ത്ര്യമായി മാറിക്കഴിഞ്ഞിട്ടുണ്ട്. സ്ത്രീകളുടെ കൂടിയ വിദ്യാഭ്യാസവും ഉദ്യോഗപ്രവേശനവും വ്യവസ്ഥാ വിരുദ്ധമമായ ഒരു ശക്തിയായി പ്രവർത്തിക്കുന്നില്ല. പകരം ആ മാറ്റത്തെ സമർഥമായി റാഞ്ചിയെടുക്കാൻ മുതലാളിത്തം അനുവദിക്കപ്പെട്ടിരിക്കുന്നു. മുഖ്യധാരയിലെ സ്ത്രീമാസികകളുടെ സ്വീകാര്യത മാത്രം നോക്കിയാൽ മതി ഇതറിയാൻ. അവ വായനാസാമഗ്രകളായിട്ടല്ല, നിത്യോപയോഗ വസ്തുക്കളായിട്ടാണ് സ്വീകരിക്കപ്പെടുന്നത്. ആൺ കോയ്മ എന്നത്

ഒരു തെറ്റിയ പേരാണ്- misnomer. കുടുംബഭദ്രത എന്ന ആദർശം ഇതിന്റെ അനായാസമായ ആഗിരണം ഉറപ്പാക്കാനായി ഉണ്ടാക്കിയ മിത്തുമാണ്. ഇങ്ങനെയൊക്കെ വ്യാജപാരസ്പര്യത്തിന്റെ അരങ്ങായി ത്തീരുന്ന കുടുംബത്തെ, സ്വാതന്ത്ര്യത്തിന്റെ പര്യായമായ സ്നേഹത്തി ന്റെ അനുഭവങ്ങൾകൊണ്ട് പഠിക്കാനും മാറ്റാനുമാണ് മാധവിക്കുട്ടി കഥയിൽ ജീവിച്ചത്. അവരുടെ കുടുംബവിമർശം, ദാമ്പത്യത്തിന് പുറ ത്തേക്ക് നീളുന്ന വഴി എന്നിവ വ്യവസ്ഥാവിശകലനത്തിന്റെ ഭാഗം മാത്രമാണ്. ആനന്ദം, ആഘോഷം എന്നീ വാക്കുകളിൽ ദാർശനിക മായ താല്പര്യം തന്നെ ഉണ്ടായിരുന്നു മാധവിക്കുട്ടിക്ക്. മുതലാളിത്തം കമ്പോള വികാസം മാത്രം മുൻനിറുത്തി, ചിന്താശേഷി ഉണർത്താതെ നടത്തുന്ന ഉല്ലാസ സംവിധാനങ്ങൾ സർഗാത്മകമായ ബദൽ തീർ ക്കുകയാണ് ഇങ്ങനെ അവർ ചെയ്തത്. ഇത് പഠിച്ച സിദ്ധാന്തത്തിന്റെ ആവിഷ്കാരം എന്ന നിലയിലല്ല. ജീവിതം കൊണ്ടുള്ള പോര് എന്ന തരത്തിലാണ് അവർ നിർവഹിച്ചത്. അതിനാൽ ആണാധിപത്യ ത്തെ, അധിപതിക്ക് ഒതുങ്ങിക്കൊടുക്കുന്ന പെൺശീലത്തെ അവർ പല സന്ദർഭമുണ്ടാക്കിക്കൊണ്ട് അനാച്ഛാദിതമാക്കി. കലയിലും ജോലിയിലും പ്രണയത്തിലും സർഗാത്മകത പുലർത്തുക വഴി സ്വാതന്ത്ര്യമറിയുന്നവരെ ലിംഗം നോക്കാതെ വാഴ്ത്തി, അതേസമയം എല്ലാവരുടെയും വേദനകളിൽ നോവുകയും ചെയ്തു.

"ഇമ്മാതിരിയൊക്കെ സംഭവിക്കുമോ?" എന്ന് വായനക്കാരെ ക്കൊണ്ട് ചോദിപ്പിക്കുന്ന നിരവധി കഥകൾ മാധവിക്കുട്ടി എഴു തിയിട്ടുണ്ട്. വ്യവസ്ഥാനുകൂലമായ യാഥാർത്ഥ്യപാഠങ്ങളുമായുള്ള അതിപരിചയംകൊണ്ടുണ്ടായ കുഴപ്പമാണ് ഈ വായനയുടെ പിന്നി ലുള്ളത്. കഥാകാരി യഥാതഥമെന്ന് തോന്നിപ്പിക്കുന്ന തരത്തിൽ ഫാന്റസി ഉണ്ടാക്കുകയാണ് ചെയ്തത്. യാഥാർത്ഥ്യത്തെ പകർത്തുന്ന കുറെ കഥകൾ മാധവിക്കുട്ടിയുടേതായുണ്ട് - 'കോലാട്', 'നുണകൾ', 'നെയ്പായസം' തുടങ്ങി ഏറെ ജനപ്രീതിനേടിയ രചനകൾ. എന്നാൽ. ഇവയിൽനിന്നും വ്യത്യസ്തമായ യാഥാർത്ഥ്യമാണ്. 'മാഹിമിലെ വീട്', 'ഡോക്ടർ ജവഹറുടെ പ്രേമം', 'ഗ്യാൻചന്ദ്' 'ലോകം കവി യത്രിയെ നിർമിക്കുന്നു' തുടങ്ങിയ വേറെ കുറെ കഥകളിലുള്ളത്." ഒരു മാസത്തോളം കഴിഞ്ഞാൻ ആ വീടുവിട്ട് ഭർത്താവിന്റെ ഒന്നിച്ചു പോകേണ്ടിവരുമെന്ന് അറിഞ്ഞിരുന്നതുകൊണ്ടാണ് അവൾ തന്റെ അവസാനത്തെ കുട്ടിക്കളിയായ ഒരു ചെറിയ സ്നേഹത്തിൽ പെട്ടത്." എന്നൊരു ഭൂതകാല വാക്യമാണ് മാഹിമിലെ വീടിന് തുടക്കമിടുന്ന തെങ്കിലും കഥയിലേത് ഒരു ഭൂതകാലക്കാഴ്ചയല്ല-അത് വർത്തമാനം പോലുമല്ല. സ്വാതന്ത്ര്യം എന്ന അനുഭവത്തെ ച്ചൂഴ്ന്ന് വികസിക്കുന്ന ഭാവിയാണ് അതിലെ പ്രമേയകാലം. എന്നാൽ, ഇത്തരം കഥകളല്ല

എളുപ്പത്തിൽ പ്രശസ്തമായിത്തീർന്നത്. അനുഭാവപരമായ (sympathetic) വായന പ്രതീക്ഷിച്ചുകൊണ്ട് എഴുതപ്പെട്ട 'കോലാട്' പോലു ള്ളവക്കാണ് പൊതു അംഗീകാരം കിട്ടിയത്. ഇതും യാദൃച്ഛികമല്ല, വ്യവസ്ഥയെ പരിക്കേല്പ്പിക്കാതെ തന്നെ അവയിലെ ജീവിതത ത്ത്വത്തെ സ്വീകരിക്കാനാവും, ബാലാമണിയമ്മയ്ക്ക് കവിതകളായി എഴുതാവുന്ന കഥകളാണവ. 'മാഹിമിലെ വീടും' മറ്റും ബദലായ ലോകങ്ങളാണണ്. അവ പക്ഷേ വെറും അഭിലാഷ ചിന്തയാണെ ന്ന് കരുതുന്നവരും അതിലെ അന്വേഷണം തോന്ന്യാസമാണെന്ന് ക്ഷോഭിക്കുന്നവരും വ്യവസ്ഥയുടെ ഇള്ളക്കുട്ടികൾ മാത്രമാണ്.

ഈ കഥകളിൽ സരളമായിത്തന്നെ സങ്കീർണതയെ സ്ഥാപി ക്കുകയായിരുന്നു. മാധവിക്കുട്ടി. ധൈഷണികഭാരമുള്ള ഭാഷയിൽ എഴുതിയാൽ അവ അക്കാരണംകൊണ്ട് അവഗണിക്കപ്പെട്ടുമായി രുന്നു. നിത്യവ്യവഹാരത്തിന്റെ വാങ്മയത്തെത്തന്നെ വേറൊരു നിലയിൽ ചിട്ടപ്പെടുത്തിക്കൊണ്ട് പ്രവർത്തനത്തിന്റെ വ്യത്യസ്തത സഗൗരവം വിലയിരുത്തപ്പെട്ടിട്ടില്ല. മെലിയുന്ന കൈകൾ മറയ്ക്കാ നൊരു നീളൻ കുപ്പായമിടുന്നതിനാണ് മതം മാറിയത് എന്നുപോലും പ്രതികരണങ്ങൾ വന്നു. ഒരു സംഘടിത മതമെന്നാൽ തനിക്ക് ഇത്ര യേയുള്ളൂ എന്നത് കാണിച്ചുതരുകയായിരുന്നു മാധവിക്കുട്ടി ചെയ്തത്. കേരളീയർ ഏറ്റവും കൂടുതലായി വായിച്ച മാധവിക്കുട്ടിക്കഥയാണ് മതംമാറ്റം.

●

എം.എൻ. വിജയന്റെ പ്രവർത്തനം

I

കേരളത്തിൽ ഇന്ന് പെട്ടെന്ന് ജനങ്ങളെ പിടികൂടുന്ന ചലച്ചിത്രങ്ങളും കോമഡിഷോകളും നൃത്തമേളകളും സാമാന്യമായി ചെയ്യുന്ന ഒരു കാര്യത്തെ 'മറച്ചുപിടിക്കൽ' എന്നു വിളിക്കാം. കേരളത്തിന്റെ ഇന്നത്തെ സാഹചര്യങ്ങളിൽ വേരില്ലാത്ത ഒരു കേവലസ്ഥലിയുടെ നിർമാണമാണ് അവ ഏറ്റെടുത്തിരിക്കുന്നത്. അവ അനാകർഷകമായ യാഥാർഥ്യങ്ങളെ മറച്ചുപിടിക്കയാണ്. വെറും വിനോദത്തിന്റെ രാഷ്ട്രീയം ജനതയെ അപമാനകരമായ ഒരുതരം ശൈശവത്തിൽ നിലനിർത്തുക എന്നതാണ്. യാഥാർത്ഥ്യങ്ങളെക്കുറിച്ചുള്ള വികാരവിചാര സൂചനകൾ കഴിവതും നൽകാതിരിക്കുകയും വല്ലപ്പോഴും നൽകുമ്പോൾ തന്നെ അവയെ നന്നേ ദുർബലവും വക്രീകൃതവുമാക്കുകയും ചെയ്യുകയാണ് ഇവ. സ്വന്തം ജീവിത ചുറ്റുപാടുകളിൽ നിറയെ പ്രശ്നങ്ങളുടെ പലമാതിരി രൂപങ്ങളാണ്. ഇവയുടെ നിർധാരണത്തിലേക്ക് നടത്താതെ, വെറും തമാശയുടെ, വെറും വിനോദത്തിന്റെ ഇടങ്ങളും വേളകളും പണിയുകയാണ് ഈ കലാരൂപങ്ങൾ. ഇത് ഒരു ജീവിത വീക്ഷണമായി പ്രത്യയശാസ്ത്രസ്വരൂപമായി മാറുന്നുവെന്നത് കേരളത്തിലെ പൊതുജീവിതം നേരിടുന്ന വലിയ വെല്ലുവിളിയാകുന്നു. നേര് ആർക്കും അറിയേണ്ട, നേരിൽ നിന്ന് അകലാനുള്ള വണ്ടികളാണ് ഏറെപ്പേരും കാത്തുനിൽക്കുന്നത്. ഈ വണ്ടികളുമായി വരുന്നവരും ഏറെപ്പേരുണ്ട്- ഇത് സഹ്യമായ ഒരവസ്ഥയല്ല. വാക്കിനെ ശബ്ദമായി മാത്രം കേൾക്കുന്നു. കാഴ്ചയെ നിയതമായ ഫ്രെയിമിൽ തുടങ്ങി അവിടെത്തന്നെ തീരുന്ന ഒന്നായി കാണുന്ന, ശീലം ഇത്രമേൽ പടരുന്ന ഒരു സന്ദർഭം ആധുനിക കാലത്ത് ഇവിടെ ഉണ്ടായിട്ടില്ല. പ്രത്യക്ഷത്തിൽ നിരുപദ്രവകരമെന്ന് തോന്നുന്ന ഈ

കലാവിശേഷങ്ങളുടെ വ്യാപനത്തിന്റെ അളവ് നോക്കുമ്പോൾ, അവ ഒട്ടും നിരുപദ്രവകരമല്ലെന്ന് തന്നെയാണ് വ്യക്തമാവുക. കേരളത്തിൽ നടപ്പിലാവേണ്ട ചരിത്രവൽക്കരണത്തിന്റെയും വിമോചനത്തിന്റെയും പ്രക്രിയകളെ ശീതീകരിക്കാനാണ് ഇവ ഉതകുന്നത്. അതിനാൽ ഇവയുടെ വലതുപക്ഷീയതയെ നാം സഗൗരവം തിരിച്ചറിയേണ്ടതായുണ്ട്. ഈ പണി മുമ്പത്തെക്കാളും പ്രയാസകരമായിത്തീരുകയും ചെയ്തിരിക്കുന്നു. ഇന്ന്, വിദ്യാഭ്യാസം കൂടുതൽ കൂടുതൽ മണ്ഡലങ്ങളെ ഉൾപ്പെടുത്തുന്ന ഒരു പദ്ധതിയായിരിക്കുന്നു. ഏത് മണ്ഡലത്തിൽപ്പെട്ട വിദ്യാസമ്പന്നരും നമുക്ക് ലഭ്യമാണ്. പക്ഷേ ഒരാൾ നേടുന്ന വിദ്യാഭ്യാസം അയാളുടെ ബോധത്തിന്റെ, ലോകവീക്ഷണത്തിൽ 'ഡോക്ടറായ' ഒരാൾ ജീവിതം കൊണ്ട് അറുപിന്തിരിപ്പനാവാം- ശാസ്ത്രം പഠിച്ച ഒരാൾ അന്ധവിശ്വാസിയും സ്ത്രീ വാദഗവേഷകൻ ആൺകോയ്മക്കാരനുമായി വിജയകരമായി ജീവിക്കുന്നുണ്ടാവാം. വിവരത്തെ സ്വയം അർഥം ഉൽപ്പാദിപ്പിക്കുന്ന ചിഹ്നവ്യവസ്ഥയായി കാണുന്ന തന്റെ പഠിപ്പിനെ ഒരു സ്വന്തം കാര്യം മാത്രമായി പരിഗണിക്കുന്നവർ ഏറുകയാണ്. എന്നർഥം. ഒരു ജനാധിപത്യസമൂഹത്തിന്റെ ജൈവസ്വഭാവം എന്ന ആശയവുമായി ഒട്ടും ഇണങ്ങുന്നതല്ല, മുകളിൽപ്പറഞ്ഞ കലാസങ്കൽപ്പവും വിദ്യാഭ്യാസതത്ത്വവും. വിമോചനത്തിന്റെ സത്തചോർത്തിക്കളഞ്ഞ കലയും ജ്ഞാനവും ബൂർഷ്വാസിയുടെ ആയുധങ്ങളാണ്. ആഗോളവൽക്കരണത്തിന്റെ സ്വാർഥലാഭം, ചരിത്രബോധം കെടുത്തൽ എന്നിവയടങ്ങുന്ന അജണ്ടയുമായി ബന്ധപ്പെട്ട ആയുധങ്ങളുമാണവ. മയക്കത്തിന്റെ വ്യാപനമാണ് അവ ഏറ്റെടുക്കുന്നത്. യാഥാർഥ്യങ്ങളറിഞ്ഞുപോകരുത് എന്നാണവയുടെ താൽപ്പര്യം. അറിയലിനിടയിൽ വിമോചനത്തിന്റെ പ്രമേയം ഉണരുകയും സമൂഹം പല മാതിരി സമരങ്ങളുടെ അങ്കണമായിത്തീരുകയും ചെയ്യും. ഇത് ചൂഷണത്തിന്റെ പുതുപദ്ധതികൾക്കെതിരാവും ഈ സാധ്യത ഇല്ലാതാക്കുകയാണ് പുതിയ കലകളും ജ്ഞാനമാർഗങ്ങളും നൽകുന്ന വിപരീത വിദ്യാഭ്യാസം. ഇതിന്റെ പിടിയിൽ നിന്ന് അകലുന്ന വേദികൾ വളരെ കുറവാണ്. വേറിട്ട വേദികളെന്ന് തോന്നിപ്പിക്കുന്നവയെ തന്നെ സ്വന്തം അതിരിനുള്ളിലേക്ക് വളച്ചുകെട്ടാനാണ് ഏറെക്കുറെ സഫലമായി പുതിയ മുതലാളിത്ത രൂപങ്ങൾ ശ്രമിക്കുന്നത്. ഈയൊരു സാഹചര്യത്തിലാണ് എം. എൻ വിജയൻ. ദമിതമായിക്കൊണ്ടിരിക്കുന്ന ഒരാശയത്തിന്റെ വാക്കായി മുഴങ്ങുന്നത്- കേൾക്കപ്പെടുന്നത്, വായിക്കപ്പെടുന്നത്. ഈ പുസ്തകത്തിന്റെ ഉള്ളടക്കം കൂടിയായ എം എൻ വിജയന്റെ പ്രമേയങ്ങൾ ശ്രദ്ധിക്കാം. ഗുജറാത്തിലെ വംശഹത്യ, വർഗീയതയുടെ മറ്റു പ്രത്യക്ഷങ്ങൾ. പരസ്പരം ബന്ധപ്പെട്ടു നിൽക്കുന്ന

ഈ വിഷയങ്ങൾ അദ്ദേഹം കൈകാര്യം ചെയ്യുന്നത് കാലേക്കുട്ടി കേൾവിക്കാർക്ക് /വായനക്കാർക്ക് അറിവുള്ള കാര്യങ്ങൾ എന്ന നിലയ്ക്കല്ല. അതായത് 'വിവരങ്ങളു'ടെ (information) പരപ്പല്ല അദ്ദേഹത്തെ പ്രചോദിപ്പിക്കുന്നത്. നിലനിൽക്കുന്ന മേൽക്കൈ പ്രത്യയശാസ്ത്രത്തിന്റെ അംഗീകാരം നേടുക വഴി സമൂഹത്തിൽ സ്വതന്ത്രസഞ്ചാരം നടത്തുന്നവയാണ് 'വിവരങ്ങൾ', 'വിവരങ്ങൾ'ക്കപ്പുറത്തെ അല്ലെങ്കിൽ ഇപ്പുറത്തെ സാമൂഹ്യസ്വഭാവമുള്ളവയെങ്കിലും, പൊതുസമ്മതി നേടാത്ത കാര്യങ്ങളാണ് അദ്ദേഹം അവതരിപ്പിക്കുന്നത്. ആ പ്രകടനത്തിന്റെ വ്യതിരിക്തതയായി നാം മനസിലാക്കുന്നത് പലപ്പോഴും പ്രകടനത്തിന്റെ കാര്യമേയല്ല- മറിച്ച് വൈരുധ്യാത്മകമായ ഒരു ചിന്താപദ്ധതികൊണ്ടുമാത്രം ഘടിപ്പിക്കാവുന്ന, യാഥാർഥ്യത്തെക്കുറിച്ചുള്ള വെളിവാക്കലുകൾ തുടരെ നടത്തുന്ന പ്രക്രിയയാണ്. വിജയന്റെ വെളിവാക്കലുകൾ തുടരെ നടത്തുന്ന പ്രക്രിയയാണ് വിജയന്റെ 'പ്രകടന'ത്തിന്റെ രഹസ്യം. അരാഷ്ട്രീയമായി, സാമൂഹികമായ അർഥമില്ലാതെ കാഴ്ചയിലും ബോധത്തിലും ഒന്നുമില്ലെന്ന തീർപ്പാണ് ഇതിന് അദ്ദേഹത്തെ പ്രേരിപ്പിക്കുന്നത്. പാണ്ഡിത്യമല്ല ഇതിന് അദ്ദേഹത്തെ സജ്ജനാക്കുന്നത് ലോകവായനയാണ്. ഏതറിവും-അത് ഫ്രോയ്ഡിയൻ തന്നെയാവട്ടെ- അറിവിന്റെ ശുദ്ധിയോടെ സ്വീകരിക്കാനല്ല അദ്ദേഹം ഒരുങ്ങുന്നത്. അറിവിനെക്കൊണ്ട് ലോകത്തെ തീണ്ടാനും. അറിവിനെ സമൂഹത്തിന്റെ വ്യവഹാരങ്ങളിൽ കളിപ്പിക്കാനും, അങ്ങനെ അതിനെ ഒരു നാട്ടുവഴികാണക്കെ മനുഷ്യവൽക്കരിക്കാനുമാണ് അദ്ദേഹം ഒരുങ്ങുന്നത്. താൻ ഒരു പ്രവാചകനല്ല, പ്രവർത്തകനാണ് എന്ന തിരിച്ചറിവ് ഇതിന്റെ ഭാഗമാണ്. വിമോചനത്തിന്റെ ഇത്തരം വിദ്യാകേന്ദ്രങ്ങൾ കേരളത്തിന്റെ നവോത്ഥാന കാലത്തെക്കാളും ഇന്ന് പ്രാധാന്യമർഹിക്കുന്നു. സാമൂഹ്യമായി ചാർജ്ജുചെയ്യപ്പെട്ട കേരളമായിരുന്നു അക്കാലത്തിന്റേത്. ഇന്ന് വിവരത്തിന്റെയും ആവിഷ്കാരത്തിന്റെയും നാഗരികതയുടെ പ്രവർത്തനം നടക്കുന്ന ഒരു സ്ഥമായിട്ടും അടഞ്ഞുപോകുന്ന, ചടഞ്ഞിരിക്കാൻ പരിശീലനം നേടിയിരിക്കുന്ന മനുഷ്യരേറിവരുന്ന ഒരുവസ്ഥയിലേക്കാണ് കേരളം മാറിയിരിക്കുന്നത്. ഇപ്പോൾ ചിന്തയുടെ തുറസുകളും, തുറസിന്റെ ചിന്തകളും ഒരേ സമയം പണിയുന്ന ജനാധിപത്യപ്രവർത്തനം അപൂർവമായ ഒന്നാണ്. വിജയന്റെ പ്രവർത്തനത്തെ ഇങ്ങനെയാണ് വിശേഷിപ്പിക്കേണ്ടത്.

II

ഈ പ്രവർത്തനത്തെ കേരളത്തിലെ ബൗദ്ധിക ലീലകളുടെ മറ്റൊരു മാതൃകയുമായി തട്ടിച്ചുനോക്കാം. വർഗീയവാദികളെന്ന്

ഒരാളും വിളിക്കാറില്ലാത്ത രണ്ടെഴുത്തുകാരുടെ ലേഖനങ്ങളിൽ നിന്ന് ഓരോരോ ഖണ്ഡങ്ങൾ ഉദ്ധരിക്കട്ടെ. ഒന്ന്. "മലയാള ഗദ്യ ശാഖയിൽ, ഹൈന്ദവേതര സമുദായങ്ങളിൽ നിന്ന് ഗണനീയരായ സാഹിത്യകാരന്മാർ കേരളത്തിലുണ്ടായിരിക്കെ, പദ്യശാഖയിൽ അവരുടെ സംഖ്യ നാമമാത്രമായിത്തീരാൻ കാരണം എന്തെന്നു ചിന്തിച്ചുനോക്കുക. പദങ്ങളും വൃത്തങ്ങളും വിന്യസിക്കുമ്പോൾ ദൂരാനുവേധികളും പരമ്പരീണങ്ങളുമായ ധ്വനികളെ വശപ്പെടുത്തുവാൻ അവർക്കുള്ള വിഷയമാണ് ഇതിന് കാരണം...". രണ്ട് "ഭൂതകാല സംസ്കാരത്തോടും പ്രകൃതിയോടും കാലാവസ്ഥയോടും സർവ്വോപരി തന്റെ ഹൃദയത്തോടും നിരന്തരം പ്രതികരിക്കുന്ന കവി കവിതയെഴുതുമ്പോൾ അതു കാലഘട്ടങ്ങളെ കവച്ചുവെക്കുന്നു. കേരളത്തിൽ കവിതാവിഭാഗത്തിൽ സവർണഹിന്ദുക്കൾ മാത്രമേ കാര്യമായി വല്ലതും ചെയ്തിട്ടുള്ളു (കുമാരനാശാൻ അപവാദമാണ്) എന്നത് കേവലം യാദൃശ്ചികമായിരിക്കുമോ? അല്ലെന്നു തോന്നുന്നു." ഒന്നാമത്തേത് എം. പി ശങ്കുണ്ണിനായരുടെ കാവ്യവ്യുത്പത്തിയിലെ "പൂതപ്പാട്ട്" പഠനത്തിനാണ്. പി.എം. നാരായണൻ 'നിരൂപണം പുതിയമുഖം' എന്ന പലരുടെ ലേഖനങ്ങൾ ചേർന്ന പുസ്തകത്തിലെഴുതിയ 'കവിതയെപ്പറ്റി' എന്ന ലേഖനത്തിൽ നിന്നാണ് രണ്ടാമത്തെ ഖണ്ഡം. ഇവ സമാഹാര ങ്ങളിൽ കുറേക്കാലമായി കിടക്കുന്നു. ഇവയുടെ ധ്വനികൾ എന്തുകൊണ്ട് ഇതുവരെയും കാര്യമായി ആരും ശ്രദ്ധിച്ചില്ല. കാവ്യവ്യുത്പത്തി സർവകലാശാലകളിൽ പലവുരു പാഠപുസ്തകമായിട്ടുള്ളതാണ്. എന്നിട്ടും ഈ വർഗീയ സാഹിത്യനിരൂപണം എന്തുകൊണ്ട് പരിശോധിക്കപ്പെട്ടില്ല? ആദ്യത്തെ വാദത്തെക്കാളും സവിശേഷവും (Specialized) അതിലെ വിലയിൽ വാക്യം കൊണ്ടുതന്നെ സന്ദിഗ്ധമാവുന്നതുമായ രണ്ടാമത്തെ ബന്ധം എന്താണ് പൊതുശ്രദ്ധയിൽ വരാത്തത്? ഇവ മൂന്നോ നാലോ വാക്യങ്ങൾ മാത്രമാണെങ്കിലും, ജനാധിപത്യ സൗന്ദര്യബോധത്തിനും അതിന്റെ ചരിത്രപരതയ്ക്കും ഒട്ടും നിരക്കാത്ത ഒരു സാഹിത്യ ചരിത്രത്തിന്റെ നിർമാണം ഇവ ഏറ്റെടുക്കുന്നു എന്നത് തള്ളിക്കളയാവുന്ന കാര്യമാണോ? ഹിന്ദുത്വം സവർണഹിന്ദുത്വം എന്നതിനെ ജനനത്തിന്റെ ഒരു സവിശേഷഗണമായിട്ടല്ലേ, സാംസ്കാരികമായ ഒന്നായിട്ടല്ലേ കാണുന്നത്? കവിതകളുടെ ധ്വനിബലം കാര്യപ്രാപ്തി എന്നിവയുടെ നിർമാണത്തിലെ സാമൂഹിക നിർണയത്തെപ്പറ്റി ഇവയിൽ പുലർത്തുന്ന അജ്ഞതയെയും അവജ്ഞയെയും എന്തുകൊണ്ടാണ് നാം വെറുതെവിടുന്നത്? കേരളത്തിലെ സാഹിത്യാധുനികതയിലെ പാശ്ചാത്യസ്വാധീനത്തെ ഒറ്റയടിക്ക് തള്ളിക്കളയുന്ന പ്രസ്താവങ്ങളല്ലേ ഇവ? അതിന് പകരം ജാതിശ്രേഷ്ഠത എന്ന ജന്മഗുണത്തെ പ്രതിഷ്ഠിക്കുകയല്ലേ ഇവ

ചെയ്യുന്നത്? ഇങ്ങനെ പല ചോദ്യങ്ങൾ ഇന്ന് ഉന്നയിക്കാനുണ്ട്. എന്നാൽ കേരളീയ പൊതുബോധം ഈ വാക്യങ്ങളെ അപ്പടിവിഴുങ്ങിയമട്ടാണ്. പ്രത്യേകിച്ചും കവികൾ, സൽക്കവികളാകണമെങ്കിൽ ഹിന്ദുക്കളായി അറിയപ്പെടുകയെന്നത് പ്രധാനമാണെന്ന് അവർ കരുതുന്നതുപോലെ തോന്നുന്നു. തങ്ങളിലൂടെ കടന്നുപോകുന്ന ഒരു സാമൂഹിക കാലത്തിന്റെ ജ്ഞാനാനുഭവങ്ങളുടെ ചരിത്ര വെളിച്ചത്തിൽ നിൽക്കുന്നതിനേക്കാൾ ശ്രേഷ്ഠം ജന്മഗുണത്തിന്റെ കാര്യം ഉയർത്തിപ്പിടിക്കുന്നതാണെന്ന് വലിയൊരു വിഭാഗം എഴുത്തുകാർ കരുതിപ്പോരുന്നു. അതിനാലാണ് ചില ലിബറൽ ഒച്ചകൾക്കപ്പുറം ഹിന്ദുവർഗീയതക്കെതിരെ അതിന്റെ ഏറ്റവും പൈശാചികമായ പ്രത്യക്ഷമായ 'ഗുജറാത്തി' (Guja- Riot) നെതിരെ ഒന്നുമുയരാത്തത്. രാഷ്ട്രീയ സ്വയം സേവിക് സംഘം ഒരു സാംസ്കാരിക സംഘടനയാണെന്ന് സമ്മതിക്കാനും വിളിച്ചു പറയാനും പ്രസിദ്ധരായ രണ്ടുകവികൾ തയ്യാറായത് ഈയടുത്താണ്.

III

എം. എൻ വിജയന്റെ പൊതു പ്രഭാഷണങ്ങളെയും ലേഖനങ്ങളെയും അന്തർവിജ്ഞാനീയതയുടെ വേദികളായി വേണം കാണാൻ അവയെ ചരിത്രം. രാഷ്ട്രീയശാസ്ത്രം സാഹിത്യം. കലാചിന്തം, മയശാസ്ത്രം, മാധ്യമപഠനം എന്നിങ്ങനെ വേറിട്ട് കാണാൻ പറ്റുകയില്ല. ഓരോ ഖാളയുടെയും വ്യതിരിക്തത അംഗീകരിച്ചുകൊണ്ട് അവയിലോരോന്നിനേയും കലർത്തുകയുമല്ല അദ്ദേഹത്തിന്റെ രീതി. മനുഷ്യന്റെ ജ്ഞാനാനുഭവങ്ങൾ എന്നത് സാമാന്യതലത്തിലേക്ക് വിഷങ്ങളെ കയറൂരിവിടുകയയാണദ്ദേഹം ഒരു ശാഖയുടെയും താൽപോരിമ വിജയൻ അംഗീകരിക്കുന്നില്ല. അവയിൽ നിന്നെല്ലാം. അക്കാദമിക ശാഠ്യങ്ങളെ തെല്ലും മാനിക്കാതെ അറിവുകൾ സ്വീകരിക്കുകയും പുതിയ സമന്വയമാതൃകകൾ ഉണ്ടാക്കുകയും ഉടയ്ക്കുകയും വീണ്ടും ഉണ്ടാക്കുകയും ചെയ്യുകയാണ് അദ്ദേഹം. ബൗദ്ധികാന്വേഷണത്തിന്റെ പുതിയൊരു ഇടമാണ് ഇങ്ങനെ ഉണ്ടാവുന്നത്! എളുപ്പത്തിലിണങ്ങുക മാത്രം ചെയ്യുന്ന വാദങ്ങൾകൊണ്ട് ഒരു മൊസൈക്ക് ഉണ്ടാക്കുകയല്ല തന്റെ രീതി. പല പ്രസംഗങ്ങളിലും ഇടർച്ചകളും വൈരുധ്യങ്ങൾ തന്നെയും ഉണ്ടാകാറുണ്ട്. അവയും സ്വാഭാവികം എന്ന യാഥാർഥ്യ ബോധമാണ് അദ്ദേഹം സദസിൽ നിന്ന് ആവശ്യപ്പെടുന്നത്. 'ഇണങ്ങുന്നതും പിണങ്ങുന്നതുമായ ആശയങ്ങളെ അവയുടെ പാട്ടിന് വിട്ടിരിക്കുന്നു" എന്ന 'ശീർഷാസന'ത്തിന്റെ ആമുഖത്തിലാണ് അദ്ദേഹമെഴുതുന്നത്. സംവാദാത്മകതയിലുള്ള വിശ്വാസത്തെയാണ് ഈ തുറന്നുപറയൽ കാണിക്കുന്നത്. "ഇതിന് മുന്നിൽ മുട്ടുകുത്തുക" എന്ന

മതാത്മകമായ വാശിക്ക് നേരെ എതിർദിശയിൽ നിൽക്കുന്നതാണ് സംവാദാത്മകത എന്ന ആശയം. ഉച്ചഭാഷിണി, വിശിഷ്ടാതിഥി എന്ന സ്ഥാനം, ഇരിക്കുന്ന ആൾക്കൂട്ടവും നിൽക്കുന്ന പ്രസംഗകനും എന്ന ചിത്രം ഉണ്ടാക്കുന്ന മേലാത്തം തുടങ്ങിയ പൊതുസമ്മേളന സഹജമായ ജനങ്ങളെ ധിക്കരിക്കുന്ന ഒരു സാമൂഹികോർജ്ജം തുടരെ പ്രസരിപ്പിക്കുന്നവയായിത്തീരുന്നവയാണ്. എം എൻ വിജയന്റെ പ്രഭാഷണങ്ങൾ. പണിക്കുറത്തീർന്ന ഒരു ഉൽപ്പന്നം മുന്നിലിട്ടുതരിക യല്ല അദ്ദേഹം. സാമൂഹികമായ ആലോചനയുടെ ഒരു പ്രക്രിയയിൽ പങ്കാളികളാവാനുള്ള അവസരമാണ് അദ്ദേഹം ഉണ്ടാക്കുന്നത്. കൊള്ളുന്നതിനോടൊപ്പം കൊടുത്തും സജീവമായിത്തീരുന്ന ഒരു സദസിനെയാണ് വിജയന്റെ മുന്നിൽ കാണുന്നത്. പൂരിപ്പിക്കാനുള്ള ഇടങ്ങൾ അവിടവിടെയായി ബാക്കിയിടാൻ അദ്ദേഹം ശ്രദ്ധിക്കുന്നു ആദ്യകാലത്തെ ലേഖനങ്ങളിൽ ഈ അംശമില്ല- സമീപകാലത്തെ പ്രസംഗങ്ങളിൽ ഇത് ഏറെയേറെ കാണുന്നു. പ്രഭാഷകൻ/കേൾവി ക്കാരൻ എന്ന അധികാരശ്രേണിയെ നിരസിക്കാനുള്ള ശ്രമത്തി ന്റെ ഭാഗമാണത്. അതായത് തന്റെ വിഷയമായ ജനാധിപത്യം എന്നതിനെ പ്രഭാഷണത്തിന്റെ രൂപമായി മാറ്റാനുള്ള ശ്രദ്ധ.

എന്താണ് ഈ പ്രഭാഷണങ്ങളോട് നാമെടുക്കേണ്ട സമീപനമെ ന്ന് ലെനിന്റെ ഏംഗൽസ്. പാരായണമട്ട് വെച്ച് വീണ്ടും പറയട്ടെ. “ഇതിലെ (കുടുംബം സ്വകാര്യസ്വത്ത്, ഭരണകൂടം എന്നിവയുടെ ഉത്ഭവം എന്ന കൃതിയിലെ) ഓരോ വാചകവും പൂർണബോധ്യ ത്തോടെ സ്വീകരിക്കാം, വെറുതെ എഴുതിയിട്ടുള്ള ഒറ്റ വാചകവും ഇതിലില്ല. ചരിത്രപരവും രാഷ്ട്രീയവുമായ ഒട്ടനവധി വസ്തുതകളെ ആധാരമാക്കിയാണ് ഓരോ വാചകവും എഴുതിയിട്ടുള്ളത്. അൽപ മെങ്കിലും ചരിത്രവും സാമ്പത്തികശാസ്ത്രവും ഗ്രഹിച്ചിട്ടുള്ളവർക്കു മാത്രമേ ഇതിലെ പല ഭാഗങ്ങളും മനസിലാവുകയുള്ളൂ. ആദ്യത്തെ വായനകൊണ്ട് കാര്യം മുഴുവൻ മനസിലാകുന്നില്ലെന്നു കണ്ട് നിങ്ങൾ പരിഭ്രമിക്കേണ്ട എന്ന് വീണ്ടും പറഞ്ഞുകൊള്ളട്ടെ. ആർക്കും സാധ്യ മല്ല അത്. ഈ പുസ്തകം വീണ്ടും വീണ്ടും വായിച്ചാൽ, ഇതിൽ താൽ പ്പര്യമുള്ളവരായിക്കഴിഞ്ഞാൽ, ഇതിന്റെ ഭൂരിഭാഗമോ ഇത് മുഴുവനുമോ നിങ്ങൾക്ക് മനസ്സിലാകും.” (പ്രവ്ദയുടെ 15-ാം ലക്കത്തിൽ 1929- ജനുവരി 18 ന് ചേർത്ത ‘ഭരണകൂടം’ എന്ന പ്രഭാഷണത്തിൽ നിന്ന്)

●

സംസ്കാരത്തിന്റെ അടിയുടുപ്പുകൾ

ഏകാങ്കനാടകങ്ങളെക്കുറിച്ചുള്ള ഒരു 'ഐതിഹ്യം' അവ ആദ്യം നഗരങ്ങളിലും പിന്നീട് നാട്ടിൻപുറങ്ങളിലും ഉണ്ടായ ക്ലബ്ബുകളിൽ എളുപ്പത്തിൽ കളിക്കാനായി ഉണ്ടായ വകകളാണ് എന്നതാണ്. ചെറിയ സമയംകൊണ്ട് ഒരുക്കം, ചെറിയ സമയംകൊണ്ട് അവതരണം: ഈ സൗകര്യം മുൻനിർത്തി ഏകാങ്കങ്ങൾ ഉണ്ടായി എന്നാണോ ചരിത്രം. വലിയ നാടകം കളിക്കാൻ സൗകര്യപ്പെടാതിരിക്കുമ്പോൾ വളരെ ചെറിയ നാടകം എന്ന ഈ വാദം അവിടെ ഇരിക്കട്ടെ. ചെറുകഥയുടെ പിറവിയോടെയും ജനപ്രിയതയോടെയുമാണ് ഏകാങ്കങ്ങൾ ധാരാളം ഉണ്ടായത് എന്ന കാര്യം ഇതോടൊപ്പം ശ്രദ്ധിക്കേണ്ടതാണ്. ചെറുകഥയുടെ ഏകാഗ്രതാപ്രതീതി, പ്രമേയ വൈവിധ്യം, രൂപസ്വാതന്ത്ര്യം എന്നിവയെല്ലാം ഏകാങ്കനാടകം എന്ന കലാരൂപം ആഗ്രഹിക്കുന്നതായും സാക്ഷാത്ക്കരിക്കുന്നതായും തോന്നിയിട്ടുണ്ട്. ഏകാങ്കനാടകങ്ങൾക്ക് നാടകചരിത്രത്തോളം പഴക്കമുണ്ട്, യൂറിപ്പിഡിസിന്റെ സൈക്ലോപ്സ് (Cyclopsm a satyr-play) ഒരു 'തികഞ്ഞ' ഏകാങ്ക നാടകമാണ് തുടങ്ങിയ നിലപാടുകൾ അസാധുവല്ലെന്നിരിക്കിലും ചെറുകഥ ശക്തമായിത്തീർന്നതിനു ശേഷമാണ് ഏകാങ്കനാടകം സജീവമായി വന്നത് എന്ന് കാണാതിരുന്നുകൂടാ. നാടകചരിത്രം പറയുമ്പോൾ എല്ലാവരും പ്രാചീന ഗ്രീസിലേക്കും ഭാസ-കാളിദാസ സ്മൃതികളിലേക്കും പോകയും പോവുകയും വേണം.

ഏകാങ്കനാടകങ്ങൾ പക്ഷേ, ശക്തിപ്പെട്ടത് ചെറുകഥയുടെ പിറവിയോടെയാണ് എന്ന് മറന്നുകൂടാ. സ്ട്രിൻബർഗിന്റെ Pariah motherly love, The First Warning എന്നിവയാണ് ഏകാങ്കനാടകങ്ങളിലെ ഏറെ മികച്ച രചനകൾ എന്ന കരുതുന്നവർക്ക് അവയുടെ

പിറവികാലം ചെക്കോവിന്റെ ഗംഭീരൻ ചെറുകഥകളുടെ കാലം കൂടിയാണ് എന്നോർമിക്കാൻ കഴിയണം. ചെക്കോവ് ചെറുകഥകളും ഏകാങ്കനാടകങ്ങൾ വായിക്കുമ്പോൾ ചെറുകഥയുമായി താരതമ്യം ചെയ്തു നോക്കാൻ പലരുംപ്രേരിതരാകാറുണ്ട്. ചെറുകഥകൾ പലതും ഏകാങ്കനാടകങ്ങൾ പോലെയാണ് എന്ന തോന്നലും ഉണ്ടാവാറുണ്ട്. ചെറുകഥകളിലാണ് നോവലുകളെക്കാൾ പ്രമേയവൈവിധ്യമുള്ളത്.

ഏതു വിഷയം പറഞ്ഞാലും ബന്ധപ്പെട്ട ചെറുകഥയുടെ പേര് പറയാനാവും- ചെറിയൊരു ഗവേഷണം നടത്തിയാൽ. നാടിന്റെ സമാന്തരചരിത്രം തന്നെയാണ് ചെറുകഥകൾവഴി നിർമിതമായിട്ടുള്ളത്. വളരെയേറെ ഏകാങ്കങ്ങൾ മലയാളത്തിൽ ഉണ്ടായിട്ടില്ല. എങ്കിലും വിസ്മയിപ്പിക്കുന്ന പ്രമേയരാശിയാണ് അവയിലൂടെ നിറവേറിയിട്ടുള്ളത്. മലയാളനാടകങ്ങൾക്ക് ഇത്രയും വൈവിധ്യം അവകാശപ്പെട്ടുകൂടാ. ഈ പ്രതീതിയുടെ നിർമാണത്തിന് ഏറ്റവും വലിയ കാരണമായിത്തീർന്ന ഏകാങ്കങ്ങളാണ് എൻ.എൻ. പിള്ളയുടേത്. ഒറ്റയൊറ്റ രചനകളായി പലേടത്തും വന്നു, പിന്നീട് രണ്ടു പുസ്തകങ്ങളായി സമാഹരിച്ച ഏകാങ്കങ്ങൾ ഇപ്പോൾ ഒറ്റ വോള്യമായി വരികയാണ്. ഒന്നിച്ചു വായിക്കുമ്പോൾ ഇവയുടെ വിഷയസമുച്ചയം കണ്ട് ഒരാൾക്ക് അമ്പരക്കാനും ആഹ്ലാദിക്കാനും അവകാശമുണ്ട്.

എൻ. എൻ പിള്ളയുടെ വലിയ നാടകങ്ങൾക്ക് സമകാലികരുടെ നാടകങ്ങളുടെയത്ര ദൈർഘ്യം തോന്നാറില്ല. കഥപറച്ചിലിന്റെ തിയേറ്ററനുഭവമല്ല എൻ.എൻ പിള്ളയുടേത്. ഒരു കഥാരേഖ ഉണ്ടാവുമ്പോഴും അതിന്റെ മാംസളതയയിലല്ല നാടകം ശ്രദ്ധിക്കുന്നത്. പ്രശ്നരൂപമായിക്കഴിഞ്ഞ ജീവിതവിഷയത്തെ സംബന്ധിച്ച വിവിധ കാഴ്ചപ്പാടുകൾ അവതരിപ്പിക്കുകയും അവയുടെ സംഘർഷം കാട്ടിത്തരികയുമാണ് എൻ.എൻ,പിള്ളയുടെ നാടകങ്ങൾ. അതാണ് അവയുടെ പൊതുഭാവം. ചർച്ചയുടെ, വാഗ്വാദത്തിന്റെ അരങ്ങായി രൂപംകൊള്ളുന്നതിലൂടെയാണ് അവ വ്യത്യസ്തമായിത്തീരുന്നത്. ധൈഷണികതയുടെ ഊർജം വിഷമവൃത്തം, ക്രോസ്ബെൽറ്റ്, കാപാലിക, പോലുള്ള ആദ്യകാല നാടകങ്ങളിൽപ്പോലും കാണാം. ഈശ്വരൻ അറസ്റ്റിൽ, ദ ഡബ്ൾ, മന്വന്തരം, ഫോളിഡോൾ തുടങ്ങിയവയുടെ കാലമാവുമ്പോൾ നാടകം ആശയചർച്ചയുടെ അരങ്ങായിത്തന്നെ തെളിയുന്നു. ഈ വ്യത്യസ്തതയെ നാടകീയാനുഭവം നിലനിർത്തിക്കൊണ്ട്, അഭിനയവ്യാഖ്യാനത്തിന്റെ#െ സാധ്യതകൾ വിന്യസിച്ചുകൊണ്ട് ആവിഷ്കരിക്കാൻ കഴിഞ്ഞു എന്നതാണ് എൻ.എൻ. പിള്ളയുടെ വിജയം. ഒരുതരം മൂർച്ചയുണ്ട് ആ അരങ്ങിന് മുറുക്കവും. ഇത് ഏകാങ്കങ്ങളിൽ തെളിഞ്ഞുകാണാം.

ചിന്താപരത എൻ.എൻ.പിള്ളയുടെ ആത്മമുദ്രയാണ്. ഇത്രയേറെ ഗ്രന്ഥാലയാനുഭവമുള്ള മലയാള നാടകകാരൻ വേറെയില്ല. നാടക ഗ്രന്ഥങ്ങളും സാഹിത്യഗ്രന്ഥങ്ങളും മാത്രമല്ല അദ്ദേഹത്തിന്റെ വായ നയിലേക്ക് വന്നത്. ചരിത്രവും വൈദ്യശാസ്ത്രവും ദർശനവുമെല്ലാം അദ്ദേഹം രസിച്ച് വായിച്ചു-വായിച്ച രസിച്ചു. നാടകവിജ്ഞാനീയ ത്തിലും നിഷ്ണാതനായി. ഈ കലർപ്പ് കാല്പനികതയ്ക്കും ആഗ്രഹചിന്ത (Wishful thinkingയുടെ സ്വഭാവത്തിനും എതിരായ കലാസമീപനം സ്വന്തം നിലയിൽ വളർത്തിയെടുക്കാൻ അദ്ദേഹത്തെ സഹായിച്ചു- പ്രേരിപ്പിച്ചു. ചിന്തയുടെ നവീനതയിൽ സദാ ശ്രദ്ധിച്ചുപോന്ന ഒരാൾ ചിന്തയുടെ കേവലമായ പരീക്ഷണാത്മകതയെ സന്ദേഹിയായാണ് നോക്കിക്കണ്ടത്. ഗുഡ്നൈറ്റ് എന്ന ഏകാങ്കം ഇതിനെക്കുറിച്ചുള്ള രംഗസമീക്ഷ കൂടിയാണ്, ഭാവന, കഥാത്മകത, ചിന്ത എന്നിവയുടെ കേവലത്വത്തെ വിചാരണചെയ്യുന്ന രചനയാണത്. ആഗതൻ എന്ന കഥാപാത്രത്തിന്റെ ചെയ്തികളൊക്കെ ഒരു നിർമിതാനുഭവത്തിന്റെ ഭാഗമാണ്. ഒരു പ്രമേയം അയാൾ അവതരിപ്പിച്ചുനോക്കുകയായി രുന്നു. മുന്നിൽക്കണ്ട ഒരാളെ തന്റെ അവതരണത്വരയുടെ വലയിൽ പെടുത്തുകയായിരുന്ന ഈ വിളംബരം അയാൾ തന്നെ നടത്തുന്നുണ്ട്. പക്ഷേ, അപ്പോഴേക്കും അയാൾ തന്റെ പരീക്ഷണത്തിന്റെ തന്നെ ഇരയായി. മൃതപ്രായനായി കഴിഞ്ഞിട്ടുണ്ട്. അയാളുടെ വാക്കുകൾ: '....ഞാൻ പറഞ്ഞതൊക്കെ ഒരു പരീക്ഷണത്തിനായിരുന്നു. ഭയം ഏതുവരെ എത്താം എന്നൊന്നു പരീക്ഷിക്കാൻ.... എല്ലാം ഭാവന യായിരുന്നു.' കേവലചിന്തയുടെ ട്രാജഡിയെയാണ് നാടകം അവത രിപ്പിക്കുന്നത്. അത് നിർവഹിച്ചതിന്റെ നാടകീയതയാണ് ഏറെ കാണികളെ ആകർഷിക്കുന്നത് എന്നു വരാം- അത് പ്രാഥമികമായ തലം മാത്രമാണ്.

നാടകീയത; ഇതിന്റെ ഗംഭീരസാക്ഷ്യങ്ങളാണ് ഇവിടെ ചേർന്ന പല ഏകാങ്കങ്ങളിലും കലാനുഭൂതിയായിത്തീർന്നിട്ടുള്ളത്. 'Blue Period എന്ന വാക്കുണ്ടല്ലോ, സാമ്പ്രദായികാർഥത്തിൽ അതത്ര നല്ല അർഥമുള്ളതല്ല. തരംതാണതാണത്- പ്രകടനപരത ഏറെ ഉണ്ട്; ആളെ പറ്റിക്കലും അതിൽ ഉൾപ്പെടുന്നുണ്ട്. ഇതാണ് എൻ.എൻ പിള്ളയുടെ വഴി എന്ന് കരുതുക വയ്യ. Dramatic 'എന്ന മുഴുത്ത വിശേഷണത്തിന്റെ കാർമികനാണ് ഈ വിശ്വകേരള കലാകാരൻ. നാടകീയത എന്ന അടവിനെയാണ്, നാടകീയരസത്തെയാണ് താൻ ഉപാസിക്കുന്നത്- അനുശീലിക്കുന്നത്- ആവിഷ്കരിക്കുന്നത്. അവയുടെ മികവുറ്റ ഉദാഹരണങ്ങളുടെ അണിയാണ്. ഈ രചിത പാഠസമാഹാരം.

വായനക്കാരൻ എന്ന നിലയിൽ എൻ.എൻ.പിള്ള എത്രമാത്രം സർഗാത്മകതയുള്ളയാളായിരുന്നു എന്ന് മുകളിൽ സൂചിപ്പിച്ചു. വായനക്കാരൻ ഉപഭോക്താവല്ല, ഉത്പാദകൻ തന്നെയാണ് എന്നാണ് അത്യന്തം ജനാധിപത്യപരമായ നവീനാദർശം. എഴുത്തുകാരൻ ഉണ്ടാക്കിവെച്ച അർഥമെടുത്ത് അനുഭവിക്കുന്ന രണ്ടാംകിട പുള്ളിയല്ല വായനക്കാരൻ. സ്വന്തം ലോകബോധവും മാധ്യമബോധവും ഭാഷാബോധവും വെച്ചാണ് ഒരാൾ വായിക്കുന്നത്. വായന ഇവയുണ്ടാക്കുന്ന സാംസ്കാരികതയുടെ ആവിഷ്കാരമാണ്. സ്വാതന്ത്ര്യമാണ് വായനയിൽ നിറവേറുന്നത്. അർഥത്തിന്റെ ജന്മിയായ എഴുത്തുകാരന്റെ കുടിയാനാണ് വായനക്കാരൻ എന്ന തത്ത്വം തകർന്നിരിക്കുന്നു. കൃഷിഭൂമി കർഷകന്; കൃതി ഭൂമി വായനക്കാരന്. വിമോചനത്തിന്റെ ഈ രസം അനുഭവിച്ച വായനക്കാരനായിരുന്നു. എൻ എൻ പിള്ള. തന്റെ വായനയിലെ ചില നല്ല സന്ദർഭങ്ങളെ അദ്ദേഹം സർഗാത്മകതയുടെ അടുത്ത പടിയിലേക്കും നയിച്ചു. തന്റെ അനുരൂപീകരണങ്ങളും (Adapations) കാര്യം ഇതാണ്. അനുകരണം എന്ന നിലയിൽ നിന്ന് അനുരൂപീകരണത്തെ ഉയർത്തിക്കൊണ്ടുപോയതിന്റെ ശ്രദ്ധേയമായ മാതൃകയായി കുടുംബയോഗം എന്ന ഏകാങ്കത്തെ കാണാം. യൂജിൻ ഐണസ്കോ 1952-ൽ എഴുതിയ The chairs എന്ന പ്രഹസനമാണ് കുടുംബയോഗത്തിന്റെയും അടിസ്ഥാനപാഠം.. 'അസംബന്ധാത്മക ദുരന്തകൃതി' എന്ന് വിളികൊണ്ട ഒരു വിദേശ നാടകത്തെ കേരളീയമായി സാംസ്കാരിക വിവർത്തനം നടത്തി ഒരു 'സ്വതന്ത്ര' കൃതിയുടെ പദവിയിലെത്തിച്ചതിന്റെ തെളിവാണ് കുടുംബയോഗം. The chairsന്റെ ഒരു കേരളീയ വായനയാണ് അത്. The chairsനെപ്പറ്റി ഒന്നുമറിയാത്തവർക്ക് അത് കേരളപാഠം തന്നെയാണ്. ഗ്രാമീണതയുടെ സാംസ്കാരിക ഭൂമിശാസ്ത്രം കുടുംബയോഗത്തെ അങ്ങനെയാക്കിത്തീർത്തിരിക്കുന്നു. അതിനപ്പുറം വാർധക്യം. ഏകാന്തത എന്നിവയെക്കുറിച്ചുള്ള നാടകീയാലോചനയുമാണത്. അതിനുമപ്പുറം എന്ന ഏകാങ്കം സാർത്രെയുടെയും വില്യം സറോയന്റെയും ലഘുനാടകങ്ങളുടെ (ഇൻ ക്യാമറ, കമിങ് ത്രൂ ദ റൈ എന്നിവയുടെ) അനുശീലനത്തിൽനിന്നുണ്ടായതാണ്. (തന്റെ രഹസ്യങ്ങൾ എൻ.എൻ. പിള്ള തന്നെ വെളിവാക്കുന്നുണ്ട്.) ഈ നാടകത്തെക്കാൾ അനുരൂപീകരണകലയുടെ മികവ് കാണാനുള്ളത് കുടുംബയോഗത്തിലാണ്.

മാധ്യമപരമായ വലിയൊരു നേട്ടം എന്ന നിലയിൽ ഗ്രൂപ്പ് ഫോട്ടോ എന്ന ഏകാങ്കത്തെ കാണണം. ഫോട്ടോ എടുക്കലാണ് ഇതിലെ കേന്ദ്രക്രിയ. ഫോട്ടോഗ്രഫി ഓർമയുടെ സാംസ്കാരിക

പ്രവർത്തനമാണ്. സ്മൃതി മൃതിയുമായി ശബ്ദസാമ്യം കൊണ്ടുമാത്രമല്ല ചേർന്നിരിക്കുന്നത് എന്നത് ഓർക്കാനിഷ്ടമില്ലാത്ത വസ്തുതയാണ്. ഇല്ലാതാവുന്ന ഒരു ജീവിതനിമിഷത്തെ പാഠവത്കരിച്ച് സൂക്ഷിക്കാനാണ് ഫോട്ടോഗ്രാഫി. ഈ ചേർച്ചയെ അർഥഗാംഭീര്യത്തോടെ നാടകീയമികവോടെ അവതരരിപ്പിക്കുന്ന രചനയാണ് ഗ്രൂപ്പ് ഫോട്ടോ.

തന്റെ രചിതപാഠങ്ങളെ രംഗപാഠങ്ങളാക്കുമ്പോൾ സംവിധായകൻ സർഗാത്മകമായി ഉണർന്നു പ്രവർത്തിക്കും. എന്ന പ്രതീക്ഷയും ആഗ്രഹവും (സ്വയം ഒരു സംവിധായകനായ) എൻ.എൻ. പിള്ളയ്ക്കുണ്ടായിരുന്നു. ഗ്രൂപ്പ് ഫോട്ടോ എന്ന ഏകാങ്കത്തിന്റെ അരങ്ങൊരുക്കത്തെപ്പറ്റിയാണ് ഈ പ്രതീക്ഷയും ആഗ്രഹവും അദ്ദേഹം പ്രത്യക്ഷമായി പ്രകടിപ്പിച്ചിരിക്കുന്നത്. ഫോട്ടോഗ്രഫിയെ സംബന്ധിച്ച നാടകങ്ങൾ ഏറെയൊന്നുമുണ്ടാവാൻ ഇടയില്ല. ആ നിലയ്ക്കും ഈ നാടകം ശ്രദ്ധേയമാണ്.

സ്വന്തം കുടുംബത്തെ രചനാത്മകമായി മാറ്റിപ്പണിതയാളാണ് എൻ.എൻ.പിള്ള. സ്വന്തം വീടിന് അഭിനയ ദൈവത്തിന്റെ പേരിടുക മാത്രമല്ല. കുടുംബത്തെ ആ ദൈവത്തിന്റെ കാർമിക സംഘമാക്കുകയും ചെയ്തു. ഏകാങ്കങ്ങളിൽ എൻ.എൻ പിള്ള എന്ന കുടുംബവിമർശകനെ വീണ്ടും വീണ്ടും പരിചയപ്പെടാവുന്നതാണ്. യാഥാസ്ഥിതിക കുടുംബസങ്കല്പങ്ങളിലെ കൊടിയ വൈരുധ്യങ്ങളെ നിഷ്കരുണം നഗ്നമാക്കുന്ന നിരവധി സന്ദർഭങ്ങൾ ഈ ഏകാങ്ക സമാഹാരത്തിലുണ്ട്. ഗുഡ്നൈറ്റിൽ ദാമ്പത്യം കൂടി വിശകലനവിധേയമാവുന്നു. മുടിഞ്ഞ കളിയിൽ ദാമ്പത്യത്തിലെ തട്ടിപ്പിനെയാണ് നാടകീകരിക്കുന്നത്. ശ്രീദേവിയിൽ പ്രണയവും രോഗാതുരതയും കുടുംബത്തിനൊപ്പം വിഷയമാവുന്നു. ശുദ്ധമദ്ദളത്തിലെ ആത്മഹത്യാവിചാരത്തിലും കുടുംബവിഷയമാണ്. കുടുംബയോഗം കുടുംബത്തെക്കുറിച്ചുള്ള അടിസ്ഥാനാശയങ്ങളുടെ യോഗം തന്നെ. ഗ്രൂപ്പ് ഫോട്ടോയിലെ ഗ്രൂപ്പ് കുടുംബം തന്നെയാണ്. കുടുംബം പോലെ ഏകാങ്കങ്ങളിൽ തറഞ്ഞുകിടക്കുന്ന മറ്റൊരു വിഷയം ക്രൈമാണ്. ഹിംസാവാസനയുടെ ശരീരശാസ്ത്രവും മനഃശാസ്ത്രവും ഈ നാടകങ്ങളെ തീക്ഷ്ണമായ സാമൂഹികാനുഭമാക്കുന്നുണ്ട്. മലയാളഭാഷയുടെ കാര്യവാഹകശേഷി എത്രയുണ്ട് എന്നറിയാൻ ഈ നാടകങ്ങളിലെ സംസാരഭാഷ സഹായിക്കുന്നുണ്ടെന്നും പറയട്ടെ. നാട്ടുജീവിതത്തെ ജൈവബോധത്തോടെ കണ്ടറിഞ്ഞ ഒരു കലാകാരൻ ഭാഷയുടെ സാധ്യതകളെ എങ്ങനെയൊക്കെയാണ് വിന്യസിക്കുന്നത് എന്ന് നന്നായി അറിയിക്കുന്നവയാണ് ഈ രചനകൾ. അകാല്പനികത എന്നതാണ് ഇക്കാര്യത്തിൽ എൻ.എൻ.

പിള്ളയുടെ ദർശനം.

ആധുനിക സ്ഥാപനങ്ങളുടെയും ചിന്താരീതികളുടെയും ഇടപെടൽ കൊണ്ട് ഇളകിമറിയുന്ന ജീവിതരംഗങ്ങളെ ധൈഷണികമായ സത്യസന്ധതയോടെയും മാധ്യമപരമായ സർഗാത്മകതയോടെയും ആവിഷ്കരിക്കുന്ന ഈ രചനകളുടെ പുനഃപ്രകാശനത്തിൽ ഇങ്ങനെയൊരു കുറിപ്പിലൂടെ ബന്ധപ്പെടാൻ കഴിഞ്ഞതിലുള്ള സന്തോഷം കൂടി രേഖപ്പെടുത്തുന്നു. ഈ നാടകസമുച്ചയത്തിന്റെ പ്രകാശനം (അവയിലൊന്നിന്റെ പേര് ഉപയോഗിച്ചുകൊണ്ട് പറയട്ടെ) ഒരു 'മഹത്തായ സന്ദർഭ'മാണ്. അത്രയും വിദഗ്ധമായ ജീവിതവിശകലനങ്ങളാണ് ഇവിടെ നാടകങ്ങളായിത്തീർന്നിരിക്കുന്നത്.

(എൻ. എൻ പിള്ളയുടെ ഏകാങ്കങ്ങളുടെ സമ്പൂർണ്ണ സമാഹാരത്തിനെഴുതിയ അവതാരിക)

●

www.ingramcontent.com/pod-product-compliance
Lightning Source LLC
LaVergne TN
LVHW040754051026
849519LV00007BA/2551